काळोखातील
अग्निशिखा

(ऐतिहासिक कादंबरी)

नरेंद्र नाईक

दिलीपराज प्रकाशनाची सर्व पुस्तके आता आपण Online खरेदी करू शकता. आमच्या website ला कृपया अवश्य भेट द्या. www.diliprajprakashan.in

काळोखातील
अग्निशिखा

(ऐतिहासिक कादंबरी)

नरेंद्र नाईक

प्रकाशक
राजीव बर्वे
मॅनेजिंग डायरेक्टर,
दिलीपराज प्रकाशन प्रा. लि.
२५१ क, शनिवार पेठ,
पुणे - ४११०३०

© **प्रकाशकाधिन**

सौ. जयश्री नाईक (एम. कॉम)
जि. हिंगोली ४३१७०२

प्रथमावृत्ती - २६ जानेवारी २०१३

प्रकाशन क्रमांक - १९७७

ISBN - 978 - 81 - 7294 - 975 - 4

अक्षरजुळणी
गजानन थळपते
कळमनुरी

मुखपृष्ठ व आतील रेखाटने
भ. मा. परसावळे

कै. सौ. राधाई...

माझी माय

माझ्यासाठी विश्वाहूनही

महान होती...

आईच्या पावन स्मृतीस...

– नरेंद्र नाईक.

सुसंवाद

प्रिय वाचक बंधू-भगिनींनो!

नरेंद्र नाईक तथा 'शांताग्रज' या टोपणनावाने मी आजपर्यंत 'माणूस माझं नाव', 'घरटं' व 'रातचांदणी' हे तीन काव्यसंग्रह वाचकांच्या हाती दिल्यानंतर 'काळोखातील अग्निशिखा' ही माझी पहिलीच ऐतिहासिक कादंबरी आपल्या हाती देत असताना मला मनस्वी आनंद होत आहे.

मित्र हो! मराठवाड्याच्या मातीचा अस्सल गंध घेऊन ही कादंबरी अवतीर्ण झाल्यामुळे एक आगळी आणि वेगळी पार्श्वभूमी लाभलेल्या भावफुलांची ओंजळ रिती करीत असताना मराठ्यांचे पानिपत की अंध:काराखाली झाकोळलेला मराठशाहीचा विजयोत्सव?

यात भोगलेल्या अनेक शोषितांच्या शोककारी जीवनाचे भीषण वास्तव साकार करणारी कादंबरी उदयाला येईल असे कधी वाटले नव्हते. परंतु इतिहास हा समाजाचा आरसा असून ऐतिहासिक संस्कार हेच भावी पिढीचा भरभक्कम असा पाया आहेत असे मी मानतो. म्हणून कादंबरीरुपाने शब्दबद्ध केलेला वास्तव इतिहास समाजासाठी उपयुक्त ठरतो.

मित्र हो! भागानगरी मुक्तिंग्राम तीन कालखंडात विभागला असून सन १८७७ ते १९२५ हा कालखंड समाज जागृतीचा कालखंड म्हणून स्वीकारावा लागतो. सन १९२५ ते १९३७ हा कालखंड सुप्त संघर्षाचा कालखंड म्हणून ओळखला जातो, तर सन १९३७ ते १९४८ हा कालखंड पराकोटीच्या संघर्षाचा कालखंड म्हणून नोंदवावा लागतो. माझी पहिलीवहिली ऐतिहासिक कादंबरी 'काळोखातील अग्निशिखा' ही तिसऱ्या कालखंडावर आधारीत असल्यामुळे वाचकांच्या ह्रदयाला भिडेल अशी अपेक्षा करतो; कारण देशात अस्मानी सुलतानी संकटांनी गांजलेल्या व पिचलेल्या जनसामान्यांच्या सुख-दु:खाचा यात आढावा घेण्याचा प्रयत्न केला आहे.

मित्र हो! जे वास्तव तेच शब्दबद्ध केलं आहे. कारण हा रणसंग्राम कल्हाळी ता. कंधार जि. नंदीग्राम येथे माझ्याच गढीवर घडला असून माझे पूर्वज या लढ्याचे खरे मानकरी. तरीही या लढ्याकडे तटस्थपणे पाहात हे लिखाण पूर्ण केले आहे. हे करीत असताना वास्तव इतिहासाला बाधा येईल असे काही केले नाही. परंतु थोर साहित्यरत्न नरहर कुरुंदकर गुरुजींनी श्रीमान योगी या कादंबरीच्या निमित्ताने कादंबरीकार रणजीत देसाई यांना सुचविल्याप्रमाणे,

“कादंबरीत स्वभाव रेखाटन कलाकृतीत जिवंत कसे करावे, सारा ध्येयवाद व वास्तववाद, धार्मिकता व सावधपणा, सेनानीपणा व चौरसपणा, धूर्तता व उदारता, भव्यपणा व नाट्य, मानवीपणा, असामान्यता व मर्यादा हे सर्व स्वभाव रेखाटणात याव्यात हे महत्त्वाचे. हा प्रसंग व तो प्रसंग घेणे वा टाळणे गौण. भूत- वास्तवाचे आकलन हे वाङ्मयीन सत्य. ते साकार करण्यासाठी आवश्यक ते काल्पनिक वापरण्याची कादंबरीला मुभा असते.”

या मतास अनुसरुन भूत वास्तवाचे आकलन होण्यासाठी काही ठिकाणी काही अंशी काल्पनिकतेलाही महत्त्व देऊन हे लिखाण केले आहे. त्यामुळे ही कादंबरी कुठल्याही अभ्यासकांना उपयोगी पडेल यात शंका नाही. राजमाता विजयमाला देशमुख, उत्तमराव देशमुख शेंबाळपिंप्रीकर, गोपाळराव चौधरी रा. बोरी ता. जिंतूर जि. परभणी, श्री. रामराव देशमुख, रा. वस्सा ता. जिंतूर जि. परभणी, माजी खासदार स्वातंत्र्यसेनानी हरिहरराव सोनुले यांचे चिरंजीव सुनील सोनुले रा. हदगांव जि. नंदीग्राम इत्यादींशी प्रत्यक्ष भेट व चर्चा यामुळेच ही कादंबरी साकार होऊ शकली. अन्यथा माझ्यासारख्या सर्वसामान्य माणसाजवळ देण्यासारखे आहे तरी काय? कारण

मज पामराशी काय थोरपण ।
पायीची वहाण पायी बरी ।।

असे विश्ववंदनीय जगतगुरु राष्ट्रसंत तुकाराममहाराज सांगून गेले आहेत. ते मला जसाशतसे लागू पडते याची जाणीव आहे. असो! आजमितीला सामाजिक नैतिकता व अखंडता भंग पावत चालली असून पुन्हा एकदा नव्याने इतिहास जन्म घेतो की काय? असे वाटत असल्यामुळेच पुन्हा एकदा इतिहासाची नव्याने पुनर्बांधणी. अन्यथा हे काम इतरांनी करून ठेवलेच आहे याचेही भान आहे.

स्वातंत्र्यपूर्व काळात माणसाला एक ध्येयधोरण होतं, त्यासोबत दिशाही होती. त्यामुळेच तत्कालीन माणसं त्यावेळच्या राज्यकर्त्यांना त्रासदायक वाटू लागली. परंतु तत्कालीन समाजाला त्याची गरज होती. त्यामुळेच अशी माणसं वेळप्रसंगी

लढली, तुटली, फुटली; परंतु समाजापुढं एक देदीप्यमान आदर्श ठेवून गेली. म्हणूनच ती विद्रोही व बंडखोर ठरली. अशा थोर क्रांतिकारकांच्या इतिहासाचे वाचकांनी मनन व चिंतन तटस्थपणे केले तरच इतिहासाची दुसरी खरी बाजू कळू शकेल. अन्यथा जाती-पातीत, धर्म-पंथात गुरफटले गेलो तर अशी माणसं कदापीही कळणं शक्य नाही.

ऐतिहासिक परंपरा लाभलेली तोलामोलाची माणसं याच भूमीत जन्मली याचंही आश्चर्य वाटू लागतं आणि या मातीचा गर्वही वाटू लागतो. कारण अशा थोर क्रांतिकारकांच्या समग्र व्यक्तिमत्वात एक क्रांतीची धगधगती ज्वाला असून विचारप्रवणाची मशाल आहे. अशा क्रांतिकारकांत देशनिष्ठेबरोबरच इतरही काही पैलू विशेषकरून आढळून येतात. त्यामुळे अशा व्यक्तिमत्त्वांना मानाचा मुजरा ठोकावा वाटतो.

मित्र हो! मनोगत तसं कधीच व्यक्त करू नये असा सर्वसाधारण प्रघात असला तरी मी मनोगत व्यक्त न करता संवाद साधत आहे आणि त्यातून काही जेष्ठांचे तथा श्रेष्ठांचे ऋण व्यक्त करणे माझे कर्तव्य समजतो. मला आचार व विचाराचे धडे देणारे माझे परमपूज्य आई-बाबा यांच्यामुळेच हे सुंदर विश्व मी पाहू शकलो व हे लिखाण करू शकलो. त्यांचे आभार कोणत्या शब्दात मानू? तिथे शब्दच खुजे पडतात. तसेच ज्यांच्या प्रेरणेने ही कादंबरी साकार झाली अशा देवीदास फुलारीसरांचे आभार न मानने कृतघ्नपणा ठरेल. आयुष्य जगावे कसे, पेलावे कसे याचे धडे देणारे गुरुवर्य प्राचार्य नागोराव कुंभार, प्रा. निवृत्ती कौशल्ये, यांचे आभार न मानता त्यांच्या ऋणातच राहू इच्छितो.

सकाळ समूहाचे मुख्य संपादक उत्तमजी कांबळे, प्राचार्य कौतिकराव ठाले पाटील, प्रा. डॉ. दादा गोरे, कुंडलिक अतकरेजी, प्रकाशक मित्र श्रीकांत उमरीकर, बाबा भांड सर, कादंबरीकार प्रा. सदानंद देशमुख, प्रा. नारायण शिंदे यांचेही आभार.

निजाम राजवटीत जिल्हाधिकारी म्हणजे तालुकदार, जिल्हा पोलीस अधीक्षक म्हणजे मोहतमीम, तहसीलदार म्हणजेच मामलेदार, फौजदार म्हणजे आमीन, तलाठी म्हणजेच पटवारी इत्यादी शब्द आदरणीय प्रा. भु. द. वाडीकरसरांनी सांगितले. त्यांचे मी मनापासून आभार मानतो. प्रख्यात वैदर्भीय कादंबरीकार बाबारावजी मुसळे यांचे आशिष हेच माझे बळ आहे. याशिवाय माझ्या लेखणीला बळ देणारे माझे ज्येष्ठ बंधू वसंतराव नाईक व भाभी सौ.प्रयागबाई यांचा ऋणातीत तसेच लहान बंधू दत्तप्रकाश व त्याची सुविद्य पत्नी सौ.ज्योती यांचे मोलाचे सहकार्य कधीच

विसरण्यासारखे नाही. मोठे मेहुणे श्री. शिवाजीराव काळे, तुकाराम पाटील, रावसाहेब शिंदे यांचा ऋणी आहे. माझे भाचे सचिन बालाजीराव शिंदे, अविनाश उर्फ सागर देशमुख यांचा विशेष आभारी. अकोला येथील देवकामाई देशमुख यांनी त्यांच्या 'रजधूळ' या मासिकात एक भाग खास प्रकाशित केला, तसेच श्री मेटकर यांनी दै.देशोन्नीतीमध्ये काही भाग क्रमश: प्रकाशित केला. त्यांचे आभार कोणत्या शब्दात मानू? प्रा. प्रमोद इंगोले, प्रा.महेश मोरे व राज थळपते यांनी वेळोवेळी लिखाणासंदर्भात सूचना केल्या, त्यांचे आभार. कादंबरीचा कच्चा खर्डा तयार करणारी माझी पत्नी सौ.जयश्री नरेंद्र व कादंबरीची पक्की मूळ प्रत तयार करणारी माझी पुतणी सौ.चेतना संदीपराव देशमुख कुर्तडीकर यांचेही आभार. या विषयाचे संदर्भग्रंथ उपलब्ध करून देणारे माझे मेहूणे प्रकाश देशमुख, भास्कर देशमुख यांचा आभारी. लिखाणकार्यात सहकार्य लाभलेले जे.के.भगत, माझा पुतण्या शिवराज नाईक, स्वराज नाईक, मुलगी कु.समिक्षा व मुलगा चि.सौरभ यांना या निमित्ताने अभिष्टचिंतन.

या कादंबरीस प्रस्तावना लिहिणारे आदरणीय गांधीवादी सर्वोदयी नेते, या लढ्याचे तथा भारतीय रणसंग्रामचे साक्षीदार, थोर देशभक्त, स्वातंत्र्यसेनानी, गंगाप्रसादजी अग्रवाल (काकाजी) यांचे आभार न मानता त्यांना त्रिवार वंदन!

तसेच या कादंबरीचे प्रकाशक श्री राजीवजी बर्वे यांनी कमीत कमी कालावधीत व सुबक कलाकृती तयार करून दिल्याबद्दल त्यांचे व त्यांच्या कार्यालयातील भगिनी ज्युलीजी मॅडम, काळे मॅडम, कैवल्यजी यांचे मन:पूर्वक आभार.

या कादंबरीची अक्षरजुळणी करणारे व कादंबरीचा आकृतीबंध यात वेळोवेळी सूचना करणारे माझे मित्र गजानन थळपते यांनी कमीत कमी वेळात निर्दोष अशी प्रत तयार करून दिल्याबद्दल मन:पूर्वक आभार; तसेच कादंबरीचे मुखपृष्ठ व आतील रेखाटने करणारे सुप्रसिद्ध चित्रकार भ. मा. परसवाळे सर यांनी प्रत्यक्ष कल्हाळी व पेठवडज येथे भेट देऊन चित्रे रेखाटली. यावेळी त्यांचे समवेत प्रा.भगवंतराव क्षीरसागर, अभिलाष करेवार हेही होते. त्यांचे आभार व्यक्त करायला शब्दही कमी पडतात.

डॉ. श्याम वाढोणकर, डॉ. जे. ए. खान, डॉ. महेश लकडे, डॉ. कपिल भालेराव, डॉ. खुने, डॉ. बी. एन. चंदनकर, डॉ. कल्लापूरे, डॉ.अविनाश पन्नमवार, डॉ. संदीप खेसर, डॉ. रितेश गौर, डॉ. संदीप नरवाडे, डॉ. खनपटे, डॉ. मरसाळे, डॉ. वसंत मसारे, डॉ. तुकाराम मुधळ, डॉ. शरद जाधव, डॉ. सोलवट, डॉ. आंधळे, डॉ. झडते, डॉ. एस. एस. कौशल्ये, डॉ. एस. एम. पाटील, डॉ. अरुण करंडे, डॉ. निर्मले, डॉ. व्ही. के. मरडकर, डॉ. एच. जे. बडगुजर, डॉ. कामखेडे, डॉ. माधव मानमोठे, डॉ. भिमर्तीवार, डॉ. अंजनवाड, डॉ. प्रभाकर वाकळे, साहित्यिक मित्र

प्रा.कमलाकर चव्हाण, प्रा.रमाकांत कस्तुरे, प्रा.टी.जे.कदम, प्रा.शेषराव नाईकवाडे, अशोक पडोळे, राजेसाहेब कदम, प्रा.भगवान मस्के, शफी बोल्डेकर, चित्रकार दिलीप दारव्हेकर, महासेन प्रधान, रतन आडे, व्यंकटेश चौधरी, व्यंकटेश काटकर, शिवा कांबळे, एम.घेणेकर, शीलवंत वाढवे, विधीज्ञ सुनील घोंगडे, विधीज्ञ सतीष पंडीत, पंजाब जाधव, किरण पाईकराव, गणेश आघाव, धनंजय जोशी, तुकाराम अंभोरे, हनीफ पटेल, शेख मुनाफ, मास्टर सुनिल कांबळे यांचे आभार मानतो.

कादंबरीची जडणघडण होत असतानाच मला हिंगोली जिल्हा अंकुर साहित्य संघाचा जिल्हाध्यक्ष व मराठवाडा साहित्य परिषद, शाखा हिंगोलीचा संस्थापक अध्यक्ष होण्याचा बहुमान मिळाला. या निमित्ताने अनेक मित्र जोडले गेले. या सर्वांची नावे घेणे अशक्य असल्यामुळे त्या सर्वांचा मनापासून आभारी आहे. कळत न कळत काही नावे अनवधानाने विसरली असल्यास नात्यातील व समाजातील सर्व लहानथोरांचे, हितचिंतक, शत्रू व मित्र यांचे आभार मानून संतशिरोमणी राष्ट्रसंत तुकाराममहाराज यांच्याच शब्दात संवाद समाप्त करतो.

'आता तरी पुढे । हाचि उपदेश ।
नका करू नाश । आयुष्याचा ।।
सकळांच्या पाया । माझे दंडवत ।
आपुलाले चित्त । शुद्ध करा ।।'

जय हिंद! जय भारत!!जय महाराष्ट्र !!!

–नरेंद्र नाईक
सुसंवाद – ९४२१३८४००७

'काळोखातील अग्निशिखा' अर्थात निजामविरोधी कल्हाळीचा रणसंग्राम!

'काळोखातील अग्निशिखा' ही नरेंद्र नाईक यांची अप्रकाशित ऐतिहासिक कादंबरी वाचली. लेखकाच्या पूर्वजांचा जाज्वल्य, अभिमानास्पद, सत्यघटनांवर आधारित प्रेरक इतिहास या कादंबरीच्या रूपाने लेखक आपल्या समोर मांडतात. अप्पासाहेबांची व्यक्तिरेखा तिच्यातील तेज:पुंज प्रभेसह साकारण्याचा लेखकाने येथे प्रयत्न केला आहे आणि ही बाब कौतुकास्पद आहे. कादंबरीलेखनात लेखक कमालीचे तटस्थपणे लेखन करताना दिसतात.

१५ ऑगस्ट १९४७ रोजी भारताला स्वातंत्र्य मिळाले असले तरी भारताच्या हृदयस्थानी असणारे निजामाचे हैद्राबाद संस्थान स्वतंत्र होते. भारतातील शेकडो संस्थाने भारतात स्वखुशीने विलीन झाली किंवा करण्यात आली. हैद्राबादच्या निजामालाही तशी सूचनावजा विनंती केली पण निजामाने ती धुडकावून लावली. भारत सरकारने निजामाला एक वर्षाचा अल्टिमेटम दिला. निजाम संस्थानात शेकडो जहागीरदार, उपजहागीरदार तसेच वतनदार कार्यरत होते. त्यात देशमुख, सरदेशमुख, पांडे, देशपांडे, सरदेशपांडे, महाजन, पाटील, कुळकर्णी, मोठे जमीनदार व मुस्लीम यांचा भरणा होता. त्यातीलच एक कल्हाळी येथील अप्पासाहेब नाईक हे जहागीरदार.

या घराण्याचे मूळ थोर समाजसुधारक महाराज सयाजीराव गायकवाड यांचेशी जुळल्याचे सांगण्यात येते. या घराण्याचे आडनाव गायकवाड असून नाईक ही त्यांची पदवी होय. हे घराणे मूळचे सातारा जिल्ह्यातील. या घराण्यातील चार बंधू निजामशाहीत वेगवेगळ्या ठिकाणी जहागीरदार म्हणून गेले. त्यातलेच एक लखमाजीराव. त्याच्या वंशातीलच अप्पासाहेब. या घराण्याच्या शाखा कल्हाळीशिवाय पेठवडज, बारूळ, मरवाळी, पुंड पिंपळगांव, नांदेड, कदंबनगरी इत्यादी ठिकाणी आहेत. या पैकी कल्हाळी येथील अप्पासाहेब नाईकांनी व त्यांच्या असंख्य शूरवीरांनी भागानगरी येथील निजामास शेतसारा देण्याचे नाकारून भारताला स्वातंत्र्य मिळताच

आपल्या गढीवर तिरंगा फडकवला.

स्वामी रामानंद तीर्थ यांच्या मराठवाडा मुक्ती आंदोलनास ओ देऊन, कल्हाळीच्या गढीला ३५०० सैनिकांचा वेढा देऊन बसलेल्या निजामी दमनप्रवृत्तीस तीन दिवस तीन रात्र समर्थपणे तोंड दिले. त्यात अप्पासाहेबांसह त्यांच्या ३५ साथीदारांना हौतात्म्य प्राप्त झाले. निजामी तुकडीचा मुखीया मुखेड पोलीस स्टेशनचा फौजदार अहमदखान पठाण याने अप्पासाहेबांचे शिर धडावेगळे करून ते भाल्याच्या टोकावर खोवून कल्हाळीत फिरविले. अन्यायी राजवटीसमोर लाचारी पत्करण्यापेक्षा सळसळते स्वाभिमानी क्षात्रतेज अंगी बाळगलेल्या अप्पासाहेबांनी बेडरपणे निजामी सैन्याशी संघर्ष करत हसत हसत हौतात्म्य पत्करले. या कादंबरीतील अप्पासाहेबांची व्यक्तिरेखा मध्यवर्ती आहे. स्वत:ला शिवाजीमहाराजांचे वंशज समजणाऱ्या अप्पासाहेबांचे आपल्या जहागिरीतील प्रजेप्रतीचे वागणेही शिवाजीमहाराजांसारखेच होते. त्यांचे वडील भगवंतराव यांची नीतीही तीच होती. मरणसमयी ते अप्पासाहेबांना म्हणतात,

“दलित, शोषित समाजास दूर लोटू नका. त्यांना आपलेसं करा. मायेनं वागवा. मानवतेची वागणूक द्या. माणसं तर ओळखाच पण माणसंही वाचा. पळपुट्या माणसांच्या सहवासात जाऊ नका, कारण अशा माणसांच्या सहवासाने मोठमोठी राज्ये गारद झाली आहेत. आणि हो, या निजामापासून सतत सावध रहा!”

वडिलांच्या निर्देशानुसारच अप्पासाहेबांचे मृत्यूसमयीपर्यंतचे वागणे होते. त्यांच्या विश्वासू मंडळीत दलित, भटके विमुक्त, मुस्लीम अशा मंडळींचा भरणा होता. ह्या लोकांनी मृत्यूची पर्वा न करता शेवटपर्यंत त्यांना साथ दिली. एका प्रसंगी त्यांचे लहान बंधू रावसाहेब यांनी जळबा नावाच्या माणसाचा वंश बुडाला म्हणून नियमाप्रमाणे त्याची संपत्ती जप्त केली. त्याच्या बायका परागंदा झाल्या. हे अप्पासाहेबांना कळाल्यावर त्यांनी संतापाने रावसाहेबांचे कान उपटले व जळबाच्या परागंदा बायकांचा शोध घ्यायला लावून त्यांची संपत्ती त्यांना परत केली.

वडिलांच्या सांगण्याप्रमाणे निजामाच्या अत्याचारी धोरणाच्या विरोधात जाऊन त्याच्याशी पंगा घेतला. निजामाचे जोडे चाटणारे हिंदूधर्मीय अधिकारी, जमीनदार यांचा त्यांना मोठा तिटकारा येत असे. संधी मिळताच ते अशा मंडळींचा अधिक्षेप करीत. एकदा एका अत्याचारी फौजदारास त्यांनी थोबाडीत मारली. भागानगरीचे मुस्लीम टांगेवाले तेथे जाणाऱ्या हिंदू प्रवाशांची अव्वाच्या सव्वा भाडे आकारून लूट करतात ही वस्तुस्थिती भागानगरीला गेल्यावर त्यांच्या लक्षात आली. त्यावरून टांगेवाल्याशी कुरबुर आणि नंतर त्यात त्यांनी अंगावर आलेल्या गुंडांवर

मोठ्या धाडसाने गोळीबार केला व त्यांना पळवून लावले.

भागानगरीसारख्या दस्तुरखुद्द निजामाच्या राजधानीच्या शहरात अप्पासाहेबांनी एवढी हिंमत दाखविल्याचे पाहून तेथील आर्य समाजाच्या कार्यकर्त्यांनी त्यांचा सत्कार केला. यावरून भीती नावाच्या गोष्टीचा लवलेशही त्यांच्या अंगी नव्हता हे सिद्ध होते. हे अप्पासाहेब खऱ्या अर्थाने नरसिंह होते.

अशा या अप्पासाहेबांचे जीवनचरित्र लेखकाने सदर कादंबरीत अतिशय समरसतेने मांडले आहे. कथानकात समकालीन घटनांचा कौशल्याने उल्लेख केला गेला आहे. कुठे संवादात, कुठे निवेदनात, कुठे वृत्तपत्रातील बातम्यांमधून डॉ.बाबासाहेब आंबेडकर, महात्मा गांधी, सुभाषचंद्र बोस, वल्लभभाई पटेल इत्यादी नेत्यांचे विचार, घटना, संदर्भ जागोजाग वापरले आहेत. छत्रपती शिवाजीमहाराज, छत्रपती शंभुराजे हे अप्पासाहेबांचे प्रेरणास्थान असल्याने त्या दोघांचे प्रसंगोपात उल्लेख अपरिहार्यच वाटतात. याशिवाय अप्पासाहेबांच्या एकत्र कुटुंबातील सौहार्द, परस्परांविषयीचा आदर, स्नेहभाव, विचारविनिमय वाखाणण्याजोगा आहे.

भगवंतरावांच्या मृत्यूनंतर अप्पासाहेबांचा पिंडदान, तेरवी या पारंपरिक विधीस विरोध, मातोश्री अहिल्याबाईंचा त्यास पाठिंबा, भगवंतरावांच्या मृत्युपत्रातून व्यक्त झालेला पुरोगामी दृष्टिकोन; अंधश्रद्धेला थारा द्यायचा नाही हे व्यक्तिगत धोरण असले तरी गावासाठी विठ्ठलरखुमाई, मारोती, ब्रह्मदेव यांची मंदिरे, ओटे बांधण्यातला अप्पासाहेबांचा पुढाकार (माणसे जोडण्याच्या अट्टाहासापायी हे सारे); शारदा भुवन एज्युकेशन सोसायटी, नांदेडची स्थापना, निजाम राजवटीत इतरत्र अस्पृश्यतेचे स्तोम माजले असताना कल्हाळीतून अस्पृश्यतेला हद्दपार करणे, मराठा-देशमुख वादावरचे अप्पासाहेबांचे भाष्य, संस्थानात ओला दुष्काळ असताना निजामाच्या लेव्ही धोरणास विरोध, मोटारसायकल, रेडिओ अशा आधुनिक गोष्टींचा स्वीकार, दरवर्षी खून करण्याची सवलत रद्द करून त्या बदल्यात आझाद हिंद सेनेचा ध्वज गढीवर लावण्याची परवानगी द्यावी असा आग्रह; अर्जुना सोनकांबळे या तरुणाला बाबासाहेबांचे विचार गावोगावी, घरोघरी पोहोचविण्यास देण्यात येणारे प्रोत्साहन, यशवंती घोडीने अप्पासाहेबांच्या संदर्भात दिलेला अपशकुनाचा संदर्भ, अप्पासाहेबांच्या हत्येनंतर यशवंती घोडी आणि मोती कुत्र्याने निजामी सैन्यावर केलेला हल्ला वाचनीय आहे.

सौ.चंद्राबाई शेळके, सौ.तुळसाबाई खंदारे, सौ.गंगाबाई बेलाडे यांसारख्या अनेक महिलांनी पुरुषांबरोबर निजामी सैन्याबरोबर दिलेली झुंज, नेमक्या अमृताअप्पा या निजामाकडील हिंदू सैनिकाने अप्पासाहेबांवर गोळ्या झाडणे व त्यातच त्यांचा मृत्यू होणे, अप्पासाहेब धारातीर्थी पडल्यावरही रणांगण न सोडता शेवटच्या श्वासापर्यंत

लढा देणारे तरुण, वयस्क, म्हातारे कल्हाळीकर!

एकामागून एक घडत जाणाऱ्या विस्मयकारी घटना या कादंबरीत ठासून भरल्या आहेत. ठिकठिकाणी आल्हाददायक हिरवळीसारखी काव्यमय निसर्गवर्णनेही आहेत.

कथानकातील बोलीभाषा स्थलकालानुरूप आहे. मराठवाडी बोली, मराठी, हिंदी, उर्दू, क्वचित इंग्रजी भाषेचा योग्य वापर केला आहे. काही किरकोळ दोष वगळता ही कादंबरी घटना-घटितांच्या संदर्भात वेगवान, पात्रदर्शनाबाबत वेधक, घटना-प्रसंगानुसार बोलीभाषेचा परिणामकारक वापर, इतिहासाला साक्षी ठेवून केलेली एकूणच कथानकाची मांडामांड इत्यादीमुळे कादंबरी वाचणीय, संस्मरणीय झाली आहे.

लेखकाच्या नावावर या आधी तीन काव्यसंग्रह आहेत. या कादंबरीमुळे ऐतिहासिक कादंबरीकार म्हणून मान्यता मिळण्यास लेखकास काही अडचण येणार नाही असे वाटते. मराठवाडा मुक्तिसंग्रामातील अग्रणी मा.गंगाप्रसादजी अग्रवाल यांची महत्त्वपूर्ण प्रस्तावना, कविवर्य देवीदासजी फुलारी यांचा अभ्यासपूर्ण अभिप्राय इ. कादंबरीच्या जमेच्या बाजू आहेत. माझ्यातर्फेही लेखकास हार्दिक शुभेच्छा!

-बाबाराव मुसळे

९३२५०४४२१०

प्रस्तावना

चटका लावणारी कादंबरी : काळोखातील अग्निशिखा

भारतीय स्वातंत्र्य आंदोलन, जगातील एक विशेष आंदोलन. त्यात स्वातंत्र्यवीर सावरकर, महात्मा गांधी, सरदार भगतसिंग, पंडित जवाहरलाल नेहरू, सुभाषचंद्र बोस यांचा आपआपल्यापरीने वाटा आहे.

इंग्रजांची साम्राज्यशाही हाकलून लावण्यासाठी सर्वांनी आपआपल्यापरीने प्रयत्न केले. तरी हे काम पूर्ण झाले नव्हते. सहाशेपेक्षा अधिक संस्थानिक स्वयंनिर्णयाचा अधिकार घेऊन भारतात सामील व्हावे, पाकिस्तानात सामील व्हावे की स्वतंत्र राहावे यासाठी धडपडत होते. निजामाचे संस्थान हे सर्वात मोठे, भारताच्या उदरस्थानी वसलेले. इच्छा पाकिस्तानात सामील होण्याची. परंतु ते शक्य नसल्यानं स्वतंत्र रहाण्यासाठी प्रयत्न करीत होतं.

यातूनच हैद्राबादचा मुक्तिसंग्राम जन्माला आला. स्वामी रामानंद तीर्थ व अन्य नेत्यांच्या नेतृत्वाखालील हा लढा ऐतिहासिक ठरला. सत्याग्रह व सशस्त्र संघर्ष या दोन्ही पद्धतीने हा लढा लढला गेला. निजामाच्या शासकीय बळाखेरीज इत्तेहादूल मुसलमीन व सशस्त्र रजाकार संघटनेचा सामना करीत या लढ्याला अग्निदिव्यातून जावे लागले.

छत्रपती शिवाजीमहाराज व त्यांच्या शूर मावळ्यांपासून प्रेरणा घेऊन, गावोगावच्या अनेक शेतकऱ्यांनी प्राणाची बाजी लावून हैद्राबाद मुक्तिसंग्रामात अविस्मरणीय कामगिरी केली आहे. हैद्राबाद मुक्तिसंग्रामाचे अनेक पैलू अद्यापपर्यंत अज्ञात आहेत. ते सर्वच्या सर्व जगासमोर येणे शक्य नाही. प्रत्येक लेखक आपआपल्यापरीने त्यातील काही पैलू उलगडून दाखविण्याचा प्रयत्न करतो. त्या मर्यादेतच हैद्राबाद मुक्तिसंग्रामातील माहिती प्रकाशात येते.

डॉ. बाबासाहेब आंबेडकरांचा शिका, संघटीत व्हा, संघर्ष करा. हा संदेश प्रसिद्ध आहे. दलितांनी राष्ट्रीय व हैद्राबाद संस्थानच्या पातळीवर अनेक लढे देत दलितांना संघटित करण्याचा प्रयत्न केला आहे. हैद्राबाद मुक्तिसंग्रामात दलितांचाही वाटा आहे. नरेंद्र नाईक यांच्या काळोखातील अग्निशिखा या कादंबरीने विशेषत्वाने तो पुढे आणण्याचा प्रयत्न केला आहे. ही सर्व माहिती आतापर्यंत प्रकाशित साहित्यात आलेली नव्हती. कादंबरीची दोन ठळक वैशिष्ट्ये सांगता येतील. एक- केवळ कल्पनाप्रधान व दुसरे- एखादी विशेष घटना इतिहासातून घेऊन त्याभोवती शब्दांचा फुलोरा सजविलेली. ही कांदबरी दुसऱ्या प्रकारात मोडते.

नंदीग्राम जिल्ह्यातील कल्हाळीचा रणसंग्राम या कादंबरीचे केंद्र आहे व अप्पासाहेब नाईक कादंबरीचे नायक शोभतात. कादंबरी लिहिताना नाईक घराणे मुळातले गायकवाड घराणे, त्यांचा संबंध थेट बडोद्याच्या श्री सयाजीराव गायकवाड महाराजांशी कसा आला हे स्पष्ट करण्याचा प्रयत्न केला आहे. निजामाची वंशावळही कादंबरीत आली आहे. माता अहिल्याबाईंच्या मुखातून आपल्या वंशजांना स्वातंत्र्यासाठी लढण्याची प्रेरणा देण्याचे कार्यही कादंबरीत चितारण्यात आले आहे. लिखाणाच्या ओघात महाराष्ट्र परिषद, हैद्राबाद स्टेट कॉंग्रेस, आर्य समाज यांच्या आंदोलनाचे अनेक प्रसंग शब्दबद्ध केले आहेत. रजाकारांचा अत्याचार, झेंडा सत्याग्रह, जंगल सत्याग्रह, करोडगिरी नाके उद्ध्वस्त करणे, गाव मुक्त करणे आदी तपशीलही दिला आहे. मराठवाड्यात त्या काळात केव्हा व कोठे शिक्षण संस्था स्थापन झाल्या याचा तपशीलही देण्यात आला आहे. एका लहानश्या गावाला रजाकार, निजामी पोलीस वेढतात. निजामाचे सैनिकही त्यांच्या मदतीला येतात. गढी प्राणपणाने लढवली जाते. तिसरे दिवशी गढीतील पाणी संपल्यामुळे गढीबाहेर पडावे लागते, बाहेर पडल्यावर लढता-लढता अनेकांना बलिदान करावे लागते.

ही घटना कोणत्याही वाचकाला चटका लावणारी आहे. या कादंबरीमुळे हैद्राबाद मुक्तिसंग्रामातील एक ठळक घटना प्रकाशात आली. तसेच भारतीय स्वातंत्र्याचा लढा, हैद्राबाद मुक्तिसंग्राम, कल्हाळीचा रणसंग्राम ठळकपणे पुढे आणला हे या कादंबरीचे वैशिष्ट्य आहे. इतिहासाच्या पोटात हैद्राबाद मुक्तिसंग्रामाच्या अनेक घटना अद्यापही अज्ञात आहेत. क्रमाक्रमाने त्या प्रकाशात येतील अशी अपेक्षा करू या!

-गंगाप्रसाद अग्रवाल

सुसंवाद ९४२१४५७८५९

काळोखातील
अग्निशिखा

एक

कल्हाळी हे चोहोबाजूंनी निसर्गसौंदर्याची उधळण करीत असलेल्या उत्तुंग पहाडी डोंगरांनी वेढलेलं एक छोटसं गाव. गावाभोवतीच्या रानात हिरवीगार झाडी. यात आंबा, लिंब, बाभूळ, साग, सीताफळ, रामफळ, बोर, चिल्लारी, लोखंडी, येहळा, बिबा, बेल, चार, चिंच, लिंबोणी, जांब, सुबाभूळ, निलगिरी, कोरफड, करवंदी, उंबर, जांभूळ, आवळा, वड, पिंपळ, पळस, पारिजातक, शेवरा, शेवगा, गुलमोहर, निशिगंध, काटशेवरी, वेळू, बेहडा, टेंभरं, मोह, कवट, पिप्परणी इत्यादी वनराईने नटलेल्या बालाघाटच्या डोंगररांगात रमणीय पण जंगली पशूंचा आसपास वावर असलेलं ठिकाण.

या ठिकाणी वाघ, बिबटे, कोल्हे, तरस, लांडगे, रानडुक्कर, अजगर, नाग, सुसर, धामीण या श्वापदांसह हरीण, ससे, मोर, कोकीळ, पोपट, मैना, तितोर, लाव्हरु, बदक इत्यादी पशुक्ष्यांनी नटलेले ठिकाण. अशा गावी नाईक घराण्याचे पूर्वज मूळ पुरुष दत्ताजीराव गायकवाड यांचे दोन पुत्र लखमाजीराव गायकवाड आणि मानसिंगराव गायकवाड यांनी कोणे एके काळी काशीद पाटोदा, जिल्हा सातारा या मावळ प्रांतातून आपला घोडा मराठवाड्याच्या भूमीत फेकला.

नाईक घराण्याचा मूळ संबंध महाराष्ट्रातील थोर समाजसुधारक महाराजे सयाजीराव गायकवाड यांच्या घराण्याशी येतो असे परंपरेने सांगण्यात येते. तसे पाहता सातारा जिल्हा हा कृष्णानदीच्या खोऱ्यात वसलेला सुजलाम् सुफलाम् असा पश्चिम महाराष्ट्रातील गर्द हिरवळीचा जिल्हा. आणखी त्यांचे दोन बंधूंपैकी एक पळशी, तालुका मुधोळ, जि. अदिलाबाद (आंध्र प्रदेश) येथे जहागीर वतनावर राजे म्हणून आले, तर दुसरे बंधू निलंगा येथे देशमुखी वतनावर स्थाईक झाले. इथे यांना मोठ्या प्रमाणावर हजारो एकर जमिनी मिळाल्या. असे एकूण चार बंधू काशीद पाटोदा, जिल्हा सातारा येथून निजाम राजवटीत आले.

पेठवडज–कल्हाळीचे जहागीरदार यांना निजाम राज्यात जहागीरदार, मक्तेदार, विदर्भात इजारदार, पश्चिम महाराष्ट्रात इनामदार अशा मानाच्या बिरुदावल्या आहेत. या घराण्याचे मूळ आडनाव गायकवाड असे असले तरी नाईक ही पदवी आहे. मराठवाड्याची भूमी तशी संत–महंतांच्या पदस्पर्शाने पावन झालेली अनेक वीररत्नांची खाण. ज्यात राजे शिवछत्रपती यांचे मूळ वतन म्हणजेच मराठवाड्यातील वेरुळ. अशा पवित्र भूमीत नाईकांचे पूर्वज आले.

त्यांच्या संगती महार, मांग, चांभार, कुंभार, वंजारी, बंजारा, हटकर, धनगर, कोळी, माळी, साळी, लोहार, सुतार, सोनार, जंगम, गोसावी, धोबी, गुरव, न्हावी इत्यादी लोकांचा तांडा आला आणि आपल्या वस्तीस्थानासाठी मन्याडखोऱ्यात वसलेल्या, टुमदार अशा नागरी रचना असलेल्या, कल्हाळी या गावाची निवड केली. अशा ठिकाणी आदिलशाही प्रांत सोडून मुघलांच्या प्रांतात आले. येथे यांना नंदिग्राम परगण्यातील कल्हाळी, पेठवडज, अशा मुख्य ठाण्यांसह धर्मापुरी, मरवाळी, बारुळ, आंबुलगा, सटवाई दिग्रस, बोमनाळी, बोरी, वरवंट, कळका, पांढुरणी, रुई, निपाणी सावरगाव, कवठा, खाम किवळा, कोलंबी, तळणी यासह आसपासची कितीतरी गावे जहागीरीसाठी म्हणून भागानगरीच्या मीर कमरुद्दीन निजीम चीन कीलची खान असफजहाँ या पहिल्या निजामाकडून शिक्कामोर्तब झाली आणि लखमाजीराव व मानसिंहराव यांनी आपल्या सवंगड्यासह कल्हाळी गावात प्रवेश केला.

त्यामुळे गावाला एक प्रकारे नवचैतन्याची झळाळी प्राप्त झाली. नंदीग्राम जिल्ह्यातील कंधार तालुक्यातील कल्हाळी या गावी ब्रह्मदेवाचे मंदिर असून आता हे घराणे जहागीरदार म्हणून दाखल झाले.

कधी नव्हे ती गावात घोड्यांची फुरफुर, गाईगुरांच्या गळ्यातील घुंगरमाळा रुणझुण घालू लागल्या आणि पाहाता पाहाता उजाड, ओसाड माळरानावर राहुट्या उभ्या राहिल्या. तंबू डोलू लागले. त्यामुळे पालापाचोळा चुरचुरला, वारा आनंदला आणि लखमाजीरावांनी आपल्या जहागीरीत म्हणजेच कल्हाळी, पेठवडज, धर्मापुरी, मरवाळी, बारुळ, आंबुलगा, सटवाई दिग्रस इत्यादि ठिकाणी टोलेजंग गढ्यांची उभारणी करण्यास सुरुवास केली. तशा एका मागून एक गढ्या बाळसे धरू लागल्या. कल्हाळी येथील गढीचे खोदकाम सुरू झाले. पहारी खणखणू लागल्या. पूर्व पश्चिम लांबी धरून मुळवा खोदण्यात आला. शेकडो मजुरांचे हात राबू लागले आणि हां हां म्हणता कल्हाळी येथील वाडा बांधून झाला.

वाड्यात एक दिवस पत्रावळ्या उठल्या आणि नाईकांनी वाड्यात प्रवेश केला. कल्हाळीत मध्यभागी उंच गढीची रचना करण्यात आली. प्रशस्त अशा

हवेशीर ठिकाणावर, गावाच्या मध्यभागी बालेकिल्लावजा वाडा. वाड्याला एक आणि एकच मुख्य असे पूर्वमुखी भले मोठे प्रवेशद्वार. एका खानदानी जहागीरदारास शोभेल अशीच गढी. चोहोबाजूंनी एकूण सात बुरुजांसह भरभक्कम फांजी आपलं शाही अस्तित्व दाखवित उभारल्या. प्रवेशद्वारावर आतल्या बाजूस अडगळीलाच सुरक्षारक्षकांस लपून मारा करता येईल व टेहळणी करता येईल असा सोयीचा जिना.

वाड्यात अश्वदलासाठी विशेष पागा व सुरक्षित अशा तबेल्याची व्यवस्था अगदी चोख करण्यात आली. लखमाजीराव नाईकांचे पशूप्रेमसुद्धा विख्यातच. त्यांनी वाड्यात गुराढोरांसाठी एका बाजूला डौलदार असा रचनेतच गोठा तयार करून घेतला. वाड्याच्या तोंडावर पहिले बांधकाम म्हणजे लखमाजीराव नाईकांची व त्यांच्या खास माणसांची विचारविनिमय करण्यासाठी व न्यायनिवाडा लावण्यासाठी एक बैठक. बैठकीच्या वरच्या बाजूला खासा असा बंगला. बैठकीतून बाहेर पडताच चोपेचा मार्ग वाड्यात नागमोडी वाटेने प्रवेश करी. चोपेतूनच जिना चढून संपूर्ण गढीला वेढा घालता येईल अशी व्यवस्था. वाड्याच्या मध्यभागी भलेमोठे ऐसपैस असे पटांगण.

या पटांगणात अनेक सुखसोहळे साजरे झाले. आजवर याच पटांगणाचा एक भाग तालमीसाठी वापरण्यात येत असे. तालीमखान्यात लालबुंद माती. विशेष कार्याचे आयोजनसुद्धा याच पटांगणात होत असे. अशा या भल्या मोठ्या अवाढव्य पटांगणाभोवती वाड्याच्या फांज्यांना लागून छोटी मोठी माल साठविण्याची कोठारे चिरेबंदी काढण्यात आली. या पटांगणातून थोडेसे वर जाताच चिरेबंदी मार्ग मुख्य वाड्यात जात असे. वाड्यात प्रेम, वात्सल्य नांदत असे. भरीस भर म्हणून सात्त्विकतेने सजलेले एक छोटेसे तुलसी वृंदावनही चुनखडीत माखलेले. काही अंतरावर तुळजापूरवासिनीचा गाभारा.

वाड्यासमोर बागाचा ओटा, ओट्यावर उंचच्या उंच कडुलिंबाचे झाड व झाडाच्या आजूबाजूला बाग-बगीचा. लखमाजीराव नाईक हे फुलांचे शौकीन असल्याकारणाने त्यांनी खास फुलांसाठी वाड्यात व वाड्याबाहेर विशेष जागेवर बागेची व्यवस्था रचनेतच करून घेतली. बगीचा गावभर सुगंध पसरवीत होता. बागेत मोगरा, शेवंती, लाल गुलाब, पांढरा गुलाब, चंपाकली, चमेली, चाफा, कर्दळी, विंचू, स्वस्तिक, निशिगंध, झेंडू, केवडा, रातराणी इत्यादी नानाविध जाईजुईंच्या वेलींसह बागेत अंजीर, अक्कलखार लावलेली. प्राजक्त हे इंद्राने स्वर्गातल्या तिलोत्तमेच्या केशसंभारात माळलेलं फूल असलं तरी रंभा आणि उर्वशी यांच्या अजोड प्रेमाचं प्रेमगीत गाणारं स्वर्गीय फुलं ताजेतवानेपणे टवटवीत दिसत होती. मधुमालती आणि

सायली या फुलांसह बाग बहरून आली होती. वाड्याचे निरीक्षण करीत लखमाजीराव नाईक मानसिंहरावांना म्हणाले,

''भाऊसाहेब, कल्हाळीचा वाडा बांधून पूर्ण झाला. आता सर्व गावात एकदाचे वाडे उभे केले म्हणजे झालं.''

''खरं आहे भाऊसाहेब! पेठवडजच्या गढीचे खोदकाम सुरू आहे. विलंब लागला तर पेठवडजच्याच गढीला लागेल. कारण ते बांधकाम मोठं आहे. परंतु आमच्या मते मरवाळी येथील वाड्याचे काम कल्हाळीसारखेच केले तर तोही वाडा लवकर होईल.''

''ठीक भाऊसाहेब. चांगल्या कामाला विलंब कशाला? चला, निघू आजच.''

असे म्हणून त्यांनी घोड्यावर मांड घेतली. लखमाजीराव मोठे बंधू तर मानसिंहराव लहान असले तरीही ते एकमेकांचा आदर राखत एकमेकांना भाऊसाहेब म्हणूनच बोलत. त्यांनी आपलं घोडदळ पेठवडजमार्गे मरवाळीकडे फेकलं. वाटेत पेठवडज येथे थांबून खोदकामाची पाहणी केली. काम प्रगतीपथावर होतं. काही वेळातच त्यांनी मरवाळीकडे आगेकूच केली. मरवाळीत प्रवेश करताच वाड्याच्या बांधकामासाठी जागेची पाहणी करण्यात आली. मोक्याची जागा पाहून बांधकाम करण्याचे निश्चित झाले. तसे वाड्याच्या भूमीपूजनाचे नारळ फुटले. लगेच बांधकामाला सुरुवात झाली. वाड्याच्या चोहो बाजूंनी पांढऱ्या मातीच्या फांजी आकार घेऊ लागल्या. एकूण सात बुरुज ठाण मांडून बसले. दगडी चोप आकार घेऊ लागली. सदरेसह नाटकशाळा बांधून पूर्ण झाली. मुख्य निवासाच्या बांधकामाच्या भिंतीवर सागवानी तुळया पडल्या. अनेक सरठाण बद्ध झाले. हवेलीसह बांधकाम पूर्ण करून काही दिवसातच त्यांनी मरवाळीचा निरोप घेतला.

आता वेध लागले होते धर्मापुरीच्या वाड्याच्या बांधकामाचे. दोन वाडे पूर्ण झाल्यामुळे त्यांचे आत्मिक बळ वाढले होते. त्यानुसार धर्मापुरीच्याही वाड्याच्या बांधकामाची आखणी पूर्ण करण्यात आली आणि या बांधकामाची जबाबदारी मानसिंहराव नाईक यांच्यावर टाकण्यात आली.

तसे एक दिवस मानसिंहरावांचा मुक्काम धर्मापुरीत हलला. गावात मानसिंहराव नाईक प्रवेशताच गावकऱ्यांनी त्यांच्या भेटीगाठी घेतल्या. अनेक विषयांवर चर्चा झाली. रामायण, महाभारतापासून भागवत धर्मापर्यंत चर्चा झाली. त्यामुळे गावकऱ्यांना मानसिंहराव आपले वाटू लागले. रात्रीला गावात भजन रंगू लागले आणि वाडा बांधकामात आख्ख्या गावाचे हात लागले. पाहाता पाहाता धर्मापुरीचा वाडा निसर्गरम्य परिसरात उभा राहिला आणि एक दिवस मानसिंहराव कल्हाळीत येऊन दाखल

झाले.

तसे काही दिवसातच त्यांनी आपला मुक्काम सटवाई दिग्रसमध्ये हलविला. दिग्रस येथे एका पडीक जागेवर भग्न अवस्थेत सटवाई ठाण मांडून बसली होती. मानसिंहरावांनी सटवाईला साष्टांग दंडवत घालून मंदिराचा पाया घातला. हळूहळू मंदिर उभे राहिले. भाविक ये-जा करू लागले. तेव्हापासूनच दिग्रसला सटवाई दिग्रस हे नाव पडले. मंदिरात रोज सकाळ सायंकाळ आरती होऊ लागली. हरीनामाचा गजर दुमदुमुन लागला तर एकीकडे गावात वाडा उभा राहिला. अनेक चिरेबंदी पायऱ्यांसह डोंगरी भागात एक लहानसा डोंगरी किल्ला उभा राहिला. थोड्याच दिवसात वाड्याचे बांधकाम पूर्ण झाल्याचे ऐकून जातीने लखमाजीराव नाईक सटवाई दिग्रस येथे आले आणि मानसिंहरावांना म्हणाले,

"भाऊसाहेब, धन्य आहे तुमच्या कामाची. आम्ही मनापासून खूश आहोत."

"यात कसली धन्य? कर्ता करविता तो आहे आणि आपले आशीर्वाद."

"ते खरं, पण आपली जिद्द आणि चिकाटी याचं मोल झालं पाहिजे. आता बऱ्यापैकी वाडे उभे राहिले. आंबुलग्याचं पाहू निवांत."

"निवांत नव्हे भाऊसाहेब. वाडे उभे राहिले तरच प्रजा उभी राहील. त्यांनाही हक्काचं घर होईल. मानसन्मान वाढेल आणि जहागिरीविषयी आपलेपणा वाढेल. त्यासाठी आम्ही आजच आमचा मुक्काम आंबुलग्यात हलविणार आहोत."

"यावे भाऊसाहेब, यावे. आमचे आशीर्वाद तुमच्या संगती आहेत."

तसे दोघांनीही सटवाई दिग्रस सोडले. लखमाजीरावांचा घोडा कल्हाळीकडे दौडू लागला तर मानसिंहरावांचा घोडा आंबुलग्याच्या दिशेने उधळला. कल्हाळीप्रमाणेच आंबुलगा एका छोटेखानी नदीच्या काठावर वसलं होतं. परंतु सखल भागात डोंगराच्या पायथ्याशी उभट रचनेत पसरलं होतं. एकमेकांना लागून कौलारू घरे दाटीवाटीने उभारली होती. गावात एक चौक होता. चौकात गोविंदबाबांचे छोटेखानी मंदिर होते. मानसिंहरावांनी गेल्यागेल्या आपला घोडा मंदिराजवळ थांबविला. संत गोविंदबाबा यांचे दर्शन करून वाड्याच्या जागेची पाहणी केली आणि गावकऱ्यांच्या साक्षीने बांधकामाचे श्रीफळ फुटले. तसे गोविंदबाबाच्या मंदिराच्या जीर्णोद्धारासह वाड्याचे बांधकाम सुरू झाले. कुदळ, फावडे, सबली खणखणू लागल्या. धडी धरून खोदकाम झाले. दगडगोट्यांचा ढीग लागला. मजूर एकीकडे पांढरी माती भिजवून तुडवून एकजीव करू लागले आणि बांधकामास प्रारंभ झाला. वाड्याच्या भिंती उभारल्या. मोठ्या मोठ्या दगडांची संरक्षक भिंत उभी राहिली. मुख्य दरवाज्यासह बैठक, स्वयंपाकगृह, घोड्यांचा तबेला, निवासाची घरे, घरांवर

गच्च्या, गच्च्यांना लागून माड्या तयार झाल्या. सागवानी दरवाजे व खिडक्या जागोजाग बंदिस्त झाले. आणि काही दिवसातच मानसिंहरावांनी आंबुलग्याचा निरोप घेतला तसा आपला घोडा बारुळच्या दिशेने उडवला.

बारुळ एका हिरव्यागार झाडीत ठाण मांडून बसले होते. गावच्या काही अंतरावर एका झाडाखाली महादेवाची पिंड एका दगडी ओट्यावर पुजली जात होती. जवळच एक वडाचे व बेलाचे झाड होते. पिंडीच्या चारी बाजूस काटेकुटे आणि झाडांच्या वाळलेल्या पानांचा कचरा साचला होता. जवळच एक पडीक अशी दगडी पवळेनी बांधलेली विहीर होती. मानसिंहरावांनी आपला घोडा नेमका महादेवाच्या पिंडीजवळ थांबविला. केरकचरा नष्ट करून परिसराची स्वच्छता केली. महादेवाच्या पिंडीवर बिल्वदळ वाहून दर्शन घेतले आणि प्रथमत: महादेवाच्या मंदिराच्या बांधकामासाठी जयभवानी म्हणत नारळ फोडले. अनेक दगडी चिऱ्यांसह मंदिर उभे राहिले. गाभारा शांत व प्रसन्न वाटू लागला. देवळात पणत्या तेवू लागल्या. नित्यपूजेची व्यवस्था करूनच बारुळ येथील गढीचे बांधकाम पूर्ण केले. आता वेध लागले होते ते पेठवडज येथील मुख्य गढीचे. त्यामुळे त्यांनी एके दिवशी बारुळ सोडले आणि कल्हाळीत आले.

कल्हाळीत बागाच्या ओट्यावर लखमाजीराव नाईक गावकऱ्यांसह बसले होते. यात श्रीपती, धोंडिबा, कोंडिबा, केरबा, नारायण, फकीरबा, दगडू, मरीबा, विठोबा असे कितीतरी माणसं बसली होती. यावेळी लखमाजीराव मानसिंहरावांना म्हणाले,

''यावे भाऊसाहेब, यावे!''

मानसिंहराव हसत हसतच आले आणि त्यांच्याजवळ स्थानापन्न होत म्हणाले,

''भाऊसाहेब, आंबुलग्यासह बारुळ येथील वाडा बांधून पूर्ण झाला.''

''आम्हास समजले, आपण नुसता वाडाच नव्हे तर जागोजागी मंदिरे उभारली. लोकांना भक्तिमार्ग दाखविला. आता भागवतधर्माचा प्रसार करा.''

''जी! परंतु पेठवडज येथील गढीचे काम?''

''काम सुरू आहे.''

''होय जी. काम सुरू आहे हे खरं, पण कामाचा बिघाडा झाला असं ऐकतो!''

''असं! तर चला. आजच पाहणी करू.''

''ठीक, चलावे.''

काळी वेळातच सर्वांनी घोड्यावर मांड घेतली तशी घोडी उधळली आणि

हां हां म्हणता पेठवडजमध्ये दाखल झाली. हात हात लांबी-रुंदीचे चिरे घोळून पडले होते. अनेक दगडी दंड्या तयार झाल्या होत्या. अनेक दगडी कोरीव स्तंभ तयार झाले होते. लक्षवेधक खिळेबंद हत्तीदरवाजे तयार होऊन पडले होते. परंतु खोदकामात थोडासा बिघाड झाला होता. त्यामुळे मनासारखी गढी तयार होणार नव्हती. म्हणून त्यांनी खोदकाम केलेल्या ठिकाणी मध्यम स्वरूपाची हवेली तयार करण्याचे आदेश दिले. मुख्य गढीसाठी दुसरी जागा निवडण्यात आली. या ठिकाणी काही अंतरावर पडीक जागेत लहानश्या ओट्यावर बालाजीची मूर्ती उभी होती. प्रथमत: बालाजी मंदिराचा जीर्णोद्धार करण्याचे आदेश दिले आणि मंदिरास प्रारंभ झाला. मुख्य गढीची रचना करण्यासाठी, कुशल कारागीर बोलाविण्यासाठी एक दूत मावळ प्रांतात रवाना केला.

आता पेठवडज येथील हवेलीच्या बांधकामाने जोर धरला. तर एकीकडे बालाजी मंदिर उभे राहू लागले. आणि एक दिवस बांधकाम पूर्ण झाले तसे लखमाजीराव नाईक, मानसिंहराव नाईक यांनी आपल्या साथीदारांसह कल्हाळी गाठले. कल्हाळीत गावाशेजारी असलेल्या ब्रह्मदेवासाठी भव्य असा चिरेबंदी पार बांधण्याचे आदेश दिले. त्यानुसार ब्रह्मदेवाच्या पाराचे बांधकाम पूर्ण झाल्यानंतर ब्रह्मदेवाच्या मूर्तीची विधिवत प्राणप्रतिष्ठा करण्यात आली आणि एक दिवस मावळ प्रांतातून गढी बांधकामासाठी पाचारण केलेला कुशल कारागीर आला. त्याने कल्हाळी येथील वाड्याची पाहणी केली आणि लखमाजीराव नाईकांना म्हणाला,

"माफ करा सरकार! हा वाडा वास्तुशास्त्रानुसार बांधून पूर्ण झाला नाही, त्यामुळे वास्तव्य करणाऱ्यास बाधक!"

लखमाजीराव हसले आणि म्हणाले,

"खरं असेल, परंतु आम्ही अशा गोष्टी मानत नाही."

"सरकार, हा वास्तुशास्त्राचा नियम आहे. वाड्यात कोस आहे म्हणून ते बाधक."

पुन्हा लखमाजीराव हसले आणि म्हणाले,

"त्या साठीच तर आपणास पाचारण केले."

"आता काय उपयोग? बांधकाम तर पूर्ण झालं!"

"कल्हाळी येथील झाले, परंतु पेठवडज येथील गढीच्या बांधकामाच्या निमित्ताने आपले मार्गदर्शन हवे. पाहू आपलाही सल्ला."

कारागीर हसला आणि म्हणाला,

"सरकार, केस काळ्याचे पांढरे झाले, अनेक गडकोट उभे केले. आपल्या

गढीसाठी कसब पणाला लावू.''

"ठीक. चला.''

सर्वांनी घोड्यावर मांड घेतली, तसं घोडदळ पेठवडजमध्ये दाखल झालं. कुशल कारागिराने गावची भौगोलिक रचना लक्षात घेवून सभोवताल नजर टाकली आणि मोक्याच्या जागेवर येऊन डोईवर हात फिरवित म्हणाला,

"सरकार, जागा सुंदर! बहोत खूब. आता या जागेवर कोणकोणत्या वास्तू उभ्या करायच्या त्या बोला, म्हणजे नक्की बांधकामाच्या जागा ठरवता येतील.''

लखमाजीराव म्हणाले,

"एक प्रशस्त असा दिवाणखाना, मुदपाकखाना, मुख्य राणीमहाल, गोशाळा, अश्वशाळा, गजशाळा, यादव रचनेशी समरूप अशी हेमाडपंथी बारव, तालीमखाना, शस्त्रागार, धान्याची कोठारे, दगडी चोपेचा मार्ग, बाग बगीचा, मैदान, लादण्या, देवालय, जागोजाग ओसऱ्या आणि मुख्य दारावर पहारेकऱ्यांसह चौघड्यांचे खोपटे, इत्यादी.''

"ठीक सरकार.''

असे म्हणून कारागीर भराभर पावले टाकीत एक एक खडा ठेवीत फिरला. तशा त्यांने पांढऱ्या चुन्याच्या रेघोट्या मारून घेतल्या आणि सुस्कारा सोडत म्हणाला,

"सरकार, जमलं.''

"काय जमलं?''

दुरुनच बोटाने ठिकाण दाखवित तो म्हणाला,

"ती जागा पहा. बारव. ते ते त्या ठिकाणी मुख्य महाल, महालास लागून दिवाणखाना, त्याला लागूनच दगडी चोप, मोकळी जागा. हे मैदान अन् भोवती कोठारे. लागूनच तालीमखाना यासह मुख्य प्रवेशद्वार.''

किंचित काळजीच्या सुरात लखमाजीराव म्हणाले,

"सर्व वास्तू याव्यात म्हणजे झालं.''

"सरकार, काळजी नसावी. ती जबाबदारी माझी.''

"ठीक. चांगल्या कामाला विलंब कशाला? होऊन जाऊ दे सुरुवात.''

असे म्हणून जागेचे पूजन झाले. प्रत्येकाने एक एक सब्बल मारून जमीन खोदली. कुदळ, फावडे, टोपले आले आणि कामाला प्रारंभ झाला. दीडदोन परस खोलीचे खोदकाम सुरू झाले. मोठेमोठे दगडी गोटे टाकून मुळवा भरण्यात आला. भलीमोठी रुंदी धरू चुन्याच्या घाणीतून मळलेल्या चुन्याने दीड दोन हात लांबी-रुंदीचे आतून बाहेरुन चिरे बसवून, पांढऱ्या मातीचा चिखल भरण्यात येऊ लागला.

ठिकठिकाणी मोठाली बुरुजं ठाण मांडू लागली. आणि बघता बघता विहिरीलाही झरे फुटले. एक दिवस बारवेसह गढी उभी राहिली. ही गढी कल्हाळीपेक्षा कितीतरी उजवी अशी बांधण्यात आली. नऊ बुरुजांसह हेमाडपंथी चौघड्यांची भली मोठी तटबंदी असणारी, चार हात लांबी रुंदी असणारी फांज दिमाखात गढीच्या संरक्षणासाठी चोहोबाजूंनी उभी होती.

गढीला एक आणि एकच असा, भला मोठा हत्ती निशाणासह आत जाईल असा खिळेबंद हत्तीदरवाजा होता. पण कोण जाणे, कधी काळी जिवावर बेतलेच तर अशा कठीण प्रसंगी गढीबाहेर पडता यावे म्हणून पश्चिमेस एक चोर दरवाजा बसविला होता. मुख्य दरवाजा दिमाखात आपली उत्तराभिमुख बैठक मारून बसला होता. दोन्ही बाजूस नगारखाने स्थित होते. त्याच्या बाजूला सुरक्षा रक्षकांसाठी खोपटेही काढण्यात आले. गढीत प्रवेश करताच विस्तीर्ण असे मैदान ठाण मांडून बसले होते.

मैदानाच्या मधोमध तालीमखाना, त्याच्या बाजूला चुन्याचे घाणे व पाच-पन्नास पावलांवर घोड्यांची पागा. तर चोहोबाजूंनी धान्याची कोठारे व गाईगुरांचा गोठा. मैदानातून दक्षिणेला पंचवीस तीस हातावर भरभक्कम असा दगडी चोपेचा मार्ग व त्यास लागूनच हेमाडपंथी बारव विहीर. यादव रचनेशी समरूप अशी आखीव व रेखीव. तर चोपेच्या दक्षिणकडेला एक महाद्वार. या दारातून आत जाताचे बाळ गोपाळांसाठी, एक छोटेसे हिरवळीचे अंगणवजा मैदान. या मैदानाच्या दक्षिणेला भला मोठा इंद्रसभा लाजवील असा दिवाणखाना.

हा दिवाणखाना गोलघुमटाकार व कमळ पाकळीस्थित असा नक्षीदार. सात कोरीव खडकी स्तंभावर उभा असलेला. दिवाणखान्यात शिसमचे काळाशार रंग दिलेले चमचमीत पलंग व इतर फर्निचर बसले. यात नक्षीदार काचा लावलेला एक अष्टकोनी सागवानी टेबलही. गढीच्या माथ्याबुरुजावर चिलमीची दारूफेक करणारी एक छोटेखानी तोफ. जी की, आपल्या शत्रूस कोणत्याही बाजूने सहजरीत्या रोखू शकत होती. हे या गढीचे खास असे वैशिष्ट्य.

दिवाणखान्यातून आता जाताच एक छोटेखानी दरवाजा व दरवाज्याशेजारी दक्षिणाभिमुख तोंड वासून बसलेली भली मोठी लादणी आणि तिच्या समोरच नाईक घराण्याच्या कुलदैवताचे देवालय. या गढीला व घराण्याला शोभेल असे भव्य मंदिर. गढीवर विजयादशमीला भव्य असा सोहळा भरू लागला. गढीच्या रचनेचे खास वैशिष्ट्य असे की, बालेकिल्लावजा गढीतून एक छोटीशी पाऊलवाट माथ्याबुरुजावर आत जात असे. ती सहजासहजी चढून जाणे शक्य होत नसे. परंतु एकदा चढून गेले, की सारी गढी आपल्या ताब्यात येत असे व सर्व बुरुजांवर फांजी मार्गाने मनसोक्त

फिरता येई. माथ्याबुरुजावरुन आपल्या साऱ्या मुलखाची सहजरित्या देखरेख करता येत असे.

गढीचे काम पूर्ण होताच एके दिवशी लखमाजीरावांनी आपला राणीवसा पेठवडज येथे हलविला. लखमाजीरावांना एकूण तीन बायका. पहिली राधाबाई, दुसरी सजाबाई आणि तिसरी प्रितीबाई. थोरल्या राधाबाईंना मूलबाळ नव्हतं. परंतु प्रितीबाई यांना प्रथम पुत्र झाला होता. त्याचे नाव सुभाषराव. तर काही दिवसातच सजाबाईंना पुत्ररत्न प्राप्त होऊन नाव ठेवण्यात आले भगवंतराव. पुन्हा प्रितीबाईंना मुलगाच झाला होता, त्यांचे नाव कडाजीराव. इत्यादी कुटुंबासह डेरेदाखल झाले. लखमाजीराव व मानसिंहराव राम-लक्ष्मणासारखे वागू लागले. आता दिवाणखान्याच्या सभोवती सुंदर अशी बाग बहरून आली होती. रंगीबेरंगी फुले हिंदोळके घेत होती. चोहिकडे परिमल सुटला होता. धरणीने जणू काय हिरवा शालू परिधान करून आभाळाशी सुसंवाद साधला होता. इंद्रधनूने सप्तरंगाची उधळण केली होती. तारकांनी फुले होऊन पुष्पवृष्टी करावी आणि वसंताने बहरून यावं व कोकीळ पक्षाने मधुर गीत गुंजन करावं. यौवनावर पुनवेच्या रजनीचा वर्षाव व्हावा. जणू काय खळाळणाऱ्या नदीचं आणि सागराचं मधुमीलन व्हावं आणि त्यात कुठल्याही कवीला अनावर काव्यस्फूर्ती व्हावी असा हा देदीप्यमान दिवाणखाना. वर्षांमागून वर्षं सुखसमाधानात जात असतांनाच नियतीचे गालबोट लागले आणि वाड्यात सवतीमत्सर जागा झाला. त्यातूनच धुसफुस सुरू झाली आणि एकेदिवशी प्रितीबाई लखमाजीरावांना म्हणाल्या,

"अहो, ऐकलंत का?"

लखमाजीराव हसून म्हणाले,

"काही सांगितलंत का?"

"मधल्या आक्का कशा म्हणतात, राधाआक्कांना मुलगा नाही. माझा मुलगा धाकटा असला तरी वडीलकीचे हक्क आमचेच बाई!"

"व्वा! आतापासूनच वाटणी होऊ लागली तर! आमचं जीवन म्हणजे तीन बायका आन फजिती ऐका असचं ना?"

लखमाजीराव विचारमग्न होऊन गढीतील भवानीमातेच्या मंदिराकडे टक लावून पहात होते. राऊळ शांत पण धीरगंभीर दिसत होते. डोळ्यापुढे तिन्ही पत्नी तरळत होत्या. एवढ्यात लखमाजीरावांनी राधाबाईंना आवाज दिला,

"अहो, थोरल्या मालकीन!"

डोईवरचा पदर सावरीत राधाबाई आल्या तशा प्रितीबाई निघून गेल्या आणि

राधाबाई म्हणाल्या,

''जी!''

''आम्ही भाऊहिस्स्याप्रमाणे वाटणी करावी म्हणतो!''

''वाटणी? आणि ती कशासाठी?''

''नाही म्हणजे, आता गावोगावी वाडे उभे राहिले, ओळखीपाळखी झाल्या, त्या सोबत दुसऱ्या पिढीचा प्रारंभही झाला आहे. उद्या चालून भांडण-तंटे होऊन अबोला धरण्यापेक्षा वाटणी बरी!''

''कुणी धरला अबोला? वाटणी करायचीच असेल तर अवश्य करा. आमची ना नाही. परंतु वाटणी आमच्या मर्जीनुसार व्हावी. आम्हाला आमचाही हिस्सा मिळायला हवा.''

''मिळेल, मिळेल, अवश्य मिळेल. तुम्ही तुमचा हिस्सा मागा.''

''आम्ही मागू, पण नाही मिळाला तर...''

एवढ्यात सजाबाई, प्रितीबाई आल्या. त्यांना पाहताच लखमाजीराव म्हणाले,

''यावं, यावं राणी सरकार!''

दोघीही आल्या तशा आसनस्थ झाल्या. प्रितीबाई कपाळावर आठ्या चढवित म्हणाल्या,

''आम्ही येऊन काय फायदा? आम्ही धाकट्या त्या धाकट्याच!''

''खरं आहे राणी सरकार. ही फायद्याची गोष्ट नव्हे. तुम्ही धाकट्या आहात पण... नकट्या नाहीत हे ध्यानी धरावं.''

''चांगुलपण असून काय उपयोग? आम्ही नकट्या जरी नसलो तरी धाकट्या त्या धाकट्याच, आम्ही थोरल्या थोड्याच?''

एवढ्यात राधाबाई म्हणाल्या,

''अहो, असं काय बोलता प्रितीबाई! धाकटी काय आणि मोठी काय? तुम्हास वडीलकीचा हक्क हवा असेल तर घेऊन टाका. नाही म्हटलं तरी सजा समजदार आहे.''

प्रितीबाई फणकाऱ्याने म्हणाल्या,

''बोला, काय हवं ते बोला. सजा समज असलेली आणि आम्ही नासमज, असंच ना? म्हणजे आमचे सुभाषराव वयाने मोठे असले तरी नासमज असेच ना? करा वाटणी, अवश्य करा, कारण आम्ही धाकट्या पडलो. वाटणी करा अन्यथा छाटणी करा.''

लखमाजीराव थोडं खोकलले आणि काळजीच्या सुरात म्हणाले,

‘‘अहो, असं भांडता काय? आपण का परकी माणसं? जरा विचारानं घ्या. घर म्हटलं की भांड्याला भांड लागतचं. थोडासा आवाज येणारच. पण लोक काय म्हणतील याचा विचार करा. मुलं अजून लहान आहेत. ते खऱ्यानं फुलं आहेत. असा सवतीमत्सर किमान त्यांच्यात तरी पेरू नका. त्यांना भाऊ-भाऊच असू द्या. जर त्यांना भाऊ-भाऊ ऐवजी सावत्र भाऊ केले तर एक दिवस या सुलतानाचे खाऊ बनतील. म्हणून म्हणतो, जरा धीरानं घ्या. अजून लहान आहेत ती.’’

प्रितीबाई झटक्याने म्हणाल्या,

‘‘लहान झाले तर काय झालं? आज ना उद्या मोठे होतीलचं की.’’

‘‘मोठे होतील हे खरे आहे पण उद्याची वाटणी आजच. ठीक आहे, वाटणी करू पण ती भाऊसाहेबांच्या हाताने.’’

एवढ्यात मानसिंहराव आले आणि म्हणाले,

‘‘भाऊसाहेब!’’

‘‘बोला.’’

‘‘आम्ही गोदावरी दर्शनास जाऊ यावे...’’

‘‘यावे भाऊसाहेब. परंतु आता आपले वाडेहुडे उभे राहिले. प्रत्येक वाड्यावर दुसरी माणसे नेमण्याऐवजी प्रथम घरातीलच कुटुंब विभक्त करून पाठविलं तर...?’’

‘‘हरकत नाही भाऊसाहेब. आपल्याला जे योग्य वाटेल ते करा.’’

‘‘आम्ही नाही करणार. तसे आपणच करावे. कारण उद्या चालून वाटणीचा प्रश्न उद्भवू नये. म्हणून पुढची वाटणी आजच झाली असे समजण्यास हरकत नाही. त्यामुळे हा निर्णय आपणच घेतलेला बरा.’’

मानसिंहराव मिश्कीलपणे हसले आणि म्हणाले,

‘‘तसं नव्हे भाऊसाहेब. माझं काय? मला मूल ना बाळ. वाटणी करून करून कुणाची करायची? थोरल्या भाभी, मधव्या भाभी आणि धाकट्या भाभी यांचीच ना? मग करून टाका. मी थांबेन थोडावेळ. कारण माझ्या समक्ष झाल्यामुळे माझी सहमती असेलच ना?’’

‘‘ठीक आहे भाऊसाहेब. आपण थोडा वेळ थांबावे.’’

असे म्हणून लखमाजीराव राधाबाईकडे पाहात म्हणाले,

‘‘राधाराणी, तुम्ही मोठ्या आहात, वाटणी मागण्याचा हक्कही तुमचाच. मागा वाटणी.’’

संयम राखून राधाबाई म्हणाल्या,

‘‘अहो, मोठ्यांनी नव्हे..’’

“मग कुणी?”

“प्रथम छोट्यांनी, नंतर मधल्यांनी आणि शेवटी थोरल्यांनी मागणी करायची असते.”

“व्वा राणी सरकार व्वा! बहोत खूब! मागा प्रितीबाई, वाटणी मागा.”

विचार करून प्रितीबाई म्हणाल्या,

“आम्ही पेठवडज घेऊ.”

“ठीक आहे, दिले पेठवडज. सजा, तुमची वाटणी?”

“स्वारी देईल ते घेऊ!”

“आम्ही द्यावे, ठीक आहे. तुम्हांस कल्हाळी देऊ. चालेल?”

“चालेल!”

“दिली तुम्हास कल्हाळी. आता राधाबाई, तुमची वाटणी?”

“आम्ही मागू ते द्याल आम्हास? मग मागाहून नाही म्हणू नका!”

“मागावे, मागावे! मागाल ते जरूर देऊ!”

“आम्हासं स्वारी हवेत!”

लखमाजीराव थोडं गालातल्या गालात हसले आणि म्हणाले,

“खरी आहे राधाराणी तुमची मागणी. तुम्ही तरी गोकुळाची राधा शोभलात. या साऱ्या गवळणी. पण आमच्या ठायी त्या कृष्णाचा अभाव. तुम्ही विश्वाची राधा झालात. धन्य झालं तुमचं जीवन. आता आम्ही थकलो. आमचीही वाटणी करा. कोणी आमचा हात घ्या. कोणी पाय घ्या पण प्रजेची तरी माय व्हा, येवढेच मागणे.”

असे म्हणून लखमाजीरावांनी हाती कागदी लखोटा घेतला. कलमदानीतील शाईत बोरू बुडवून वाटणीचे करारपत्र लिहिले. सुभाषराव मोठे म्हणून त्यांना पेठवडज येथील मक्ता दिला. भगवंतरावांना कल्हाळी तर कडाजीरावांना बारुळ दिले. मानसिंगरावांकडे पाहत ते म्हणाले,

“भाऊसाहेब, हा फैसला तुमच्यासमोर झाला म्हणून बरे वाटले. कारण कुणाला कुणाचा राग नको का लोभ नको. आता यावे भाऊसाहेब. आपण गोदावरी दर्शन करून यावे.”

“जी!”

असे म्हणून मानसिंहराव गोदावरी दर्शनासाठी निघाले. तशी तबेल्यात घोड्यांची फुरफुर वाढली. बघता बघता मानसिंहरावांनी घोडीवर मांड घेतली. तशी घोडी बारुळ मार्गे नंदीग्रामकडे उधळली. काळ सुलतानशाहीचा होता. सुलतानी अंमल

आता चांगलाच फोफावला होता. आणि इकडे लखमाजीराव विचार करीत बसले होते. राहण्यापुरती पर्यायी व्यवस्था झाली असली तरी व्यवस्थेच्या नावाखाली सरळ सरळ भाऊहिस्स्याप्रमाणे वाटणी झाली होती. त्यामुळे आज ना उद्या कुटुंब विभक्त होणार होतं. याच विचारात ते माडीवर इकडून तिकडे, तिकडून इकडे विचार करीत, मागे हात बांधून फेऱ्या घालत होते.

इतक्यात हनुमंता धावत पळत आला. तो घामाने ओलाचिंब झाला होता, थरथर कापत होता. तोंडातून शब्द फुटत नव्हता. गलितगात्र झालेला हनुमंता कसा बसा म्हणाला,

''मालक, मालक, घात झाला.''

''घात आणि कुणाचा?''

''अहो, मालकाचा खून झाला. गोदावरी काठी मालक पडले.''

लखमाजीरावांना दरदरून घाम फुटला. हात पाय थरथरू लागले आणि ते कसेबसे म्हणाले,

''कुणी केला भाऊसाहेबांचा खून?''

''कोळ्यांनी मालक! दोन कोळी आले आणि चक्क मालकावर गोळी चालवली.''

''पण कोळ्यांचा आणि आमचा काय संबंध?''

''संबंध कशाला हवा मालक? आले सुलतानाच्या मना, तेथे कोणाचे चालेना!''

''म्हणजे?''

''सुलतानाने कोळ्यांना फितवलं आणि हे सारं घडलं मालक.''

''ठीक आहे. आपण निघू लवकर.''

असे म्हणून लखमाजीरावांनी धोती नेसली. अंगात सदरा घालून डोईवर शेमला बांधला, काखेत भरमार बंदूक अडकवून घोडीवर मांड घेतली. तशी घोडी सैरभैर उधळली. भरधाव वेगाने घोडी नंदीग्रामच्या दिशेने धावत होती. सोनखेडमार्गे घोडीने पल्ला गाठला आणि नंदीग्राम दिसू लागले. घोडी फेसाळली होती. गोदावरीचे अथांग पात्र घोंगावत होतं. जिकडे तिकडे पाणीच पाणी पसरले होते. लखमाजीरावांनी धीरोदात्तपणे विशाल गोदावरीचे पात्र डोळ्यात साठवीत नेत्र मिटले. हात जोडून गोदावरीस अभिवादन करीत आपला घोडा वाहत्या पाण्यावर फेकला. तशी गोदावरी हबकली, क्षणातच थबकली आणि घोडी टपटप टापा टाकीत पुढे गेली.

गोदावरी काठावर मानसिंहराव नाईकांचा देह चिरनिद्रिस्त पडला होता. देह

रक्ताने मामुली भरला होता. छातीजवळील भाग गुलाल फासल्यागत दिसत होता. लखमाजीराव धावतच जवळ गेले. त्यांच्याजवळ बसून त्यांची मान आपल्या मांडीवर घेऊन त्यांचे काळे कुळकुळीत केस हाताने गोंजारीत दु:खी कष्टी अंत:करणाने म्हणाले,

"भाऊसाहेब, आम्हासं एकटे सोडून गेलात. रागावलात का भाऊसाहेब आमच्यावर. मावळ प्रांतातून येतांना वाटलं नव्हतं आम्ही एकटं पडू."

लखमाजीरावांनी खूपच विलाप केला. शेवटी स्वत:ला सावरत मानसिंहरावांना गोदावरी काठावर भडाग्नी दिला. नाईकसाहेबांच्या प्रथम पिढीची प्रथम चिता जळत होती. अग्निज्वाला लवलवत होत्या, धडाडत होत्या भागानगरीच्या दिशेने...

***

दुसऱ्या पिढीस प्रारंभ झाला होता. आता नाईकांचे कुटुंब भाऊहिस्स्याप्रमाणे पेठवडज, बारुळ, कल्हाळी अशा तीन ठिकाणी विभक्त होऊन स्थायिक झाले होते. चुली झाल्या दोन, तुम्ही आम्ही कोण? या उक्तीप्रमाणे नाईक घराण्याची दुसरी पिढी नांदत होती. तशी भागानगरीतही निजाम अलीवान यांच्या रुपाने निजामाची दुसरी पिढी उदयास आली होती. तक्ताधीश म्हणून निजाम अलीवान विराजमान झाला होता. लखमाजीरावांनी त्यांच्या हयातीतच भगवंतरावांच्या नावावर पुढील जहागीर सुरू ठेवावी असे निजामास कळविले होते. त्यानुसार जहागिर कायम होती पण लखमाजीरावांचे मायेचे छत्र हरवले होते. जहागीरीचा लेखाजोखा नीटनेटका चालू होता. परंतु अचानक एखादेवेळी भागानगरी संस्थानात कोल्हेकुई चालु होती. कुठे धिंगामस्ती तर कुठे खून, बलात्कार, जाळपोळ. त्यासाठी भागानगरी संस्थानात जहागीरदार दक्ष राहात. आधीच प्रथम पिढीतील मानसिंहरावांचा खून झाल्यामुळे नाईक घराण्याची जखम ओली होती. खुनाचा शोध शेवटपर्यंत लागला नव्हता. त्यामुळे संशयाचे भूत भागानगरी राजसत्तेभोवती फिरत होते. त्यामुळे स्वत:चे संरक्षण करण्यासाठी नाईक घराण्यात व्यायामाला महत्त्व देण्यात येऊ लागले. त्यानुसार भगवंतराव रोज पहाटे उठत, दंड बैठका काढत, म्हशीच्या दुधाची गरम गरम धार काढून प्राशन करीत.

संस्थानात सुख समाधान सृष्टीने उधळले होते. कल्हाळीवर चंद्राची शीतल वृष्टी, चांदण्याचं पांघरूण आणि वनराईची हिरवीगार किनार इत्यादी साज शृंगाराचा पल्लु धरुन कल्हाळी नांदत होती. भगवंतरावांचा संसार तिसऱ्या पिढीचे गोविंदरावांच्या रूपानं फुलला होता. वेल मांडवाला गेला होता. गोविंदराव हळूहळू मोठे होत होते. आणि एक दिवस गोविंदरावांच्या लग्नाचे मांडव सजले. सगळ्या जहागीरीत लग्नाची डांगोरी पिटली. वाड्यात बोहले उभे राहिले. पाहुण्या रावळ्यांची वर्दळ वाढली.

गोविंदरावांना हळद लागली. सोयऱ्याधायऱ्यांकडून, अनेक जहागीरदार, वतनदार मंडळीकडून अनेक नजराणे पेश होऊ लागले. नजराण्यांचा ढीग लागला.

लग्नानिमित्त वाड्यात काकणाईचा सण साजरा करण्याचे ठरले. त्यानुसार वाड्यात पोतराज आला. कमरेपासून पायापर्यंत रंगीबेरंगी झगा, पायात आणि कमरेभोवती घुंगराचा चाळ, उघडा भोप, खांद्यावर चाबूक, कपाळी फासलेले कुंकू, कमरेपर्यंत लांबसडक केस अशा वेशात पोतराज गाणं म्हणत नाचू लागला. धनगराने मेंढी दिलीच होती. मेंढीची यथासांग पूजा करून गावात मिरवणूक काढण्यात आली. मिरवणुकीच्या समोर पोतराज चाबकाचे फटके स्वत:च्या अंगाला मारीत छुमुकछु करीत नाचू लागला. सायंकाळी मेंढीचा बळी देऊन काकणाईसमोर नैवेद्य म्हणून मेंढीचे मुंडके ठेवले गेले. रात्रभर जागरण आणि पोतराजाचा कार्यक्रम चालू होता, पण गंमत अशी, की पहाटे पहाटे मेंढीचे मुंडके गायब झाले आणि त्या जागेवर मुंडके होते... कशाचे? माणसांचे! एक नव्हे, दोन नव्हे, तीन नव्हे... अबब...! साक्षात पस्तीस मुंडकी! ही मुंडकी आलीच कुठून? एवढी मोठी कत्तल? अरे, बाप रे बाप! ह्यालाच म्हणतात सुलतानशाही. ही जाणून-बुजून केलेली कत्तल का नजराण्यातून मिळालेली भेट? परंतु कल्हाळीच्या परिसरातून एकाचीही कत्तल झालेली आढळून आली नाही.

भगवंतरावांनी खूप शोधाशोध केली, कशाचा पत्ता कशाला लागेना. एकाही मानवी मुंडक्याची ओळख पटेना. शेवटी वयस्कर मंडळीतून एक सूर निघाला,

''काकणाई नवसाला पावली!''

गंभीर आवाजात दुसरा सूर प्रकटला,

''पावली नव्हे, कोपली!''

खरचं, ही एक रहस्यमय गूढ कथा. न उलगडलेलं कोडं. कारण काळ सोकावला होता तसा सुलतान बोकाळला होता. कोण कुठून येईल? कसा येईल? कशी कापाकापी करेल? याचा नेम नाही असे गृहीत धरून भगवंतरावांनी आपल्या पुत्राचे लग्न उरकले.

***

या घराण्याची तिसरी पिढी धामधुमक्यात नांदत होती. दर पिढीप्रमाणे नित्याचा व्यायाम करण्याचा छंद तिसऱ्याही पिढीत झिरपला होता. पण मानसिंहरावाचे भक्तिमार्गाचे गुणही गोविंदरावात दिसत होते, कारण गोविंदराव भक्तिमार्गाकडे आकृष्ट झाले होते. त्यामुळे त्यांनी भागवतधर्माचा प्रसार आणि प्रचार करण्यास प्रारंभ केला होता. गावोगावी भजन-कीर्तन होऊ लागले. टाळ-मृदंग निनादू लागले. गावागावात

भक्तिविजय, हरीविजय, ज्ञानेश्वरी, तुकाराम गाथा, हरीपाठ आळवू लागले. अशीच चर्चा कल्हाळीत रंगली होती.

सायंकाळचा झावळ झावळ अंधार पडू लागला, आणि एकाएकीच सात आठ तरुणांनी सदाशिव पाटलांवर हल्ला चढविला. हल्लेखोरांनी तोंडावर कापडाचे काळे रुमाल बांधले होते. हातात धारदार जंबिये लवलवत होते. परंतु रुमालातून त्यांची काळी कुळकुळीत अशी अस्पष्ट दाढी दिसत होती. सदाशिव पाटील एका ओट्यावर बसून हरी ओमऽऽ हरी ओमऽऽ करीत माळ जपत होते. हल्लेखोरांनी एकाएकीच पाठीमागून सदाशिव पाटलाला नेम धरून दगड मारला, तसं पाटील जागेवरच घायाळ होऊन पडले.

काही अंतरावर गोविंदराव उभे होते. त्यांनी हा प्रकार पाहताच या हाणामारीत भाग घेतला आणि हां हां म्हणता हल्लेखोरांनी गोविंदरावांवर प्रचंड हल्ला चढविला. गोविंदराव रक्ताने माखून लाल झाले. तरीही ते आघाडी घेत घेत पुढे सरकले. आता काळोख दाटला होता. अंधाराचा फायदा घेऊन हल्लेखोरांनी पोबारा केला.

परंतु या अचानक घडलेल्या हातघाईच्या हाणामारीत सदाशिव पाटील गतप्राण झाले. त्यांचा देह सताड उघडा पडून होता. का झाले? कसे झाले? काय झाले? यांस कारणीभूत कोण? हे प्रश्न अनुत्तरित राहिले. परंतु या घटनेमुळे गावभर दहशत पसरली. जो तो मनातल्या मनात हळहळत होता.

गोविंदरावांनी दुःखीकष्टी अंतःकरणाने पाटलांच्या देहावर शेला पांघरला. पाटलांच्या घरी एकच आक्रोश उडाला. एका सज्जन माणसाचा अतिरेकी व्यवस्थेने बळी घेतला. या वेळी भागानगरीत सिकंदर अलीखाँ हा तिसरा निजाम गादीवर होता. या घटनेचे इत्यंभूत वृत्त गोविंदरावांनी भागानगरीस कळविले.

***

आता चौथ्या पिढीचा उदय झाला होता. तशी भागानगरीतही निजामाची चौथी पिढी नबाब नासिरुद्दौला यांच्या रूपाने राजगादीवर आली होती. कल्हाळीत भगवंतरावाच्या रूपाने चौथ्या पिढीचे जहागीरदार जहागीर चालवित होते. हे अत्यंत मनमिळाऊ, शांत वृत्तीचे होते. त्यांचे हास्य एखाद्या खळाळणाऱ्या निर्मळ झऱ्यासारखे. उंचेपुरे, तसे विद्वानही. गावकऱ्यांशी आणि जहागिरीतील प्रजेशी एकदिलाने समरूप झालेले साक्षात सत्यवान.

कोणताही निर्णय घेतेवेळी पूर्ण दक्ष राहून केलेल्या कामाचे नियोजन, कामाची आखणी आणि मितभाषी असलेला स्वभाव. त्यामुळे ते जनतेप्रति कनवाळू वृत्तीचे. असा लोकराजा म्हणून मान्यता पावले. परंतु ही सुलतानशाही होती. हेच मुळात

मानी मराठ्यांना समजले नाही. जसे समजले नाही तशी एक दिवस बातमी आली, 'शेजारच्या पांढुरणी गावात दिवसाढवळ्या सुलतानपुत्रांनी एका मुलीस घोडीवर घालून पळविले.'

तिचे चीत्कार, तो केविलवाणा आक्रोश आजही या बालाघाटाच्या दऱ्याखोऱ्यात घुमतो. त्या बालिकेच्या घरी तिची आई दुर्धर रोगांनी पछाडून मृत्यूशी झगडत होती. तिचा बाप परवा परवाच आंब्याच्या झाडावरून पडून मरण पावला होता. असे असले तरी तिला दुसरा आणखी एक आधार होता. तो म्हणजे घरात आणखी एक वृद्ध आजीमाय होती. तोंडाचे बोळके झालेली, कमरेतून अर्धी वाकलेली, एखाद्या धनुष्यबाणासारखी, पिकलेल्या पापण्याची, हाती एक काठी घेऊन आंधळी असल्यामुळे चाचपडत फिरणारी आणि या सुलतानपुत्रांनी अशा घरात प्रवेश केला. भरदिवसा घरात शिरुन त्या बालीकेच्या तोंडात कापडाचे बोळे कोंबून एक, दोन, तीन नराधमांनी लगातार बलात्कार केला.

अब्रू लुटली गेली. अब्रूचे धिंडवडे निघाले. काचेचं भांडं तडकलं. ठिकऱ्या ठिकऱ्या होऊन पडलं. सर्व गावासमक्ष, नंग्या तलवारी हवेत गरगर फिरवित तिला घोडीवर घेऊन पळविले. बालिका त्या यवनांच्या मिठीतून सुटण्याचा प्रयत्न करत होती. शरीराला झटके देत, 'धावाऽ पळाऽ मेलेऽ मेलेऽ वाचवाऽ कुणीतरी वाचवाऽ सोडवाऽ' असा सारखा धावा करीत होती. परंतु सुलतान तिच्यावर साक्षात लांडग्यासारखे तुटून पडले होते. तिची सुटका करण्यासाठी उभ्या गावात एकही हनुमान जन्मला नव्हता. रामलक्ष्मण तर सोडाच परंतु फडफडणारा जखमी जटायूसुद्धा जन्मला नव्हता.

अशा सुलतानशाहीत भगवंतराव आपली जहागीर सांभाळत होते. नुसता तोंड दाबून बुक्क्यांचा मार म्हणून कधी कधी जहागीरदारही म्हणत,

''नको ही जहागीर आणि नको ही असली चोचलेगिरी!''

पण वेळ तशी नव्हती. सोडलं तर पळतं अन् धरलं तर चावतं अशी परिस्थिती निर्माण झाली होती. त्यामुळे आहे त्या स्थितीत सामोरं जाणं भाग होतं. म्हणून भगवंतराव आल्या प्रसंगाला सामोरे जात होते. लोकभावना प्रक्षुब्ध बनत होत्या पण लोक तर काय करतील बिचारे? मागे आड आणि पुढे विहीर असे असल्यामुळे जहागीरदारासह सर्वजण गुमान गुपचूप आलेला दिवस काढीत होते. अगदी प्राण कंठाशी घेऊन...

***

नाईक घराण्याची पाचवी पिढी उदयाला आली होती. पाचव्या पिढीचे

जहागीरदार म्हणजे नरसिंहराव. योगायोगाने भागानगरी राजसत्तेची पाचवीच पिढी सत्तेवर आली होती. सत्ताधीश म्हणून नबाब आफजलुद्दौला हे गादीवर स्थानापन्न झाले होते. या काळात बारुळ येथील किशनराव नाईक यांना एकही अपत्य झाले नसल्यामुळे बारुळकरांनी आबाजीराव यांना दत्तकपुत्र म्हणून घोषित केले होते. त्यामुळे बारुळकरांचा वंशाचा वटवृक्ष पुढे चालू होता. कारण आबाजीराव यांना किशनराव नावाचे पुत्ररत्न जन्मले होते. आबाजीरावांनी मुलाचे नाव किशनराव ठेऊन एक प्रकारे किशनरावांच्या ऋणातून मुक्ती मिळविली होती.

परंतु पेठवडज येथील लक्ष्मणराव यांनाही अपत्य झाले नव्हते. पण त्यांनी दत्तक पुत्र वारसदार म्हणून घोषित केले नव्हते, त्यामुळे कल्हाळी येथील नरसिंहराव यांनी त्यांचे पुत्र सदाशिवराव व भगवंतराव यांना त्यांची मालमत्ता समान वाटून दिली होती. त्यामुळे पेठवडज येथील गढी त्यांच्या वाट्याला आली आणि त्यांची पेठवडज येथे ये-जा सुरू झाली.

नरसिंहरावासोबत दत्ता नावाचा एक पहिलवान रहात असे. तो त्यांचा बालमित्रच. एके दिवशी नरसिंहराव व दत्ता पेठवडज येथे गेले असता पाठीमागून अचानक एक इसम आला. हा इसम त्यांचा मारेकरी होता. खऱ्या अर्थाने सुलतानानी पाठविलेला यमदूत. हा मारेकरी आला आणि नरसिंहराव समजून दत्ताजीच्या गळ्यावर धारदार चाकू चालविला. त्यामुळे दत्ताजीचा गळा आरपार चिरला गेला. परंतु थोड्याशा चामडीच्या आधारे मुंडके तेवढे लोंबकळत खांद्याला लागून राहिले. अन्यथा मुंडके धडावेगळं झालं असतं. दिवसाढवळ्या दत्ता रक्ताच्या थारोळ्यात पडला. खून करणारा इसम इतका क्रूर आणि बलवान होता की, त्याच्यावर प्रथम तिघा-चौघांनी हल्ला चढविला. परंतु एकटाच सर्वांना झोडपून काढू लागला. क्षणात त्याने तिघा-चौघांना लोळागोळा करून टाकले. हा मारेकरी भयंकर चिडला होता. एखाद्या अजस्र श्वापदासारखा सुस्कारे सोडत होता.

दंड थोपटून, पिसाळलेल्या मदमस्त हत्तीसारखा फोऽ फोऽ चीऽ ची ऽ करीत धावत होता. अक्राळ विक्राळ देहाचा मारेकरी लालबुंद डोळ्यातून आगीच्या ठिणग्या सोडीत होता. जणू एखादी अग्निदेवता कोपली आहे असे वाटत होते. त्यामुळे हा भयंकर ओढवलेला प्रसंग काबूत येणे महत्त्वाचे होते. त्यामुळे नरसिंहरावांनी त्याच्यावर प्रचंड देहाचे पाच पंचवीस वीर सोडले. पण तो भितो कशाचा? कठाळ्यानं वसवंड हलवावी तसा तो मान हलवून एका एका वीराला धडका देत होता. एका धडकेतच जायबंदी करत होता.

हाताच्या ठोशासरशी कुणाचा डोळा तर कुणाचे नाक तूट-फूट करत होता.

पंचवीस योद्ध्याशी हा एकटाच सामना करीत होता. त्यामुळे प्रचंड दगडफेक करण्यास प्रारंभ झाला. तरीही हा मदमस्त हत्ती गरगरा फिरून तुफान वेगाने हुल्लड घालत होता. पाच पाच फुटाच्या उंच उड्या घेऊन प्रचंड चीत्कार करीत होता. त्यामुळे अखेर नरसिंहराव एक लोखंडी गजाळी घेऊन स्वत:च आखाड्यात उतरले. तशी मारेकऱ्याने गगनभेदी गर्जना केली आणि उंच उडी घेऊन एका कौलारू घरावर उभा राहिला व दंड, मांड्या थोपटून नरसिंहरावांच्या दिशेने उडी ठोकली, तशी नरसिंहरावांनी लोखंडी गजाळीचा तडाखा त्याच्या कानशिलावर ठोकला तसा त्याने नाका तोंडावाटे रक्त ओकत, ''माफ करा सरकार! सुऽऽ सुऽऽ'' म्हणत जीव सोडला.

मारेकरी कोण आणि कुठला? यांचा थांगपत्ता लागत नव्हता. काय कारण असावं प्राणघातक हल्ला करण्याचे? याची खूप शहानिशा केली पण शोध लागत नव्हता. मारेकऱ्याची ओळख पटत नव्हती. पण असा प्राणघातक हल्ला करण्याचे काही तरी खासच कारण असले पाहिजे हे लक्षात घेऊन खूप शोधाशोध झाली परंतु शोध लागत नव्हता. अखेर एक दिवस नरसिंहराव एक एका शब्दाचा विचार करत होते.

मारेकरी कोणत्या धर्माचा आणि कोणत्या जातीचा? बाह्य लक्षणावरुन तो हिंदूच असावा. होय हिंदूच, पण नाव-गाव काय? सांगता येत नाही. असेल एखादा तिरसिंगराव, म्हणूनच नरसिंहरावावर हल्ला. मरतेवेळी म्हणाला होता, माफ करा सरकार! सुऽऽ सुऽऽ सुलताऽऽ म्हणजे नेमके काय? नाही, एकाही नावाचा बोध होत नाही. मग सुलता म्हणजे नेमके काय? इकडचा तिकडचा खूप विचार झाला. अनेक विचारांचा कथ्याकूट झाला. सुलता म्हणजे नेमके काय आणि कोण? भयंकर विचारांचे काहूर माजले. उत्तर सापडत नव्हते. विचार करून करून डोकं खोकं व्हायची वेळ आली होती. पण प्रश्नाचे उत्तर सापडत नव्हते. पाण्यातून काढून वाळूवर फेकलेल्या माशासारखी गत झाली होती. तडफड वाढली. विचारांची फडफड झाली. तरीही अर्थबोध होत नव्हता. आणि एकाएकीच नरसिंहराव स्वगत उद्गारले,

''समजलं, सुलता म्हणजे सुलतान. अरे बाप रे बाप, भागानगरीचा सुलतान. केवढं मोठं हे गुपित. किती रहस्यमय कथा. संशय कुठलाच जहागीरदार घेऊ शकणार नाही अशी व्यवस्था. अरे बाप रे बाप. हा तर केसानेच गळा कापण्याचा प्रकार. नंबर एकचा विश्वासघातकी. पण आम्हास मारण्याचा इरादा काय?''

नरसिंहरावांचे दुसरे मन म्हणाले,

''इरादा कसा नाही. भाऊहिस्से वाटणी! दुसरे काय?''

''पण या भाऊहिस्स्याचा आणि सुलतानाचा काय संबंध?''

"संबंध कसा नाही? वंश बुडाल्यानंतर दत्तकपुत्र परस्पर घेण्याचा काय अधिकार? सुलतानाची परवानगी घेतली होती काय? घेतली नव्हती, तर का घेतली नाही? त्यामुळेच हे रचलेले कुभांड. जळी, स्थळी, काष्ठी, पाषाणी ज्या ज्या वस्तू दिसतात त्या त्या वस्तूंवर सुलतानाचा अधिकार. काही का असेना, सुलतानाचा हात आणि हक्क नक्कीच होते. कारण एकदा मांडलिकत्व पत्करल्यावर दुसरं काय असतं...?"

***

सहाव्या पिढीचे जहागीरदार म्हणजे श्री. भगवंतराव नाईक. त्यांना सर्वजण आबा म्हणत. यांना तीन मुलं होती. भगवंतराव नुकतेच भागानगरी दर्शन करून आले होते. भागानगरीच्या निजामाची सुद्धा सहावीच पिढी होती. सहावा निजाम महेबुबअली खाँ यांच्या वाढदिवसानिमित्ताने जाऊन आले होते. त्यांची मुलं हळूहळू मोठे होती होते. त्यांना बऱ्यापैकी समज येत होती. खऱ्या अर्थाने नाईकांची सातवी पिढी सामोरा येत होती. थोरले चिरंजीव बापूसाहेब, त्यांना लाडाने बापू म्हणत. त्यांच्या पाठीवर अप्पासाहेबांचा जन्म झालेला. त्यांना घरात अप्पासाहेबच म्हणत. धाकटे चिरंजीव लखमाजीराव. त्यांना सर्वजण रावसाहेब संबोधत.

बापू संस्कृत शिकत. चार वेद, अठरा पुराणे, सहा शास्त्र यात ते पारंगत होत होते. अप्पासाहेब आणि रावसाहेब मोहद्दिन मास्तराकडे उर्दू शिकत. पुढे चालून काही दिवसातच बापू दिगंतर कीर्तीचे ज्ञानोपासक, प्रकांड पंडित म्हणून विख्यात पावले. ही जशी सातवी पिढी हळुहळु मोठी होत होती तशी भागानगरीच्या राजसत्तेची सुद्धा मीर उस्मान अलीखाँ यांच्या रूपाने सातवीच पिढी मोठी होत होती.

कल्हाळी येथील वाड्यानं समाजमन अगदी जवळून पाहिलं होतं. तसं अनुभवलंही होतं. समृद्ध आणि वैभवसंपन्न ऐश्वर्य धारण करणारी कितीतरी माणसं याच वाड्यात होऊन गेली होती. हाच तो साक्षीला असलेला वास्तुपुरुष! आजवर अनेक सोहळ्यांच्या, सुख दुःखांचा साक्ष देणारा हा वाडा. या वाड्याने अनेक चढउतार पाहिलेले तसे अनुभवलेले. मेघगर्जनेसह बरसणारे किती तरी पावसाळे, वैशाखवणवे लीलया पेलत आपले मोठेपण याच वाड्याने अबाधित राखले.

डोळ्यातील मार्दव, हृदयातील ममता जपत तोच करारीपणा आजही या वाड्यात दिसत आहे. या घराण्याचे आधारस्तंभ तथा मार्गदर्शक म्हणजे आबासाहेब! दयेचे सागर, प्रेमाचे आगार, साक्षात प्रभु रामचंद्रच. एवढ्या मोठ्या हुद्याचे जहागीरदार. हा काळ बहुपत्नित्वाचा. परंतु आबासाहेब मात्र एकपत्नीव्रती. त्यांना पत्नीसुद्धा साजेशी मिळाली. ती म्हणजे साक्षात सीतामाय असलेल्या अहिल्यादेवी!

कल्हाळीचा सारा परिसर आनंदाने उजळून निघत होता. वाड्यात येणारा प्रत्येक माणूस अप्पासाहेबांना धाकलं मालक म्हणून संबोधत होता. असाच एक दिवस एक ज्योतिषी आला. वाड्यात अप्पासाहेब खेळत होते, त्यांच्याकडे पाहून तो अहिल्याबाईंना म्हणाला,

''माई, तुम्ही भाग्यवान आहात. नाव काय मुलाचं?''

अहिल्याबाई म्हणाल्या,

''अप्पासाहेब.''

''वा, छान. अप्पासाहेब! सहा आयब असले तरी मुलगा अत्यंत चाणाक्ष, कुशाग्र बुद्धिमत्तेचा, तितकाच धाडसी, जणू सिंहाचा छावा. तितकाच करारीही.''

इतक्यात ज्योतिषाजवळ असलेल्या पिंजऱ्यातला पोपट फडफडला. पंख अस्ताव्यस्त झाले. पुन्हा ज्योतिषी म्हणाला,

''अप्पासाहेबांची रास धनु. मनुष्य गण, घातवार मंगळवार, योजलेल्या कामात अडथळा. कार्यसिद्धी कठीण. सर्वनाश संभवतो. वय वर्षे पंचेचाळीस फार मोठे गंडांतर. दैवयोगाने धोका टळल्यास हमखास राजयोग!''

अहिल्याबाई विचारमग्न झाल्या आणि म्हणाल्या,

''हे काय ज्योतिषीबुवा. भलतेसलतेच बोलता.''

''माई, तसं नाही. आम्ही सहदेव भाडळीचे अभ्यासक. आम्ही त्रिकालबाधित जाणतो. शास्त्राच्या आधारे सांगतो. असेल तेच बोलतो आणि दिसेल तेच सांगतो.''

''वा! बरी आहे तुमची सहदेव भाडळी. पण ज्योतिषी बुवा, आमचा या शास्त्रावर विश्वास नाही. त्याचं काय?''

''माई, विश्वास ठेवा अगर न ठेवा. तुमचं घराणं मोठं हे सांगण्यासाठी कुणा ज्योतिषाची आवश्यकता नाही. आपलं वैभव दिसून येतं. परंतु आपल्या कुलात पिढ्या न पिढ्या अन्याय, अत्याचार झाला त्याचं काय? हेच शास्त्र जाणतं आणि याच अन्याय-अत्याचारास वाचा फोडण्यासाठी या अप्पासाहेबांनी जन्म घेतलाय. यावर विश्वास ठेवा अगर न ठेवा. फक्त आम्ही शास्त्र जाणतो.''

एवढ्यात पिंजऱ्यातला पोपट फडफडला आणि म्हणाला,

''मिठू पप्पी दे. खरं हायऽ खरं हायऽ''

''मर्जी विधात्याची!''

असं पुटपुटत अहिल्याबाई उठल्या आणि ज्योतिषीबुवाच्या पगडीत धनधान्य टाकून अपाय व उपाय विचारला. धान्य घेऊन ज्योतिषी संतुष्ट झाला आणि म्हणाला,

''कल्याण भव माई, कल्याण भव!''

असे सुयश चिंतीत ज्योतिषी निघून गेला. पुढील काही दिवसातच आबासाहेबांनी दान देणग्यांची लयलूट केली आणि या भागात असलेल्या साऱ्याच गोरगरिबांसह बारा बलुतेदारातील चांभार, कुंभार, माळी, साळी, लोहार, सुतार, सोनार, जंगम, गोसावी, धोबी, गुरव, न्हावी इत्यादींसह ब्राह्मणांनासुद्धा जमीनींच्या स्वरूपात इनामी दानपत्रे दिली. वाट्याला आलेल्या जहागिरीचे सोनं केलं. साऱ्या प्रजेचा ते मुलाबाळांप्रमाणं सांभाळ करू लागले. न्यायात कुठेच कसूर होत नव्हती. फिर्यादी फिर्याद घेऊन आला की, लगेच कौल दिला जाई. जसे ते दीनाचे वाली तसे ते दुष्टांचे कर्दनकाळ म्हणून नावारूपाला आले.

आबासाहेबांचे हे रामराज्य असलं आणि ते रामासारखे एकवचनी, एकपत्नी, एकबाणी वागत असले तरी हे कलियुग होतं. कलियुगाचं गुलाबी वारं सुटलं होतं आणि कल्हाळीचे राम एका क्रूर अशा भागानगरीच्या स्वयंघोषित राजा असलेल्या आणि आशिया खंडात सर्वात प्रबळ आणि संपत्तीवान असलेल्या निजामाचे मांडलिक होते. आबासाहेबांसारखे असे मोठे एकूण एक हजार एकशे सदुसष्ट जहागीरदार कार्यरत होते.

यात राजा किशनप्रसाद माथुर, राजा रायरायान, धुंडीराज बहादुर वेलोडी, निंबाळकर, गायकवाड, मोरे, नाईक, महाडीक, राजे इत्यादी मंडळी स्वयंस्फूर्त राजापेक्षा निश्चितच कुठेही तिळमात्र कमी नव्हती. यांचे क्षात्रतेज तळपत होते. पण का कोण जाणे, कशासाठी या साऱ्यांनी ही मांडलिकी स्वीकारली असेल? या हुकूमशहाने आपल्या अधिपत्याखाली कर्नाटक, आंध्र प्रदेश, महाराष्ट्र अशा तीन राज्यांचे लचके तोडून आपला स्वतंत्र असा सुभा थाटला. ज्यात सर्वात मोठा भूभाग म्हणजे महाराष्ट्रातील मराठवाडा.

अशा या मराठवाड्यात सगळीकडे अंदाधुंदी माजली होती. खून, मारामाऱ्या, चोऱ्या, लूटमार, दरोडे, बलात्कार राजरोसपणे चालत होते आणि आमचे राजमान्य राजश्री पाहात होते. नाईकांच्या अधिपत्याखाली कल्हाळी, पेठवडज, धर्मापुरी, मरवाळी, बारुळ, आंबुलगा, सटवाई दिग्रस, बोमनाळी, तळणी, बोरी, वरवंट, कळका, पांढुरणी, रुई, निपाणी सावरगांव, कवठा, खामकिवळा, कोलंबी अशी कितीतरी छोटी मोठी महसुलाची गावे येत होती आणि भागानगरीवर मीर उस्मानअली खान या निजामाची सातवी पिढी सत्तेवर आली. योगायोगाने नाईकांचीही सातवीच पिढी. किती हे साम्य? असे असले तरी बालवयातील अप्पासाहेब म्हणाले,

“याच भागानगरीच्या राजेशाहीनं माझ्या पूर्वजांना छळलं आहे. निष्पाप आणि निष्कलंक, चारित्र्यसंपन्न पुरुषांना दगाफटका केला आहे. प्रथम पिढीतील

मानसिंहरावांचा खून, पस्तीस लोकांची अमानवी कत्तल, सदाशिव पाटलांचा खून, मुलीवरचा बलत्कार, दुर्दैवी दत्ताचा अंत हा सारा लेखाजोखा कशाचा? आम्ही सोशिक आणि सज्जन असलो तरी दुर्बळ नव्हे.

मी माझ्या लहानसहान कानांनी सारं सारं ऐकलं आहे. आबासाहेबांचे वर्तन इवल्या इवल्या डोळ्यांनी टिपलं आहे. माझ्या पूर्वजांची प्रत्येक समाधी मी पाहिली आहे. समाधीवर साचलेली अत्याचार, अन्यायाची धूळ मला साफ करायची आहे. माझा प्रत्येक पूर्वज मला हाक देतो आहे, ऊठ, अप्पासाहेब ऊठ! अरे, खूप छळलं या सुलतानांनी. या छळवादात पाच पिढ्या गारद झाल्या आहेत. तुझ्या बापाची सुद्धा सहावी पिढी गारद होत आहे आणि तुझी सातवी पिढीही गारद होणार आहे.

त्यासाठी आम्ही तुझ्याकडं पाहातोय. एक आशेचा किरण म्हणून. त्यासाठी तू सूर्यपुत्र हो! अन् राखरांगोळी कर या भागानगरीच्या राजसत्तेची. यात कदाचित तुझीही पिढी गारद होईल. समिधा खळकन पडतील. पडू दे! समिधा खळकन पडू दे पण या सुलतानशाहीला सभ्यपणाचा बुरखा घालून जाब विचारला तर चालणार नाही. त्यासाठी जशास तसे उत्तर दे!

होय, मला आता प्रत्येक गोष्टीचा बदला हवा आहे. माझ्यातला सूडाग्नी आता लाव्हरसासारखा उफाळतो आहे. धक्के देतो आहे. पाच-सहा पिढ्यांच्या अन्यायाची बारूद आता माझ्यात ठासून भरल्याचा भास होत आहे. ती जेव्हा पेटेल ती केव्हाच न विझण्यासाठी. फक्त बत्तीची तेवढी तमन्ना. म्हणून मी जगेन तर बदला घेण्यासाठी आणि मरेन तर बदला घेण्यासाठीच!."

***

अप्पासाहेब रोज वाड्यातच चिमणी चिमणी खोपा दे, म्हणून ओलसर मातीचा खोपा तयार करीत. कधी खोपा अर्धवट व्हायचा तर कधी पूर्ण. त्यात ते ज्वारीचे दाणे टाकत असत. चिमणीला बोलवीत, पण चिमणी काही येत नसे. खोपा काही देत नव्हती. पण तयार झालेल्या खोप्याजवळ व भोवताली चुन्याच्या पांढऱ्या रेघोट्या मारीत. रेघोट्यांवर दुसरे छोटे छोटे काही चिंचोके ठरावीक अंतराने ठेवीत. ते खेळातील राजा राणीचे सैन्य असे. काही वेळानंतर ते खोपा पायाने विस्कटून टाकीत. त्यानंतर त्यांचा दुसरा खेळ सुरू होई तो शिवणापाणीचा, लपाछपीचा. भारी मजा घेत.

चांभार, कुंभार, माळी, साळी, लोहार, सुतार, सोनार, जंगम, गोसावी, धोबी, गुरव, न्हावी यात बापू, अप्पासाहेब आणि रावसाहेब असत. काही गावातील दोन चार पोरं. कालांतराने ते वाड्यापुढे आणि गावात इतर ठिकाणी विटीदांडू,

कबड्डी, कुस्ती, धावणे, पळणे, पकडणे असे खेळ खेळत. दिवस कधी मावळे कळत सुद्धा नसे.

मुली चंफुल, फुगडी, लंगडी, दोरी, आंधळी कोशिंबीर असे खेळ खेळत. मुलांचा खेळ मात्र धिंगामस्तीचा असे. हू तू तूऽऽ म्हटलं की अप्पासाहेब सर्वांत पुढे असतं. दिवसभराच्या खेळाने बरेच थकून भागून जात. अप्पासाहेब मात्र ताजेतवाणेपणे फिरत आणि रात्री साखर भात, दूधभात खात व गच्चीवर झोपी जात.

बापू फारच नाजूक. दिवसभराच्या खेळाने थकून गेल्यामुळे गच्चीवर पडल्या पडल्या झोपी जात. रावसाहेबही झोपत. परंतु अप्पासाहेब अहिल्याबाईंच्या कुशीत लोळत. अंथरलेल्या रजईवर तर कधी पलंगपोसावर पडून आकाशातील तारकांचं निरीक्षण करत आणि अहिल्याबाईंना विचारत,

"अम्मा, आकाशाच्या चंद्राला चांदोमामा का म्हणतात? तो तुमचा भाऊ का?"

"हो बेटा, तो माझा भाऊच, म्हणून तुमचा मामा."

"मग तो आपल्या घरी का येत नाही?"

"तो माझ्यावर रागावला म्हणून."

"चांदोमामा भांडण करतो का?"

"होय बेटा, तो माझ्यावर रागावलाय. त्या तारका आहेत ना, त्या तुमच्या मामी. मामीपुढे त्याला बहिणीची आठवण कशी येईल?"

"एवढ्या मामी? अन विटी दांडू खेळतांना माणिकाही चांदोबाला मामाच म्हणतो. तुम्ही तर म्हणता माझा मामा, मग त्याचा मामा कसा?"

"तुमचा मामा अन त्याचाही मामा."

"सर्वांचा मामा कसा काय?"

"होय बेटा, एकच."

"मग माणिका झोपड्यात राहतो, आपण वाड्यात राहतो, चांदोमामा आकाशात राहतो. ते का येत नाही वाड्यात?"

"ते गरीब आहेत बेटा. त्यांना वाडा नाही म्हणून झोपडीत राहतात. तुम्ही मोठे झाले की त्यांनाही द्या एक वाडा बांधून."

"अम्मा, तुम्ही किती सुंदर बोलता हो! सांगा ना आम्हाला एक गोष्ट!"

अहिल्याबाई अप्पासाहेबांना थोपटीत गोष्ट सांगू लागल्या.

"फार फार वर्षापूर्वी शांतवन गावाचा एक गरीब माणूस आणि ज्ञानवती नावाची त्याची बायको राहात होती. त्यांना मूलबाळ नव्हते म्हणून त्यांना मुलगा

हवा हवासा वाटत होता. म्हातारपणात हक्काची आधार काठी हवी होती म्हणून त्यांनी सारखा देवाचा धावा केला आणि एके दिवशी त्यांच्या हाकेला नारदमुनी पावले. नारायणऽऽ नारायण करीत नारदमुनी प्रकटले आणि म्हणाले,

''तथास्तु. तुम्हास पुत्रप्राप्ती होईल. नारायणऽ नारायणऽ.''

दोघा नवरा बायकोंनी नारदमुनीची यथासांग पुजा करून त्यांचे दर्शन घेतले आणि त्यांना संतुष्ट केले तसे नारदमुनी प्रसन्न होऊन दोघांच्याही मस्तकी वरदहस्त ठेवून नारायणऽ नारायणऽ करीत निघून गेले. यावेळी ज्ञानवती शांतवनाला म्हणाली,

''पतिराज, आपणांस नारददेव भेटले. आपल्या तपाचे फळ कामी आले.''

''होय, पुण्य कामी आले असले तरी नारद हे मुळातच कळीचे नारायण. ते पुढे काय करतील देव जाणे?''

तसा एक दिवस त्यांना एक सुंदर मुलगा झाला. हळूहळू मोठा होऊ लागला. कालांतराने त्या मुलाने गोरगरीबांना मदत करून रंजल्या गांजल्या लोकांची सेवा केली. याचकांना भरभरून दान दिले. आईवडिलांची सेवा करून सत्याची कास धरली. कावड करून मातापित्यांना देव दर्शन घडवले. बाळाचे नाव होते श्रावण!''

गोष्ट ऐकूण अप्पासाहेब म्हणाले,

''आम्मा, पुढे गोष्ट सांगा ना.''

''गोष्ट संपली बेटा.''

''अहो, पुढं काय झालं? गोष्ट तर अर्धवटच झाली.''

अहिल्याबाईंच्या डोळ्यातून अश्रू गळत होते. कंठ सद्‌गदित झाला होता. त्या कशाबशा म्हणाल्या,

''झोपा अप्पासाहेब, मी माझ्या तोंडाने सांगू नये अन् तुम्ही तुमच्या कानांनी ऐकू नये अशी ही कहाणी.''

अम्मानी अर्धवट गोष्ट का सांगितली याचा विचार करीतच अप्पासाहेब झोपी गेले, अम्माच्या कुशीत बिनदिक्कतपणे...

***

दुसरा दिवस उजाडला होता. अप्पासाहेबांसह दोघं चौघं आमराईत फिरायला गेले होते. आमराई तशी गावाशेजारीच होती. दिवसभर या झाडावरून त्या झाडावर डफ खेळले. काही सवंगड्यासोबत काठी फिरवली. काही काळ नदीकाठी भटकले. एकएकाने अंगारचे कपडे काढून पाण्यात उड्या टाकल्या. ओंजळभर पाणी सूर्याला अर्घ्यदान दिले.

मनसोक्त पोहल्यामुळे डोळे लालबुंद झाले होते. अंगाची कातडी पांढरीफटक

खरखरीत पडली होती. केस मोकळेसक उडत होते. सूर्यकिरणाची तिरीप चटके देत होती. नदीच्या पात्रातून अप्पासाहेब हळुवार पावले टाकीत, गप्पाटप्पा करीत बारीक रेतीवरून चालत होते. पाण्याच्या डोहात मासळ्या वर मुंडके काढून उसळ्या घेत होत्या. एका कोळ्याने मासे पकडण्याचं जाळं पाण्यात टाकलं होतं. अनेक ठिकाणी मच्छिमारांनी इसोर तयार करून त्यावर बोरीचे काटे टाकून मासे पकडत होते. तर नदीच्या काठाकाठाने लाव्हरु आणि तितोर पक्षी पकडण्यासाठी सुंदर सुंदर धपके तयार करून लावले होते.

काही धपक्यात रानपाखरं बंदिस्त झाली होती. बाहेर पडण्यासाठी धडपडत होती. अप्पासाहेब थोडेसे खोडकरच. एका धपक्यातील तितोर पक्षी हातात घेऊन चालू लागले. हातात तितोर पक्षी फडफडत होता. क्षणात शांतही होत होता. त्याची इवली इवली रंगीबेरंगी पिसं गळत होती. अप्पासाहेब मात्र मजा घेत चालत होते. पुन्हा आमराईच्या जवळ आले. आता आमराईत सांज उतरली होती.

एवढ्यात त्यांचे लक्ष नदीच्या पात्रातील एका शिंपल्यावर गेले. शिंपले अत्यंत सुबक होते. ते त्यांनी उचलून हातात घेतले. पाहातात तर काय, त्यात एक तसबीर दिसत होती. इंद्रधनुष्य रंगीबेरंगी सप्तरंगी छटा दिसत होत्या. शिंपले उजवीकडे फिरवले की त्यात एक अत्यंत देखणा पुरुष दिसत होता. कोण असेल हा पुरुष? शिंपले डावीकडे फिरवले की, एक रूपगर्विता दिसत होती. मोकळा सोडलेला केशसंभार, पुष्ट मांड्या आणि भरीव उरोज. साक्षात स्वर्गीचे लावण्य! नव्हे नव्हे इंद्राची परीच. जलदेवता. पृथ्वीतलावरचं एक पराकोटीचं प्रेम त्यात सामावलं होतं. एकरूपतेच महन्मंगल प्रतीक. जणू एक मिलाप! एकाच कवचात बंदिस्त झालेली एक सुगंधी अत्तर कुपी.

आता तितोर पक्षी फारच फडफडू लागला. अप्पासाहेबांनी त्याला सहजपणे हळूच विचारले,

‘‘राजा तितोर, तुझीही एखादी प्रियतमा आहे की काय? तू तिच्या भेटीसाठी एवढा विव्हळतोस!’’

चित्तचकोराने मान हलविली. तसा अप्पासाहेबांनी तितोर पक्षी आकाशात उडवला. तितोर मावळत्या भास्कराच्या दिशेने उडाला. अप्पासाहेब त्याची झेप पाहात होते आणि नकळतपणे हातातील शिंपले एका दगडावर पडले. शिंपले तुटले, फुटले, प्रतिमा भंगली आणि त्या ठिकाणी पहातात तर काय, दोन अश्रूबिंदू झरत होते... तेल ही गेले आणि तूपही गेले, हाती धुपाटणे आले. अशा स्थितीत अप्पासाहेब खिन्न मनाने गावाकडे परतले.

विचार करीत करीतच वाड्याची एक एक पायरी चढत होते. त्यांच्या दृष्टीपटलासमोरून ते शिंपले जात नव्हते. शिंपल्यात बंदिस्त झालेले त्या दोन अत्यंत तेजस्वी आणि मनमोहक अशा प्रतिमा त्यांना वेड लावीत होत्या. शिंपले हातातून निसटले नसते तर ते जिवापाड जपून ठेवले असते. मनमंदिरात जतन केले असते.

अप्पासाहेब अम्मावर प्रेम करतात, नातं काय? आई आणि मुलाचं. अप्पासाहेब आबासाहेबांवर जीव लावतात, नातं काय? बाप लेकाचं. अप्पासाहेब बंधूंवर प्रेम करतात, नातं काय? भावा भावाचं... पण अप्पासाहेब यशवंती घोडीवर, केरबा कुत्र्यावर, बागेतील फुलांवर, एखाद्या निरागस बालकावर प्रेम करतात, नातं काय?

सांगता येत नाही. कदाचित प्रेमाची परिभाषा वेगळीच असावी. त्यामुळेच प्रेमाची अभिव्यक्ती होत नसावी. परंतु मन जडतं, हवहवसं वाटतं तेच तर खरं प्रेम, मग ते व्यक्तिपरत्वे असो की, एखाद्या शिंपल्यातील चित्राचं असो.

असा विचार करीतच एकदाचे ते वाड्यात गेले. समोर आम्मा उभ्या होत्याच. त्यांनी अप्पासाहेबांना पाहाताच रागात विचारले,

"अप्पासाहेब?"

अप्पासाहेब हळू आवाजात म्हणाले,

"जी!"

"दिवसभर कोठे गेले होतात?"

"पोहायला."

"अहो, तुम्ही पोहायला जाता, डफ खेळता, नदी नाले फिरता, हे बरे नव्हे. तुम्ही चांगले जहागीरदाराचे पोर आहात. उद्याचे जहागीरदार आहात याची जाणीव ठेवा. आता समजदारीचं वय झालं. थोडं विचारानं वागा. असे वेड्यासारखे वागत राहिलात तर ईश्वरच तुमचं कल्याण करो!"

"चूक झाली आम्मा, यापुढं असं वागणार नाही. नदीकाठी पोहणार नाही."

"अहो, पोहण्याबद्दल कोण बोलतं. पुरुषांना पोहता आलेच पाहिजे. तुम्ही चांगले पोहता, काठी फिरविता, तलवारबाजी करता, हेही समजलं आम्हांस पण काळवेळेचं काही भान म्हणते?"

"ठीक आहे आम्मा. यापुढे जबाबदारीनं वागू!"

असे म्हणून अप्पासाहेब गच्चीवर गेले ते खाली आलेच नाहीत. आता रात्र बरीच झाली होती. आज त्यांना अम्माचा खरोखरच राग आला होता. त्यामुळे जेवण न करताच ते झोपी जाण्याचा प्रयत्न करीत होते.

पण झोप काही येत नव्हती. अंथरुणावर सारखे आडंग बदलत होते. ते त्यांच्या प्रत्येक वागण्याचा, बोलण्याचा, राहण्याचा विचार करत होते. विचारातच केव्हा रात्र झाली आणि झोप केव्हा लागली हेही कळले नाही. परंतु आम्मांनी त्यांच्याच भल्यासाठी रागावले होते. काळोख लुप्त होत होता... उद्याच्या प्रभेसाठी...

$$-0-0-0-$$

दोन

पहाटेचा काळोख विरत होता. पूर्वा फाकली होती. काळ्या ढगांतून रविकिरणे हळुवारपणे वर येत होती. उष:कालाची ग्वाही मिळत होती. काळोखाची कूस उजळावी तशी उगवती रवीकिरणे पूर्व क्षितिजांवर आरक्तून बालाघाटाच्या डोंगररांगांवर बघता-बघता एखाद्या तीरासारखी स्थिरावली. गोशाळेत गाई गुरांचे हंबरणे सुरू झाले. गळ्यातील घुंगरमाळांचा मंजूळ घंटानाद कानी पडू लागला.

कल्हाळी तसं खडबडून जागं झालं. घरोघरी सडासंमार्जन करून दारासमोर रंगीबेरंगी रांगोळ्या सजू लागल्या. विठ्ठल रखुमाईच्या मंदिरात धूपदाणी दरवळू लागली. हरीनामाचा गजर कानी पडू लागला. जय विठ्ठल जय विठ्ठलचे सूर आळविले जाऊ लागले. भक्ती रसात कल्हाळी बुडून गेली. बोळका येथील बाजीराव देशमुख यांच्या कन्येबरोबर बापूसाहेबांचा विवाह सोहळा ठरला होता. त्यामुळे एकीकडे वाड्यात बापूसाहेबांच्या लग्नाची तयारी सुरू होती.

हिंदुस्थानावर ब्रिटिशांचं आणि भागानगरी प्रांतावर निजामाचं अस्मानी सुलतानी संकट कोसळलं होतं. यांच्या अरेरावीमुळे भडाभडा बोलणारी माणसं मुकी होऊन पडली होती. दोन हातं दहा बोटं फक्त राब राब राबत होते. या निजामाची हुकूमतसुद्धा या गोऱ्या लोकांच्या अधिपत्याखाली चालू लागली. त्यामुळे देशात संस्थानासह जिकडे तिकडे मनमानीचं राज्य सुरू झालं.

नियम, अधिनियम, हक्क आणि कर्तव्ये यांचा नायनाट झाला. उर्दू भाषेला प्रथम प्राधान्य दिले जाऊ लागले. त्यामुळे मराठी, तेलुगू, कन्नड या बोलीभाषांचा अक्षरश: बोजवारा वाजू लागला. मशिदीजवळ व आसपास वाद्ये वाजविण्यास मनाई करण्यात आली. शाळा, वाचनालये, सभा, संमेलने यावरही पूर्णत: बंदी पडली. त्यामुळे जिकडेतिकडे बंदीचे फर्मान सुरू झाले.

तशी निजामाची एकतर्फी जुलमी सुलतानशाही सुरू झाली आणि इकडे

कल्हाळीत बापूसाहेबांच्या लग्नानिमित्ताने वाडा गजबजून गेला. वाड्यात नवरात्र महोत्सवही मोठ्या उत्साहाने साजरा होत असे. आजही वाड्यात एक उत्सव सुरू झाला होता. एक आगळा नि वेगळाच.

खेड्यापाड्यात, तालुकास्तरावर छापखाने उपलब्ध नसल्यामुळे बापूसाहेबांच्या लग्नपत्रिका हातोहात लिहून लखोटे गावोगावी पाठविण्याची एकच धांदल उडाली आणि एकीकडे लग्नाच्या हळदीचा कार्यक्रम रंगला तर दुसरीकडे तालीमखान्यात तलवारबाजीस प्रारंभ झाला होता. अप्पासाहेब नाईक आणि माणिका कहाळेकर यांची तलवार एकमेकींस खटाखट भिडत होती तर अधूनमधून तलवारीचे खणखण असे आवाज घुमत होते. यावेळी बालाजी देशमुख व संभाजी टोळ हे बेभानपणे तलवारबाजी पहात म्हणाले,

"व्वा! याला म्हणतात तलवारबाजी!"

तलवारबाजी संपल्यावर उंच उडी, धावणे, दांडपट्टा फिरविणे, काठी फिरविणे इत्यादी कार्यक्रम सुरू होऊन फांज चढण्याचा कार्यक्रम आरंभला गेला. यातून पहिली उडी, दुसरी उडी आणि तिसरी उडी. या सर्वच्या सर्व उड्या वाया जाऊ लागल्या.

त्यामुळे फांज सर होत नव्हती. परंतु आज अप्पासाहेब चांगलेच जिद्दीला पेटले होते. फांज चढण्याचा त्यांनी मनोमन निश्चय केला होता. आणि या दृढ निश्चयातूनच ते एखाद्या सापासारखं फांजीस चिकटून दोन हात आणि दहा बोटं यांच्या साहाय्यानं हां हां म्हणता फांज चढू लागले.

त्यामुळे सर्वांच्या नजरा अप्पासाहेबांवर खिळल्या. परंतु प्रचंड भीती आणि प्रचंड थरकाप उडाला. तसे अप्पासाहेब फांज चढून फांजीवर गेले आणि एकच टाळ्यांचा गजर दुमदुमला.

एवढ्यात वाड्यातून अहिल्याबाई पटांगणात आल्या आणि आपल्या खड्या आवाजात म्हणाल्या,

"अप्पासाहेब, अहो अप्पासाहेब!"

मातोश्रींचा आवाज ऐकून अप्पासाहेब म्हणाले,

"जी आम्मा!"

अप्पासाहेब कुठेच दिसत नाही हे पाहून पुन्हा अहिल्याबाई आपल्या करड्या आवाजात म्हणाल्या,

"कुठे आहात अप्पासाहेब?"

फांजीवरूनच टाळी वाजवत अप्पासाहेब म्हणाले,

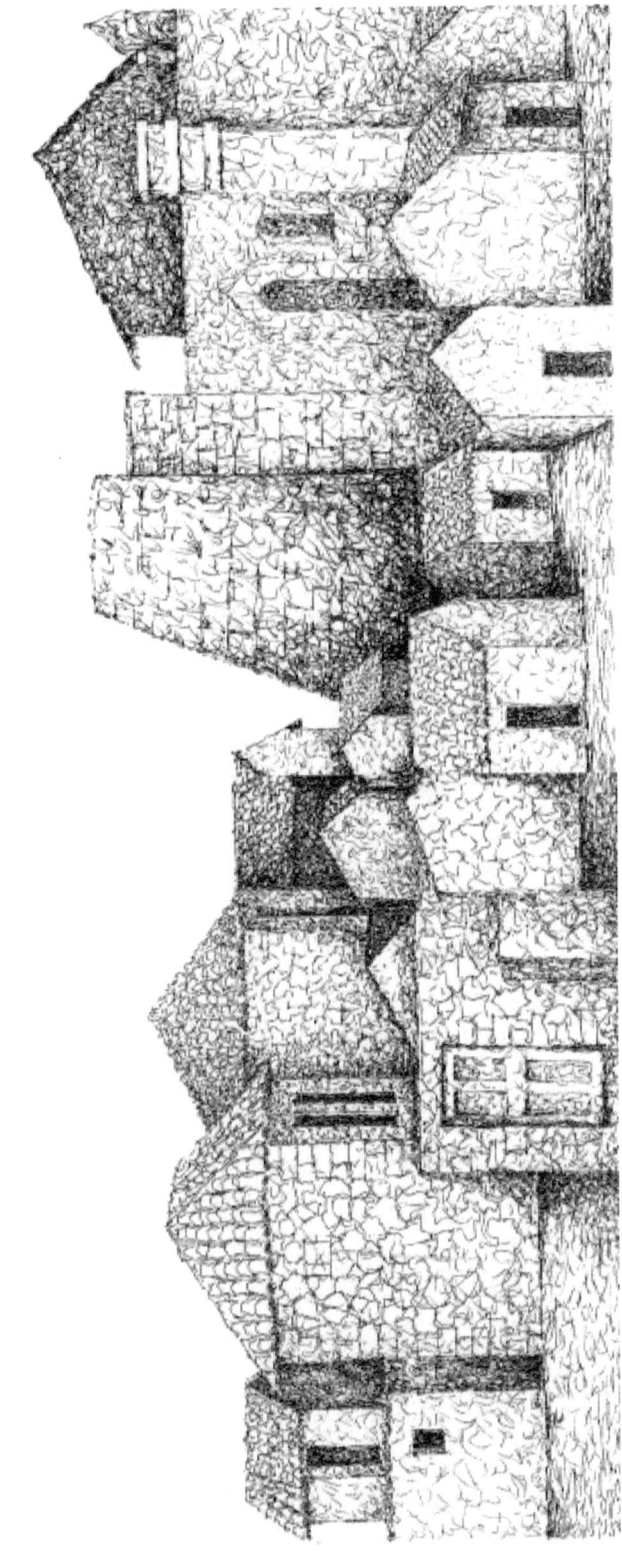

“हे काय आम्मा? आम्ही फांजीवर आहोत!”

भल्या मोठ्या फांजीवर चढलेल्या अप्पासाहेबांना पाहून अहिल्याबाई चांगल्याच भडकल्या आणि म्हणाल्या,

“अहो, काय चाललीय सर्कस?”

फांजीवरुनच हसत अप्पासाहेब म्हणाले,

“सर्क़स नव्हे आम्मा, तालीम म्हणा तालीम!’

अहिल्याबाईंचा पारा नकळत चढला आणि त्या गर्जत म्हणाल्या,

“अहो, पण कशाची तालीम?”

यावर सौम्य आवाजात अप्पासाहेब म्हणाले,

“अहो, आम्मा, हा निजाम कोण? कुठला निजाम? कशाचा निजाम? स्वत:ला राजा समजतो काय? राजे तर आम्हीच. का छळतो लोकांना? गोरगरीब उपाशी ठेवून लेव्ही वसूल करणारा हा कोण? त्यासाठी आम्ही तालीम सुरू केली आहे तालीम! एक दिवस आम्ही मर्द तानाजी मालुसरेसारखं भागानगरी चढू आणि निजाम कापून काढू. त्यासोबत आमचे चौकी पहारेकरीही बसवू. मग पहा, राजे कोण? निजाम का आम्ही?”

“खरं आहे अप्पासाहेब. तुम्ही जरूर राजे व्हा, निजामी सत्ता कापून काढा, परंतु आज घरात लग्न आहे. एवढं लग्न होऊ द्या, मग करा तुमची तालीम!”

“जी आम्मा!”

“पण अप्पासाहेब, एक लक्षात ठेवा. नुसती फांज चढण्याने भागानगरी सर होत नसते!”

“खरं आहे आम्मा, पण... आज आम्ही फांज चढली, उद्या वडजची गढी चढू, नंतर भागानगरी. पहा निजामाची गंमत!”

“ठीक आहे. परंतु अगोदर तुम्ही फांजीवरून खाली या!”

“हे काय, आलोच आम्मा!”

असे म्हणून अप्पासाहेब फांजीवरून उतरते झाले. अप्पासाहेब घामाने ओलेचिंब झाले होते. सारखं फुसफुस करीत होते. आकाशाला गवसणी घालणाऱ्या फांजीवर चढून गेले होते. त्यांमुळे त्यांच्यातला उद्याचा क्रांतिकारी अप्पासाहेब आजच दिसू लागला.

लेकराचे पाय पाळण्यात दिसतात तसे फांजीवरून खाली येताच अहिल्याबाईचे पाय शिवत अप्पासाहेब म्हणाले,

“बोला अम्मा!”

‘‘आजपासून हळदीचा कार्यक्रम!’’

‘‘होय आम्मा, मग?’’

‘‘मगबिग काही नाही.’’

‘‘आपला आदेश आम्मा!’’

‘बैठक सोडा आणि जातीनं लग्नाची तयारी करा!’’

‘‘जी आम्मा!’’

‘‘आणि हे पहा!’’

‘‘काय आम्मा?’’

‘‘काळ बदलला तशी माणसं बदलतात! ’’

‘‘होय आम्मा!’’

‘‘लग्नप्रसंगी माणसांची आबाळ होता कामा नये!’’

‘‘जी आम्मा, काळजी नसावी!’’

‘‘काळजी वाटते म्हणून तर म्हणते !’’

‘‘कोणती काळजी आम्मा?’’

‘‘नवसाजी नाईकांच्या उठावाची अजून ठिणगी विझली नाही, तोच संस्थानातून बंडाळीच्या बातम्या येत आहेत, त्यामुळे काळजी वाटते.’’

‘‘काळजी नसावी आम्मा. पाहू काय ते. नाईक खानदानाला कलंक लागेल आणि तमाम मराठ्यांची मान शरमेनं खाली झुकेल असं कृत्य आम्ही कधीही घडू देणार नाही. आम्ही ज्या खानदानात आणि त्यातल्या त्यात आपल्या पोटी जन्म घेतला आहे हे आम्ही आमचं भाग्य मानतो. ज्या मराठशाहीनं अटकेपार झेंडे फडकावले त्याचे आम्ही सदैव स्मरण करतो. जोपर्यंत आकाशात चंद्र सूर्य तारे आहेत तोपर्यंत आम्ही मराठी बाणा जोपासू, जेणे करून राजे शिवछत्रपती यांच्या नावाला काळिमा फासला जाणार नाही याची काळजी घेऊ.’’

‘‘ठीक आहे. तयारीला लागा.’’

अशा कडक शब्दात अहिल्याबाईंनी अप्पासाहेबांना सूचना केली. अप्पासाहेबांवर राजे शिवछत्रपती आणि राजमाता जिजाऊ माँसाहेबांचा प्रभाव होता. त्यामुळे त्यांनी त्यांच्या आदेशाचे नम्रपणे पालन केले.

यावेळी भागानगरी संस्थानात आर्य समाजाकडून प्रबोधनाचे कार्य सुरू झालं होतं. त्यामुळे संस्थानात कुठे शाळा तर कुठे व्यायामशाळा, कुठे वाचनालये सुरू होत होती. परंतु संस्थानात त्यावर बंदी होती. त्यामुळे संस्थानची राजकीय परिस्थिती दिवसेंदिवस स्फोटक बनत चालली होती आणि इकडे कल्हाळीनगरी मंगलवाद्यांच्या

गजरात न्हाऊन निघत होती.

दिवेलागण झाली होती. पक्ष्यांचा किलबिलाट थांबला होता. चिमणी पाखरं घरट्यात चिडीचूप झाली होती. गाईवासरे गोठ्यात विसावली होती. चोहीकडे पणत्या आणि मशालीच साम्राज्य पसरलं होतं.

बापूसाहेबांचं लग्न जवळ येत होतं आणि हळदीचा कार्यक्रम संपत आला होता. लग्नामुळे वाड्यात अन्नदानाचा यज्ञ चालूच होता. बापू म्हणजे पूर्ण सहा फूट उंच, धष्टपुष्ट बांध्याचे, गौर वर्ण, मवाळ व्यक्तिमत्त्व आणि चेहऱ्यावर चकाकणारं तेज. राजबिंडा नवरदेव हळदीनं चंद्राच्या शीतल प्रकाशात अधिकच शोभून दिसत होता.

चंद्र माथ्यावर आला होता. शीतल प्रकाशवृष्टी होत होती. सगळीकडे थंड हवा सुटली होती. आणि बंगल्यातून भगवंतराव नाईक हे सारं दृश्य पहात होते. वाडा गडी माणसांनी गजबजला होता. जवळच अप्पासाहेब उभे होते. त्यांना पाहून अहिल्याबाई म्हणाल्या,

"अप्पासाहेब!"

"जी आम्मा!"

"झाली का तयारी?"

"होय आम्मा!"

बापूसाहेबांच्या लग्नाची तयारी करण्यात आली. लग्नाला जाण्यासाठी मेणे, अश्वदल, पायदळ यांची जमवाजमव करून सहा मेणे सजविण्यात आले होते. प्रत्येक मेण्यासाठी सहा भोई व खांदे पालटण्यासाठी दुसरे सहा भोई असे एकूण ७२ भोई, साठ ते सत्तर हत्यारबंद घोडेस्वार व काही मोजक्या प्रमाणात पायदळाची निवड करून तिरुपती बालाजीला जाण्यासाठी मार्ग, मार्गावरील मुक्काम इत्यादीची रूपरेषा आखून सर्व सामानाची बांधाबांध करण्यात आली.

या धावपळीतच सायंकाळ टळून कधी पहाट झाली हे सुद्धा समजलं नव्हतं. सहा सागवानी मेणे खाशा भोई पथकासह सज्ज होते. त्यापैकी एका शाही मेण्यावर जरीवस्त्राचा भगवा ध्वज फडफडत होता. मेण्याचे भोई रंगाने शामल वर्णाचे असले तरी ठसठशीत नाकाचे आणि भेदक डोळ्यांचे होते. एखाद्या हत्तीसारखे मजबूत.

डोईला जाडजूड मुंडासे, अंगात चोळणा, पायी तंग विजार अशा पोशाखात भोई उभे होते. मेण्यात आतून आरसे बसविलेले, नक्षीकाम केलेले कलाकृतीचे मेणे. आत मखमली गाद्या आणि मखमली लोड टाकण्यात आले होते. केशरी रंगाचे मखमली पडदे हेलकावे घेत होते. आत मध्ये छोटे छोटे कोचही बसविले होते.

आज अहिल्याबाईंनी भरजरी हिरवीगार पैठणी परिधान केली होती. कानात हिऱ्यामोत्यांचे दागिने लुकलुकत होते. तर अंगात तंग अशी हिरवी चोळी, दंडावर बाजूबंद. नाकी डोळी सुंदर असलेल्या अहिल्याबाईंनी आपल्या टपोऱ्या नेत्रांचा कटाक्ष वाड्यातील तुळजाभवानीच्या मूर्तीकडे फेकला. राऊळात शेंदराने फासलेली दीड दोन हात उंचीची भवानी मातेची मूर्ती दिसत होती. गाभाऱ्यात पेटत्या समयांचा प्रकाश लख्ख असा पसरला होता. अहिल्याबाई मंदिराजवळ गेल्या आणि भवानी मातेला म्हणाल्या,

''हे कुलदेवते, आज आम्ही बोललेला नवस फेडण्यासाठी तिरुपती बालाजीला जात आहोत. सुख, शांती आणि यश दे!''

यानंतर त्यांचे दोन्ही हात जोडले गेले. क्षणातच नेत्र मिटले आणि काही वेळातच त्या मेण्यात स्थानापन्न झाल्या. भोयांनी मेणे उचलले तशी लग्नस्वारी तिरुपती बालाजीकडे मजल दरमजल करीत निघाली. तशी अप्पासाहेबांसह सर्वांनी घोड्यावर मांड घेतली. अप्पासाहेबांची घोडी सजली होती. तांबड्या रंगाचे खोगीर घोडीच्या पाठीवर आवळले होते. पायात चांदीचा तोडा व गळ्यात सोनसाखळी हे वैभव राजचिन्ह दर्शवित होतं.

सर्वात पुढे घोड्यांचे पथक दौडत होतं. मध्यभागी मेणे, सर्व मेण्यांभोवती बंदूकधारी आणि तलवारधारी धारकऱ्यांचं पथक दौडत होतं आणि शेवटी अकरा बैलगाड्यांसह पायदळ मार्गक्रमण करत होतं. झाडी झुडुपांतून, गर्द हिरवळीतून, डोंगरदऱ्यातून नानाविध नागमोडी वळणावळणातून रस्ते कापीत, जंगली श्वापदांचा मुकाबला करीत अनेक मुक्कामासह वऱ्हाड निघालं. भोई हाईऽ हुईऽऽ करीत होते.

अप्पासाहेब अश्वदलासोबत पांढऱ्या शुभ्र घोड्यावर स्वार होऊन दौडत होते. त्यांच्या हाती सुवर्णमूठ असलेली तलवार लखलखत होती. कमरेच्या उजव्या बाजूला रिवाल्वर हिंदोळके घेत होत. कुठे खोल तर कुठे प्रचंड उंच पर्वतरांगा चढत होते, उतरत होते. भयंकर डोंगर, किर्र झाडी आणि वाघाच्या डरकाळ्या कानी पडत होत्या आणि एकाएकी घात झाला.

वऱ्हाडावर दरोडेखोरांनी हल्ला चढविला. तुफान दगडफेकीस प्रारंभ झाला. वऱ्हाड स्वत:ला सावरत बैलगाडीतून पायउतार होऊ लागलं. वैशाखाचं ऊन मी म्हणू लागलं. वेळ कठीण येऊन पडली होती. देवदयेने सर्व काही ठीक झालं. अन्यथा सगळेच्या सगळे कापले जाणार. त्यामुळे अनेकांच्या मिशा स्फुरण पावल्या. वऱ्हाडाकडूनही युद्धाचे शिंग फुंकलं गेलं. अप्पासाहेबांच्या चेहऱ्यावरचे मार्दव क्षणात लुप्त झाले. चेहरा उग्र बनला. ते म्हणाले,

"कापा, झोडा, सोडू नका."

इतक्यात अर्जुन सोनकांबळे, देवराव दुधेवाड, माधवराव मरेवाड, मारुती गड्डमवाड, संभाजी टोळ, माणिका कहाळेकर गर्जना करीत दरोडेखोरांवर कोसळले. उराला उर भिडले. तलवारीच्या पातींचा खणखणात उडाला. घोडेस्वारांनी हाहाकार माजविला. पल्लेदार भाले नाचू लागले. आणि या धडाक्यात दरोडेखोरांची ससेहोलपट झाली. कोण कुठे मारतो आणि कोण कुणाला मारतो हे काहीच समजेना. अखेर दरोडेखोरांनी माघार घेतली. परंतु अप्पासाहेबांच्या अंगातील रेशमी अंगरखा टरर्कन फाटला. डोईवरचा फेटा व तुरा फाटला. गळ्यातील मोत्यांची माळ निखळली.

परंतु अनामिकेतील हिऱ्याची अंगठी आणि तर्जनीतील सोन्याचा बदाम वेड तेवढा शाबूत राहून चमकत होता. या हल्ल्यात दरोडेखोरांचा मुद्देमाल हाती लागला. अप्पासाहेब म्हणाले,

"खरे तर आम्हीच लुटारू, पण आमची ही लूट आमच्या पोटाची टीचभर खळगी भरण्याऐवजी ही दौलत आम्ही स्वातंत्र्याच्या कामी आणू आणि मराठी दौलतीचं उरलं सुरलं स्वप्न साकार करू."

या झटापटीत वऱ्हाडासोबत असलेला केरबा नावाचा कारवान कुत्रा हा तरसासोबत खेळत खेळत नाहीसा झाला. दिसायला एकदम चित्त्यापठ्या वाघच. पूर्ण कमरेइतका उंच आणि लांबढगळ असलेला इमानी कुत्रा नाहीसा झाला परंतु पुढे तरसासोबत गेल्यानंतर तो तरसाची शिकार करून वऱ्हाडाच्या दिशेने निघाला. परंतु वऱ्हाड खूपच दूर पांगलं होतं आणि केरबावर एका वाघाने झडप घेतली. तसा केरबाही काही कमी नव्हता. उलट त्यानचं वाघास हातघाईला आणून सोडलं. परंतु वाघ त्यास पुढे जाऊ देईना म्हणून केरबा वाघाच्या तावडीतून निसटला आणि सरळ कल्हाळीकडे फिरला. दरोडेखोरांच्या हल्ल्यात जखमी झालेल्या जवानांवर व भोयांवर मलमपट्टी करून वऱ्हाड तिरुपतीकडे मार्गस्थ झालं.

वऱ्हाडी मंडळी ठरल्यावेळेप्रमाणे तिरुपती बालाजीला जाऊन पोहोचली. मंगलाष्टकांच्या निनादात लग्नाला विधीवत सुरुवात झाली. नवरदेव आणि नवरीच्यामध्ये अंतरपाट धरुन मंगलाष्टका सुरू झाल्या. आता सावध सावधान ही शेवटची मंगलाष्टका पार पडल्यानंतर सप्तपदीचा सोहळा पार पडला.

या विवाहास खास करून काशीचा ब्राह्मण आमंत्रित केला होता. विवाह सोहळा पार पडल्यानंतर जेवणाच्या पंगती बसविण्यात आल्या. भोजनानंतर साडे व सुनमूख इत्यादी कार्यक्रम पार पडून, तिरुपती बालाजीचं यथासांग दर्शन घेऊन वऱ्हाड मंडळी आल्यामार्गानेच कल्हाळीकडे मार्गस्थ झाली.

***

आज वऱ्हाड कल्हाळीस पोहोचणार होतं. त्यामुळे कल्हाळीनगरी सजविण्यात आली होती. घरोघरी तोरणं बांधली होती. रस्त्यांच्या कडेला सुवासिनी पंचारत्या व फुले घेऊन उभ्या होत्या. थंड वारा गिरक्या घेऊन फिरक्या घेत होता. पृथ्वी आनंदली होती. मंद लहरी हेलकावत होत्या. पशुपक्षी आनंदले होते. कोकीळ कुहूकुहू गात होता. मोर थुईथुई नाचत होते आणि वऱ्हाड गाव शिवेवर येऊन पोहोचलं.

बापूसाहेबांचा विवाह मोठ्या थाटामाटात विधिवत पार पडला होता. गावात ढोल ताशे कडाडत होते. सनईच्या निनादात वऱ्हाडाचं स्वागत करण्यात आलं. आज वाड्यात नववधू प्रवेश करणार होती. गावकऱ्यांची एकच झुंबड उडाली होती. पंचक्रोशीतून लोक जमा झाले होते. प्रत्येकास नववधू पहावयाची होती. इतक्यात शामल वर्णाची, टपोऱ्या पाणीदार डोळ्यांची लोभस, सुंदर, पोपटाच्या चोचीसारखे नाक असलेली, काळ्या कुळकुळीत केसांची, मध्यम बांध्याची, मवाळ वृत्तीची, शांत अशी प्रयाग मेण्यातून खाली उतरली.

सर्व सुवासिनींनी पुष्पवृष्टी केली. प्रयाग सर्व सुवासिनींचे आशीर्वाद घेऊन, जनताजनार्दनास अभिवादन करीत वाड्याची एक एक पायरी संथपणे चढत होती. खरोखरच कल्हाळी नगरी आज धन्य झाली होती. नव्हे प्रयाग काशी झाली होती.

***

वाड्यात लग्ननिमित्ताने नगरभोजनाचा कार्यक्रम आयोजित केला होता. नवरदेव-नवरीची जोडी रव्याचे व बुंदीचे लाडू आग्रहपूर्वक वाढत होती. पंगतीवर पंगती उठत होत्या. वाड्यात मिष्टान्नाचा घमघमाट सुटला होता. वाढेकरी वाढत होते. आचारी मात्र रात्रभर स्वयंपाक करून स्वयंपाकाजवळच गाढ झोपी गेला होता. जणू त्याला पहाटेची साखरझोप लागली होती.

कारण आचाऱ्याने आख्खी रात्र जागून रुचकर असा स्वयंपाक केला होता. स्वयंपाकानंतर चांगली शेर दोन शेर मोहाच्या फुलांची गावठी दारू प्राशन करून नशेत तर्र झोपी गेला होता. विलायची, खसखस, काळेबिबे, नवसागर, मोहाची फुले इ. चे मिश्रण करून तयार केलेली हातभट्टीची काळ्याशार रंगाची गावठी दारू मिटक्या मारत प्याला होता.

त्यामुळे त्याला वाजवीपेक्षा जास्तच झाली होती. मध्येच तो कुंभकर्णासारखा मोठ्याने घोरत होता. त्याच्या नाकपुड्यातून उष्ण लहरी वेगाने बाहेर पडत होत्या. जवळचा पालापाचोळा भुरभुर उडून जात होता. त्याचे अर्धवट मिटलेले जर्दाळ्यासारखे लालबुंद डोळे पाहून लोक त्याला फिदीफिदी हसत होते आणि निजामाकडून सुटलेले

फर्मान निशान ५२,५३ वाड्यात येऊन धडकले.

यात संस्थानात सभा न घेणे, संमेलन न भरविणे, बैठकांचे आयोजन न करणे, प्रवचन बंदी, सार्वजनिक मिरवणुकांवर बंदी, व्यायामशाळा बंदी, कबड्डी व कुस्त्यांच्या आखाड्यावर बंदी, खाजगी शाळांवर बंदी आणि सर्वात महत्त्वाचे म्हणजे वाचनालयांवरही बंदी टाकण्यात आली होती.

त्यामुळे वाड्यात लागलीच मिरवणुकीची जय्यत तयारी करण्यात आली. वाड्यासमोर खिल्लारी बैलजोडी सजविण्यात आली. भरजरी वस्त्रांच्या कलाकुसरीच्या झुली हिऱ्यापाऱ्याच्या पाठीवर टाकून, गळ्यात घुंगरमाळा टाकण्यात आल्या. गाडीवान हातात कासरा घेऊन सज्ज झाले.

यावेळी बापूसाहेबांनी अंगात पांढऱ्या शुभ्र रंगाचा मखमली अंगरखा व पायी तंग विजार परिधान केली. गळ्यात मोत्यांचा कंठा, पायात कोल्हापुरी जोडा, कमरेस गुंडाळलेल्या रेशमी दुशेल्यात तलवार खोवण्यात आली, तर प्रयागबाईंनी पैठणी शालू परिधान केली. दंडात स्वर्णाची गोफ तर नाकातील नथ चांदण्या फेकीत होती. निजामाच्या बंदी हुकुमाला झुगारुन नवरदेव-नवरीची मिरवणूक वाजत गाजत, गर्जत, उधळत, उसळत काढण्यात आली.

-0-0-0-

तीन

बापूसाहेबांच्या लग्नाची धामधूम संपली होती. निजामाकडून धान्याच्या स्वरूपात शेतसाऱ्यांची वसुली होत होती आणि संस्थानात जिकडे तिकडे ओल्या दुष्काळाने थैमान घातले होते. अन्नासाठी लोक रानोमाळ धावत होते. झाडपाल्यावर लोकांची गुजराण चालू होती.

परंतु कल्हाळी-पेठवडज येथील अन्नधान्याची कोठारे जनतेसाठी खुली करून दिली गेली होती. अशातच शेतसाऱ्याची वसुली करण्यासाठी निजामाचा पटवारी गंगाधर कुलकर्णी हा कल्हाळी येथे येऊन दाखल झाला. सक्तीने वसुली सुरू झाली. त्यामुळे शेतकऱ्यांनी तोंड लपविण्यास प्रारंभ केला.

धान्याच्या स्वरूपात लेव्ही वसुली न दिल्यास घरातील सामानासुमानाची जप्ती, घरादारांवरील पत्रे, गायी, वासरे जप्त करण्याची मोहीम या पटवाऱ्याने उघडली. अनेकांच्या शेळ्या मेंढ्या, गायी वासरे, बैलजोडी, म्हशी जप्त होऊ लागल्या. गाई-गुरं पटवाऱ्याच्या दावणीला उपाशी हंबरू लागली.

घराघरातील दाळदाणा, मीठमिर्चू रस्त्यावर आले. यावेळी गावातील गोसावी बळी महाराज यांना उद्देशून पटवारी म्हणाला,

''महाराज!''

ऐन तारुण्यात रोगाने अस्थिपंजर झालेले बळीमहाराज अंगावरील भगवी कफनी सावरीत अजीजीने म्हणाले,

''जी साहेब!''

''तुम्हाकडील वसुली?''

''कशाची?''

''लेव्ही!''

यावर बळी महाराज शांत चित्ताने म्हणाले,

“माझ्याकडे कसली लेव्ही? मी गोसावी माणूस. माझ्याकडे ना जमीन ना जुमला!”

बळीमहाराजांचा रोख पाहून पटवारी अधिकारवाणीनं म्हणाला,

“तुमच्या नावे शेती आहे?”

“शेती आहे हे खरं, परंतु ती इनामी. तुम्हा सरकारी लोकांना लेव्ही हवी असेल तर ती मालकाकडून घ्या!” यावर पटवारी जाम संतापला आणि केस पिंजारत बळीमहाराजांच्या घराकडं बोट दाखवत म्हणाला,

“लुटा, बेचिराख करा!”

पटवाऱ्याच्या आदेशाची तामील होऊ लागली. सामानसुमान जप्त होऊ लागले, त्यामुळे घरातील चिल्ल्यापिल्ल्यांचा आक्रोश उडाला आणि ही बातमी वाड्यात जाऊन धडकली.

अप्पासाहेब बंगल्यात बसले होते. आबासाहेब कंधारला गेले होते. बंगल्याच्या भिंतींना केशरी रंग दिला होता. लोड आणि तक्क्यांची बैठक सजली होती. बंगल्याच्या चारी भिंतींवर काही तसबीरी चितारल्या होत्या, यात राष्ट्रमाता जिजाऊ माँसाहेब, सह्याद्रीपुत्र शंभूराजे तसेच छत्रपती शिवाजीमहाराज यांचा समावेश होता. बंगल्यात भरजरी लाल रंगाचा गालिचा आपलं शाही अस्तित्व जमिनीवर दर्शवीत होता.

आज अप्पासाहेबांनी पांढराशुभ्र चुनीदार अंगरखा परिधान केला होता. त्यांनी पटवाऱ्यास बोलावणे पाठविले. काही वेळातच पटवारी बळीमहाराजांसह बंगल्यात येऊन दाखल झाला. उभ्या जागेवरूनच तीन चार पावलं मागे सरकत पटवारी म्हणाला,

“हुजूर, आदेश फर्मावेत!”

त्याच्याकडे डोळ्यांचा कटाक्ष टाकत अप्पासाहेब म्हणाले,

“कुळकर्णी!”

मेहंदीने रंगविलेल्या केसांवर हात फिरवित पटवारी म्हणाला,

“जी सरकार!”

“आपण कुणाच्या फर्मानावरुन वसुली करता?”

पटवारी म्हणाला,

“मामलेदाराच्या!”

“कोण हा मामलेदार?”

“तहसीलदार सरकार!”

“कोण हा तहसीलदार? त्याचं नाव गांव?”

"...!"

"काय समजतात मामलेदार स्वत:ला? सरकार तर आम्ही! मामलेदार सरकार नव्हेत. तुम्हांस सक्तीची वसुली करता येणार नाही. बंद करा ती वसुली आणि चालते व्हा. गिरीगोसाव्यासारखी सज्जन माणसं. त्यांची इभ्रत तुम्ही भारतवर्षात चव्हाट्यावर आणली. लाज वाटली पाहिजे तुम्हास आणि तुमच्या मामलेदारास! खऱ्याअर्थानं गिरी गोसावी हे या गावचं गुरुघर!"

पटवारी नम्रपणे म्हणाला,

"माफ करा सरकार! आम्हासं सरकारचा हुकूम, दिल्या हुकुमाचे आम्ही बांधील!"

पटवाऱ्याचा जबाब ऐकून अप्पासाहेब भडकले आणि म्हणाले,

"सरकारचा हुकूम नव्हे, इथे आमचा हुकूम चालतो. बऱ्याबोलाने चालते व्हा अन्यथा मारले जाल!"

"हवं ते करा सरकार पण वसुली थांबविता येणार नाही आणि थांबणारही नाही!" अशा उद्धट उत्तराने अप्पासाहेब भडकले आणि गर्जत म्हणाले,

"ही तुमची हिंमत? काळीज भलतेच वाढलेले दिसतेय! शु... तोंड सांभाळून बोला. आम्ही जहागीरदार आहोत. जहागीरदारासारखं बोला. स्वत:ची पायरी सांभाळून बोला. आहे त्या परिस्थितीत नीट वागा. आगाऊ शहाणपण शिकवू नका. याद राखा, आगाऊ चोचले सहन केले जाणार नाहीत. ही निजामाची सदर नाही, नाईकांची आहे. एका मराठा जहागीरदाराची आहे. यापुढे लहान तोंडी मोठा घास घेण्याचा प्रयत्न केला तर धडगत राहणार नाही. तुम्ही ब्राह्मण आहात, ब्राह्मणासारखे वागा. आप्तस्वकीयांपेक्षा तुम्हाला सुलतान जवळचे वाटत असतील तर खुशाल निजामाचे पाय चाटा. पण एक लक्षात ठेवा, मराठवाडा ही मराठी दौलत आहे. इथला प्रत्येक माणूस खऱ्या अर्थाने आमची दौलत आहे. कारण जहागिरी ही जहागीरदाराची आई आहे आणि जहागीरदार हा सत्ताधीशांचा बाप आहे. अशा मराठी दौलतीस धक्का लावण्याचा प्रयत्न केला तर हात कलम केले जातील!"

"सरकार, आम्ही हुकमाचे ताबेदार. आम्हास अडवणार कोण? हवं तर मामलेदारास कळवा!"

तसे अप्पासाहेब रोमारोमातून भडकले आणि संतप्त नजर पटवाऱ्याकडे टाकत वज्रमुठीचा ठोसा पटवाऱ्याच्या नाकावर लगावला. त्यामुळे पटवाऱ्याचा घोळाणा फुटला आणि पटवाऱ्याच्या श्रीमुखात एक... दोन... तीन... थडालंऽ...थडालंऽ... थडालंऽ बसण्यास प्रारंभ झाला.

भुरकट केसांचा, गाजरासारखा गोरापान चेहरा क्षणार्धात काळवंडला आणि बंगल्यात एकच गोंधळ उडाला.

आरडाओरड ऐकून अप्पासाहेबांच्या आम्मा अहिल्याबाई बंगल्यात आल्या आणि अप्पासाहेबांना थांबवत म्हणाल्या,

''काय लावलाय तमाशा? गरीब बिचारू सांगकामी. यांना मारुन काय उपयोग, घाव घालायचा तर सरळ मुळावर घाला. फांद्या छाटून काय उपयोग?''

श्वास रोखत अप्पासाहेब म्हणाले,

''नाही आम्मा, कधी कधी काटेरी झाडाच्या फांद्यासुद्धा तोडाव्या लागतात तरच झाड हाती लागतं!''

माराने अर्धमेला झालेला पटवारी बंगल्यातून मांजरासारखा दबक्या पावलांनी चालत, गुपचूप खाली मान घालून निघून गेला व अप्पासाहेबांविरुद्ध तक्रार दिली. काही वेळातच कंधारला गेलेले आबासाहेब आले. गावात येताच पटवाऱ्याला मारहाण केल्याची बातमी त्यांच्या कानावर आली. त्यामुळे त्यांनी आल्याआल्याच अप्पासाहेबांना बोलावले आणि म्हणाले,

''अप्पासाहेब!''

''जी!''

''आम्ही ऐकले ते खरं आहे?''

''होय आबासाहेब, खरं आहे.''

''आपणांस शासकीय अधिकारी, कर्मचारी यांना मारण्याचा अधिकार कुणी दिला?''

''...''

''बोला अप्पासाहेब, असे गप्प का?''

''कुणीही नाही!''

''मग ही कृती?''

''...''

''अहो, थोडं बोला. गप्प राहून थोडाच प्रश्न मिटणार आहे. आम्ही रागावत नाही. आपल्या भल्यासाठीच बोलतो. असे वेड्यासारखे निर्णय घेत निघालात तर एक दिवस महागात पडेल. पाच खून करण्याची मुभा असतांनासुद्धा वाडवडिलांपासून कुणास थप्पड मारली नाही. आपण तर सरळ सरळ मारझोड करता. निजामीसत्ता कमकुवत समजू नका आणि तुम्ही जहागीरदार नव्हे. जहागीरदार फक्त आम्ही. पण तुमच्या अशा वागण्यामुळे आहे ती जहागीर जाईल.''

"चूक झाली आबा."

"ठीक आहे. पुन्हा चुकू नका. पटवारी म्हणजे साधासुधा समजू नका. सत्ताधाऱ्याचं कुत्रेसुद्धा महान असतं हे विसरू नका. एक वेळ आम्ही निपटू."

असं म्हणून आबासाहेबांनी कलमदाणी व टाक हाती घेतला. एका कोऱ्या कागदावर मोत्यासारखे अक्षर उमटू लागले.

श्रीमंत,

अव्वल तालुकदार,

नंदीग्राम यांचे सेवेसी...

आपले पटवारी गंगाधरपंत कुलकर्णी लेव्ही वसुलीसाठी कल्हाळी येथे आमचे गैरहजेरीत आले असता काही वसुली झाली. दुष्काळाने प्रजा परेशान... पुढील वर्षी वसुली करू पण आमचे मधवे चिरंजीव अप्पासाहेब यांचे आणि पटवारी यांचे बेबनाव झाले. त्यांना आम्ही समजाविले. गैरसमज नसावे.

क्षेम कुशल.

आपला

भगवंतराव नाईक

जहागीरदार, कल्हाळी.

आबासाहेबांनी आपल्या संस्थानातील लेव्ही वसुली पूर्णपणे थांबवून तसे निजामाला कळवून टाकले.

***

लेव्ही वसुलीचा प्रश्न पराकोटीला जात असल्यामुळे आणि ओल्या दुष्काळाने थैमान घातल्यामुळे शेतकरी, शेतमजूर उपाशी तपाशी दिवस काढू लागले आणि निजामी अधिकाऱ्यांची दंडेली सुरू झाल्यामुळे लेव्ही वसुलीचा प्रश्न रस्त्यावर आला. त्यातूनच आंध्र, कर्नाटक व मराठवाड्याचा म्हणजेच सर्व भागानगरी संस्थानातून भागानगरीवर गोरगरीबांचा मोर्चा धडकला.

"भूक भूक- भाकरी द्या,
आमच्या मागण्या मान्य करा,
लेव्ही वसुली बंद करा,
भूक भूक - भाकरी द्या!"

मोर्चेकऱ्यांनी पोटापाण्याचा प्रश्न गंभीर झाल्यामुळे आपल्या राजाकडे लेव्ही वसुली बंद करून भाकरीची मागणी केली परंतु निजामाने भाकरीऐवजी शिरापुरी खा, असा फ्रान्सच्या महाराणीसारखा उपरोधिक सल्ला दिला.

प्रक्षुब्ध जमावातून भाकरीसाठी निकराची मागणी होत होती. घोषणा गर्जत होत्या. आसमंत दणाणत होता. दऱ्याखोऱ्या घुमत होत्या. तडाखेबाज गर्जना गर्जत होत्या आणि अशा तडाखेबाज गर्जनांमुळे निजामाचा बालेकिल्ला हादरला. खिलबत महाल थरथरू लागला. राणीमहाल चिंताग्रस्त बनला तर तारामती महाल, दिवाण-ए-आम अशा इमारती दणाणून गेल्या.

चारही दिशा धुक्याने माखून गेल्याचा भास होत होता. नद्या-नाल्यांना उधाण आलं होतं. छोट्या मोठ्या नद्या एखाद्या उनाड पोरीसारख्या खळाळत, हसत, खिदळत, फेसाळत होत्या. मेघ अविश्रांतपणे पर्ज्यन्यवृष्टी करत होते. आकाशात काळेकुट्ट ढग दाटून आले होते. अधूनमधून ढगांचा गडगडाट सुरू होता. विजा लखलखत होत्या. गारा टपटपू लागल्या होत्या आणि वाऱ्यावर भ्रमण करणारे बैरागी मेघ आपलं शाही अस्तित्व दाखवत होते.

संस्थानात दुष्काळाने कहर केला होता. भूकबळींची संख्या दिवसेंदिवस वाढत होती. त्यामुळे लोकांनी निजामाला शेतसारा वसुली थांबवून भाकरीची मागणी केली होती कारण खरचं प्रश्न अत्यंत उग्र बनला. सर्वसामान्यांवर उपासमारीची वेळ येऊन पडली, तरीही हे धन्य सरकार धान्याच्या स्वरूपात लेव्ही वसुली करीतच होतं तर एकीकडे कल्हाळीत लेव्ही वसुली थांबवून तसे निजामाला कळवूनही टाकलं होतं.

पावसानं कहर केला होता. संस्थानात ओल्या दुष्काळानं थैमान घातलं होतं. नदीनाल्यांसह माणसांचे नेत्रही तुडूंब भरून वाहत होते. धुवांधार पाऊस पडत होता. आकाश काळ्याकुट्ट ढगांनी भरून आलं होतं. सोसाट्याचा वारा सुटला होता. ढग पश्चिम क्षितिजापासून सरसर धावत सुटले होते. चारी दिशांना काळोख पसरला होता.

पावसाचा दाट पट्टा एखाद्या यमदूतासारखा निर्धोकपणे पुढे पुढे सरकत होता. उंचच उंच डोंगरकड्यावरुन पावसाचा प्रपात कोसळत होता. सारं आकाश काळोखीने झाकोळलं होतं. अधूनमधून आकाशात सप्तरंगी इंद्रधनुष्य एखाद्या अप्सरेसारखं हळूच चमकून क्षणातच लुप्त होत होतं. काळोख पसरत होता. पश्चिम मावळत होती. उद्याच्या प्रभेसाठी...

-0-0-0-

चार

अप्पासाहेब आज शिकार करून पेठवडज येथील गढीत आले होते. अंगणात मोठच्या मोठं हरीणीचं धूड पडलं होतं. सर्वांनाच शिकारीचा मनोमन आनंद झाला होता. यावेळी अप्पासाहेबांसोबत देवराव दुधवाड, संभाजी दुधवाड, गोविंद दुधवाड, रामराव पुटवाड, माधव मरेवाड, जयराम मरेवाड, इत्यादी दिवाणखान्यात मोरपंखी गालीच्यावर बसले होते. इतक्यात देवराव दुधवाड यांना उद्देशून अप्पासाहेब म्हणाले,

''जमादार!''

आपल्या अखडबाज मिशांवर ताव देत देवराव दुधवाड म्हणाले,

''जी मालक!''

''आज ही पेठवडजची गढी चढून पाहू!''

''फार उंच हाय जी!''

''मग काय झालं?''

''चढणं बेताचं पण जीवावरचं!''

''पाहू तरी चढून!''

काळजीच्या सुरात दुधवाड म्हणाले,

''नको नको मालक. आपलं वय अजून लहान!''

अप्पासाहेब म्हणाले,

''जमादार, कर्तबगारी का वयावर अवलंबून असते. शिवरायांनी तोरणा सर केला वयाच्या अवघ्या सोळाव्या वर्षी. मग कशाचे वय घेऊन बसलात? कर्तबगार पुरुषांना काहीही अशक्य नसतं!''

अप्पासाहेबांच्या अशा उत्तरामुळे सर्वजण गार पडले. तसं हास्यही फुललं. देवराव दुधवाड कडं पाहून सारखी खीऽखीऽ सुरू झाली. त्यामुळे हास्यविनोदाला बहार आला. इतक्यात अप्पासाहेब सर्वांना थांबवत म्हणाले,

''थांबा, थांबा, बोलू द्या त्यांना, वय हेच ज्ञानाचं भांडार असतं!''

यावर देवराव दुधवाड म्हणाले,

''यातलं मला काय समजणार मालक, आपणांस योग्य वाटेल ते करा. आम्ही तुमच्या पाठीशी आहोत.''

''ठीक तर!''

असे म्हणून सर्वांनी दिवाणखाना सोडला आणि गढीच्या बाहेर पडले. एकच एल्गार गर्जला. शिव हरऽ हरऽऽ महादेव! जय भवानी- जय शिवाजीऽ! येळकोट- येळकोटऽ जय मल्हारऽ ! अशी गर्जना करून गढीच्या कडेवर दोर फेकला गेला. एकच आरोळी उठली आणि इतक्यात घोड्यांच्या टापांचा आवाज आला. पहातात तर काय? भगवंतराव नाईक आले होते. त्यांच्यासमवेत माणिका शेळके, लिंगोजी वाघमारे, सुभान सोनकांबळे, बाळाजी देशमुख, संभाजी टोळ, पुंडलीक वडजे इत्यादी होते. त्यांना पाहून अप्पासाहेब म्हणाले,

''कसं काय येणं केलंत आबा?''

''सहज फेरफटका!''

काही वेळातच भगवंतराव नाईक व अप्पासाहेब हे पितापुत्र माडीवर निघून गेले आणि थोड्यात वेळात खालीही आले. गढीतील बंदोबस्त लावून अश्वारूढ झाले आणि त्यांचा वारू कल्हाळीच्या दिशेने उधळू लागला. दिवस मावळतीला जात होता. काळोख आपलं अस्तित्व हळूहळू दाखवित होता.

आज भगवंतराव नाईकांच्या आगमनामुळं पेठवडज येथील गढी चढण्याचा अप्पासाहेबांचा मनसुबा राहून गेला होता. अप्पासाहेबांना पेठवडज येथील गढी चढल्यानंतर भागानगरीला धडक द्यायची होती आणि भागानगरीही सर करायची होती. परंतु पेठवडज येथील गढी चढण्याचं शल्य मनात बोचतं ठेवून अप्पासाहेब आपल्या वडिलांच्या संगती कल्हाळीस गेले होते. इकडे पेठवडजच्या गढीत हरणाच्या मटणाची तयारी होऊ लागली. हरणाची काटाकुटी करून मटण चुलव्यावर शिजविल्या जात होतं. मासांचे खांड खदखदत होते. रात्र रंगात आली होती. काही रंगेल आंबटशौकीन बेवडे दारू ढोसत होते. दारूच्या घोटाबरोबर हरणाच्या मटणाचा उकडा मिटक्या मारुन खात होते. शिकार करून आणलेलं धूड हे नर हरण नव्हतं तर मादी होती. बिचारी दोन जीवांची गाभण होती. हरीणांचा पाठलाग करून बंदूकीचा चाप ओढताच शिंगाड्या हरणाऐवजी हरिणी निशाण्यात आली होती आणि शिकाऱ्याची शिकार बनली.

तिच्या पोटातून दोन चिमुकली पिलं निघाली. आताचं कुठं अवयव फुटलेले

दिसत होते. या दोन्ही मृत पिलांना एका कोनाड्यात फेकून दिलं गेलं होतं. त्यांच्या आईची शिकार आज अप्पासाहेबांनी केली होती. मुक्या प्राण्यातील मादीहत्या आणि दोन भ्रूणहत्या झाली होती पण... हत्यारा तिथं नव्हता. तो केव्हाच कल्हाळीला निघून गेला होता.

खरोखरचं, निष्पाण हरणं कुणाला त्रास देतात काय? हरिणीची शिकार केली नसती तर ती काही दिवसांनी प्रसूत झाली असती. दोन चिमुकले जीव अवतीर्ण झाले असते. निसर्गाच्या सान्निध्यात पृथ्वीतलावर खेळले असते. बागडले असते. रानावनाचा रानमेवा खाऊन ओढ्याचं झुळझुळं वाहणारं पाणी प्यायले असते. खरचं, किती किती छान पिलं होती. सुंदर होती. डोळस होती. कोमल होती, नाजूक होती, मऊ होती, एखाद्या पिंजलेल्या कापसासारखी मुलायम होती, लोभस होती, गोंडस होती पण... उद्याचा सूर्य त्यांचा नव्हता, उद्याचा दिवस त्यांचा नव्हता, उद्याची रात्र त्यांची नव्हती आणि उद्याचं स्वप्नही त्यांचं नव्हतं...

खरोखर, निसर्गालाही त्यांच जीवन मान्य नव्हतं काय? निष्पाप आणि निष्कलंक प्राण्यांची हत्या करण्याचा अप्पासाहेबांना काय अधिकार होता? पण माणसातला शिकारी जागा झाल्यास किती भयंकर असते हेच अप्पासाहेबांच्या कृतीवरून दिसून आलं होतं. काहीही असो, हत्या ती हत्याच. निष्पाप आणि निष्कलंक मुक्या प्राण्याची हत्या. पाप! पाप! एक पाप होतं, किती भयंकर पाप होतं. पाप हे बाप होत असतं आणि एक दिवस मानगुटीवर बसत असतं याचा विचार केल्यास खरंच हे काय होतं? हे एक पाप होतं, महापाप होतं...!

***

कल्हाळीच्या वाड्यातील बैठक माणसांनी गच्च भरून गेली होती. बैठकीच्या भिंतीवर भला मोठा राजे शिवछत्रपती यांचा फोटो लटकत असल्यासारखा चितारला होता. त्याखाली लिहिलं होतं, *संभवामि युगे युगे.* मखमली जाडजूड जांभळ्या रंगाचा गालिचा अंथरला होता. बैठकीत लोड, तक्के सजले होते. बैठक अनेक झुंबरांनी सजली होती. एका बाजूला खुंटीवर स्वर्णमुठीची तलवार लटकत होती. बैठकीत थोर मनाच्या माणसांचं हास्य पिकलं होतं. इतक्यात भगवंतराव नाईक मखमली पायघड्यावरून संथ पावलं टाकीत बैठकीत आले. यावेळी सारखे मुजरे झडत होते. ते दिलखुलासपणे मुजऱ्यांचा स्वीकार करीत होते.

पुंडपिंपळगावचे पुंडलिकराव पुंड व इतर पाच पन्नास पाहुणे अप्पासाहेबांच्या लग्नाचा टिळा घेऊन आले होते. अप्पासाहेबांना तशी थोडी मिसरुड फुटली होती. फक्त काही अंशी ओठावर मिसरुडांचा काळा रंग फाकला होता. यावेळी वाड्यात

अमृता वडजे व लक्ष्णम वडजे हे कारभारी होते. घरचा सर्व कारभार या दोघांच्या मार्फत चालत असे. परंतु पाहुणे मंडळी आल्यामुळे बाळाजी देशमुख, गोविंद खंदारे, संभाजी गायकवाड, धोंडिबा पंदाडे अशी कितीतरी प्रेमाची विश्वासू माणसं जमा झाली होती. बैठक गच्च भरली होती. सदरेत मध्यभागी भगवंतराव नाईक बसले होते.

इतक्यात नायगाव बाजारचे लोहरे पाटील आले. नमस्कार चमत्कार झडले. त्यांना पाहून भगवंतराव म्हणाले,

''या, पाटील या!''

अंगाने किंचित स्थूल, मध्यम उंचीचे लोहरे पाटील आपले पांढरे कल्ले खाजवीत थोडेसे खोकलले आणि नाईकसाहेबांच्या अगदी जवळ बसत म्हणाले,

''उशीर झाला नव्हं?''

पाटलांचा आणि पाहुण्यांचा परिचय करून देण्यात आला. पुन्हा नमस्कार चमत्कारांच्या फेरी झडल्या. चांगली दुपार झाली होती. सूर्यनारायण माथ्यावर आला होता. भोजनाची वेळ झाली होती. ओसरीवर जेवणासाठी पाट टाकले होते. समोर चौरंग मांडण्यात आले. चौरंगाभोवती अनेक प्रकारच्या रंगीबेरंगी रांगोळी टाकण्यात आल्या. अनेक प्रकारच्या सुवासिक उदबत्याही पेटविण्यात आल्या. उदबत्या मंदपणे दरवळत होत्या. यावेळी अहिल्याबाईंना उद्देशून अमृता वडजे म्हणाले,

''मायसाब!''

डोक्यावरील पदर सावरीत अहिल्याबाई म्हणाल्या,

''काय अमृता?''

''पाहुण्यांना जेवणासाठी बोलवायचं?''

''बोलाव!''

अमृता वडजे बैठकीकडं निघून गेले, इतक्यात मारोतराव गड्डमवाड यांच्या बरोबर गावातील काही तरुण मंडळी बैठकीत दाखल झाली. पुन्हा नमस्कार चमत्कार झडले. अमृता वडजे सर्वांना आत घेऊन गेले. जोत्यावर हात पाय धुण्यासाठी दोन तीन बादल्या पाणी आणि साबण ठेवण्यात आला होता. सर्वजण हात पाय धुऊन आत ओसरीवर गेले. ओसरी अनेक रंगीबेरंगी झुंबरांनी सजली होती. ओसरीत अनेक देवादिकांच्या तसबिरी लावल्या होत्या. पंगत शाही थाटाची सजविली होती. जेवणात मिठापासून ते कोशिंबीरीपर्यंत सर्व पदार्थ ठेवण्यात आले होते. खेळीमेळीच्या आनंदी अशा प्रसन्न वातावरणात जेवणाच्या मेजवाणीचा घाट मांडला होता. आणि तशी सुरुवातही झाली.

पहिल्या प्रथम पाहुणे मंडळीच्या पंगती बसविण्यात आल्या. पाहुण्यांसोबत भगवंतराव नाईकांसह बापूसाहेबही बसले. जेवणासाठी मसाले भात, चमचमीत भाजी, पोळी, बासुंदी ठेवण्यात आली होती. गणपती स्वयंपाक्याने स्वयंपाक केला होता. गणूचा हात अगदी सफाईदार होता त्यामुळे स्वयंपाक अगदी रुचकर आणि स्वादिष्ट झाला होता.

पाहुण्यांचे जेवण संपल्यावर गावातील सर्व मंडळींच्या पंगती बसल्या. या पंगतीत खुद्द अप्पासाहेब बसले होते, पण आज अप्पासाहेब थोडे नाराज दिसत होते. कारण त्यांचा जीवाभावाचा मित्र माणिका कहाळेकर अजून आला नव्हता. आज अप्पासाहेबांना नवरेदवासारखं सजविण्यात आलं होतं. अप्पासाहेबांनी पांढऱ्या रंगाचा चुडीदार पायजामा व सदरा परिधान केला होता. सावळ्या वर्णाचे, मध्यम बांध्याचे आणि जेमतेच उंचीचे, कडक पण वेळप्रसंगी मेणाहूनही मऊ असलेले अप्पासाहेब सर्वांबरोबर जेवणासाठी पंगतीत बसले होते. त्यामुळे सर्वांनाच आनंद झाला होता. एकदाची सर्वांची जेवणखाणं संपली. पाहुणे मंडळी अगोदरच बैठकीत निघून गेली होती. गावातील माणसांची जेवणं संपतात तोच बैठकीतून आवाज आला,

"अप्पासाहेब, अहो अप्पासाहेब!"

बापूसाहेबांनी अगदी मोठ्या आवाजात हाक मारली तशी सर्वजण उठून लगबगीने बैठकीत गेले आणि अप्पासाहेब म्हणाले,

"जी बापू!"

बैठकीत पाट आणि चौरंग मांडण्यात आला होता. पाटाकडं अंगुलीनिर्देश करत बापूसाहेब म्हणाले,

"बसा पाटावर."

"जी!"

असं म्हणत अप्पासाहेब पाटावर स्थानापन्न झाले. प्रथम त्यांना नवीन कपडे चढवून कपाळी गंधटिकला व अक्षता लावली गेली आणि त्यानंतर तर्जनीत सोन्याची अंगठी व गळ्यात सोनसाखळी घालण्यात आली. इतक्यात अप्पासाहेब ज्यांची वाट पाहात होते ते माणिका कहाळेकर आले आणि अप्पासाहेबांच्या शेजारी उभे राहिले. अप्पासाहेबांनी त्यांना आत जाऊन जेवण करण्याची खूण केली तसे माणिका कहाळेकर आत निघून गेले आणि शेवटी भेटीगाठी झाल्या. पाहुणे मंडळी पुंडपिंपळगावला जाण्यासाठी निघाली. इतक्यात वाड्यातून अहिल्याबाईंचा निरोप आला व पाहुण्यांना थांबवून घेण्यात आलं. तसा सर्वांचाच वाड्यात मुक्काम पडला. खूप काही इकडच्या तिकडच्या गप्पा गोष्टीस रंग चढला. पुंडलिकराव पुंड भगवंतराव नाईकांना उद्देशून

म्हणाले,

"राजासाब, राज्यकर्त्यांना भावभावना नसतात म्हणे!"

तसे भगवंतराव खळखळून हसले आणि म्हणाले,

"हे निजामालाच विचारावं लागेल. अहो, राज्यकर्त्यांची इच्छा नसती तर नव्या दमाच्या मोहिमा काढल्याच नसत्या आणि तरुण रक्तांचे पाट वाहिलेच नसते!"

भगवंतराव नाईकांचे बोलणे ऐकून झुबकेदार गालमिशीवर हात फिरवत पुंडलिकराव पुंड म्हणाले,

"ते खरं, पण निजामाचा उपमर्द झाल्यामुळेच ह्या स्वाऱ्या, ह्या मोहिमा काढल्या असे आम्ही ऐकतो!"

"खोटं! साफ खोटं! निजामाच्या राज्यात काही बोलायचीच सोय राहीली नसल्यास विरोध होणार नाही तर काय? अनेक जाचक हुकूम, हुकुमांची तालीमही तशीच, म्हणून तर ज्या मराठशाहीने अटकेपार झेंडे लावले त्याच मराठशाहीने उदयगिरीला निजामाला अक्षरश: चौदा लाखाचा मुलूख ओकायला लावला हे कशाचे प्रतीक? त्याच्या वागण्याचेच, दुसरे काय? हे चौदावं रत्न नव्हे काय? अहो, निजामाच्या धसक्यानं इथली गोरगरीब प्रजा साध्या अन्नाचा तोंडी घास घालत नाही. नको नको तो विषय!... निजामाचा विषय म्हटले की तोंड कसं कडू कारल्यासारखं पडतं. दिवसरात्र वैऱ्यासारखी वाटतात. अनेक सुवासिनींचे हात कुंकवाच्या करंड्यात आपोआप थांबतात हा इतिहास. या निजामाला बऱ्याच जणांनी समजून सांगितलं, पण अखेर पालथ्या घड्यावर पाणी. निजामाचा रिवाज म्हणजे ही निजामाची सदर आहे. याचा विसर पडू देऊ नका. आमचा अपमान कोणी करू पाहील तर वयाचा मुलाहिजा न ठेवता सरळ केलेली कापाकापी हे कार्य दर्शविते?"

पुंडलिकराव पुंड एकदम चमकून म्हणाले,

"खरं आहे राजासाब! खरं आहे. अशा वागणुकीने अंत:करणाला पीळ पडतो आणि त्यातूनच दुश्मन तयार होतात!"

यावर भगवंतराव नाईक म्हणाले,

"आम्ही आमचं हे भाग्य समजतो की, अजून तरी निजामाने आम्हांस डिवचलं नाही, पण येईल तोही एक दिवस आणि त्यावेळी एकतर आम्ही राहू किंवा निजाम!"

कल्हाळीची बैठक हळूहळू राजकारणाकडे सरकत होती. आणि या बोलाचालीतच दिवस केव्हा मावळला हेही समजले नाही. रात्र होत आली होती. दिवेलागण झाली होती. कल्हाळीनगरी सामसूम होत होती.

पाहुण्यांसाठी बोकड कापलं होतं. पटांगणात चुलीवर मटण खदखदत होतं. इतक्यात कोडग्याळ तांड्याचे मकाजी राठोड आले. सर्वांचा परिचय करून देण्यात आला. शाकाहारी मंडळीसाठी शुद्ध शाकाहारी भोजन तयार करण्यात आलं. यात शुद्ध गावरानी तूप, बदाम, काजू, मनुके व चारोळी टाकून शिरा करण्यात आला. बैठकीत पत्त्यांचा डाव रंगात आला होता. तर जिन्यावर बुद्धिबळ चालू होते. जिन्यात पिवळ्या रंगाचा गालिचा आपलं शाही अस्तित्व प्रदर्शित करत होता. बापूसाहेब आणि पुंडलिकराव पुंड बुद्धिबळ खेळत होते. खेळत खेळत बापूसाहेब म्हणाले,

"मामाश्री!"

पुंडलिकराव पुंड आपल्या पल्लेदार मिशा पिळीत म्हणाले,

"काय?"

"माझा प्रधान तुमच्या राजाला शह देणार!"

"कसा काय देणार? माझा राजा म्हणजे निजाम!"

"होय होय निजामच! पण निजाम म्हणजे लुटारूंचा साथीदार आणि भागानगरी म्हणजे लुटारूंचे माहेरघर! साक्षात नरक."

"खरं आहे, भावनेच्या भरात चुका ह्या होतातच!"

"म्हणूनच अनेकांची मने दुखावतात. त्यामुळेच माझा प्रधान तुमच्या राजाला शह देणार!"

"अहो, निजामी राजवट काय एवढी दुबळी वाटली काय? तिचं शौर्य मान्य करावंच लागेल!"

"आम्ही कुठं नाही म्हणतो. पृथ्वी पादाक्रांत करण्याची ताकद असली तरी भ्रामक वेडी कल्पना. त्यामुळेच माझा प्रधान शह देणार!"

"खरं आहे. आम्हालाही तुमचा सल्ला तोलामोलाचा वाटतो!"

असे म्हणून पुंडलिकरावांनी घोड्याची चाल खेळली पण बापूसाहेबांनी पुंडलिकरावंची खेळी ओळखून वजीर, प्रधान, घोडा आणि वेळप्रसंगी हत्तीचा खेळ खेळून अखेर पुंडलिकरावांची नाकेबंदी केली आणि बापूसाहेब म्हणाले,

"बा-अदब... बा मुलाहीजा... होशीयार.. निगाह रख्खोऽ खडी ताजीम ऽऽ निगाह रख्खोऽऽ भागानगरीके शहनशाह अटक रहे है।"

असे म्हणत पुंडलिकरावांच्या राजाची नाकेबंदी केली. आता पुंडलिकरावांना हार स्वीकारल्याशिवाय मार्ग नव्हता. खेळ जिंकत बापूसाहेब म्हणाले,

"आता कसं मामाश्री?"

एकच हास्य पिकलं आणि पुंडलिकराव पुंड म्हणाले,

“आता कसं काय? तुमची जावयाची जात, तुम्ही जिंकणारच!”

इतक्यात नारायण शेळके आले, त्याला उद्देशून बापूसाहेब म्हणाले,

“काय नारायण? काय काम काढलं?”

किडकिडीत देहयष्टीचे नारायण शेळके म्हणाले,

“वेळ खूप झाला. जेवणासाठी चला!”

“असं असं!”

म्हणत पुंडलिकराव आणि बापूसाहेब जिन्यावरुन खाली उतरले आणि शाकाहारी पंगतीकडे वळले तर अप्पासाहेब मांसाहारी पंगतीत बसले होते. रात्रीचे जवळपास आठ वाजत आले होते. चोहीकडे समयांचा उजेड फाकला होता. खेळीमेळीच्या वातावरणात सर्वांची जेवणे झाली. पाहुण्यांची माळ्यावर झोपण्याची व्यवस्था करण्यात आली होती. त्यानुसार सर्वजण माळ्यावर गेले. परंतु पुन्हा पत्यांचा डाव आणि बुद्धिबळाच्या खेळाला सुरुवात झाली. गप्पाटप्पा रंगात आल्या. राजे शिवछत्रपतीपासून ते पेशवे व निजामापर्यंत चर्चा रंगत आली होती. पुंडलिकराव पुंड तोंडात पानाचा विडा टाकत म्हणाले,

“राजासाब, दख्खनच्या दौलतीचा मानबिंदू म्हणून छत्रपतींच्या गादीकडेच का पाहिलं जातं?”

भगवंतराव म्हणाले,

“अहो, त्यात काय एवढं? छत्रपतींकडे मानबिंदू म्हणून पाहणार नाहीत तर कुणाकडे? तुमच्या आमच्याकडे पाहतील का? थोडचं ते शेळीसारखे जगले? जगावं तर वाघासारखं ही शिकवण शिवरायांची! शिवरायांनी भलत्यासलत्या गोष्टीला आयुष्यात कधीच थारा दिला नाही. यामुळेच ते खऱ्या अर्थाने गरिबांचे वाली ठरले म्हणून तर अशी गादी मानबिंदू ठरणार नाही तर काय!”

भगवंतरावांच्या चेहऱ्यावर विद्वत्तेचं तेज चकाकत होतं. हे तेज न्याहाळीत पुंडलिकराव म्हणाले,

“खरं आहे. अशी शिकवण असली तरी पेशवाईच्या काळात मराठा दौलत चारी बाजूंनी खिळखिळी का झाली?”

त्यांच्या या बोलण्यावर भगवंतराव खळखळून हसले आणि म्हणाले,

“ते तुम्हांस कळणार नाही. हीच ती खरी मराठशाही. अहो, मराठी फौजेला कोणताच स्वामी, कोणताच वाली उरला नसताना सुद्धा जे मराठ्यांनी गटा गटांनी लढले आणि तटा तटावरुन शत्रूला फोडले हीच ती खरी मराठशाही. अहो, उत्तरेत तर कुणाचा पायपोस कुणाच्या पायी नसताना सुद्धा अटकेपार झेंडे लावून मराठ्यांनी जी

दहशत निर्माण केली, त्यास इतिहासात तोड नाही. घरात एकमत नाही. गावात पत नाही आणि शेतात खत नाही अशा वेळी ज्या मराठ्यांनी मराठशाहीचा डोलारा सांभाळला तीच खरी मराठशाही!''

पुंडलिकराव पुंड यांनी भगवंतरावांची थोडी फिरकी घेतली आणि ते म्हणाले,

''मग अशा मराठशाहीने वारंवार निजामाशी तह का केले?''

भगवंतराव ताडकन उत्तरले,

''तेच तर नडलं. घर फिरलं की घराचे वासेही फिरतात, माणसेही गरागरा फिरतात, एखाद्या भोवऱ्यासारखी. त्यामुळेच हा निजाम इतका निगरगट्ट बनला आहे. पण पुन्हा गेलेले दिवस येतीलच. मराठ्यांची तलवार अजून गंजली नाही. ती सहजासहजी गप्प बसणारी समजू नका. तशी वेळच पडू नये आणि पडली तर आमच्या कल्हाळीचा एक एक माणूस एक एक इंच लढण्यास तयार होईल आणि आम्ही जहागीरदार म्हणून मिरविण्यापेक्षा मोठ्या मिनतवारीनं तक्ताधीश म्हणून मिरवू!''

पुन्हा पुंडलिकरावांनी थोडी फिरकी घेतली आणि ते म्हणाले,

''छे! छे! तसं काही होणार नाही. कोण म्हणेल मराठशाही उगवेल म्हणून?''

भगवंतराव म्हणाले,

''इतिहासाची पुनरावृत्ती होत असते. हे आमचे मत नव्हे, उलट कुरुक्षेत्राच्या समरभूमीवर भगवान श्रीकृष्णांनी वीर अर्जुनाला उपदेश केला, *संभवामि युगे युगे!*''

पुंड सद्गदीत होऊन म्हणाले,

''राजासाब, खरं आहे तुमचं. तुमचं खरं होवो आणि तुमच्या तोंडात साखर पडो!''

अशा तऱ्हेनं एक नाही अनेक ऐतिहासिक गप्पागोष्टींना रंग चढला होता. तसा वाड्यात खेळही गरमागरम झाला होता. रात्र केव्हाची संपली हे कुणाच्याही ध्यानी मनी आले नाही. पहाट झाली होती. वाड्यात सर्वजण लवकर उठले होते. अगदी पहाटेच्या तांबडं फुटण्याच्या प्रहरी. पहाटेपासूनच स्नानसंध्या सुरू झाल्या आणि दाही दिशा उजळून निघाल्या. वाड्यात नाश्ता तयार झाला होता. फराळासोबत फळफळावळेही ठेवण्यात आली. सर्वांच्या पंगती बसल्या आणि नाश्ता संपल्याबरोबर चहापाणी घेऊन सर्वांना दस्तीटोपीचा आहेर करण्यात आला.

शेवटी गाठीभेटी करून पाहुणे मंडळी पेठवडजमार्गे पुंडपिंपळगावला निघाले. इतक्यात लिखापढीचा व महत्त्वाचा कारभार पाहणारे तुकाराम जळबा बेलाडे वाड्यात आले. बेलाडे मुख्य कारभारी होते. विविध ठिकाणी जाणे येणे, योग्य त्या नोंदी ठेवणे, महत्त्वाचे निरोप पाठविणे इत्यादी कामे करण्यात त्यांचा हातखंडा होता.

चोखंदळपणे कामे हातावेगळी करण्यात तरबेज होते. म्हणून त्यांना उद्देशून भगवंतराव नाईक म्हणाले,

"कारभारी!"

बदामी डोळे मिचकावत तुकाराम बेलाडे उद्गारले,

"जी मालक!"

"आपण पाहुण्यांबरोबर वडजला जा!"

"जी मालक!"

"वाड्यात घेऊन जा!"

"जी मालक!"

"गढी दाखवा!"

"व्हय मालक!"

"महाजनांची भेट घालून द्या!"

"बरं मालक!"

सर्व पाहुणे मंडळी तुकाराम बेलाडेसह पेठवडजकडे मार्गस्थ झाले. आज पुंडलिकराव पुंड अप्पासाहेबांना जावई करून निघून गेले होते. कन्याऋणातून मुक्त झाले होते. त्यांचा जीव भांड्यात पडला होता. त्यांना आज धन्य धन्य वाटत होतं.

गगनाला गवसणी घालणाऱ्या इच्छाच फलदायी ठरतात. म्हणून माणसांनी नेहमी मोठी स्वप्ने पहावीत. मोठी स्वप्ने पाहिली तरच साकार होतात. छोटी स्वप्ने ही छोटीच असतात आणि माणसाला छोटी करतात. अगदी छोट्यातील छोटी. आणि करारी मुद्रेचे अप्पासाहेब बंगल्यात फेऱ्या घालीत होते. अहिल्याबाईंनी पहाटे पहाटेच पूजाअर्चा केली होती. पोथीचे वाचनही झाले होते. रामायण-महाभारत असे कितीतरी ग्रंथ त्या नित्यनियमाने वाचत असत. इतक्यात अप्पासाहेब आत येऊन म्हणाले,

"आम्मा!"

"बोला अप्पासाहेब!"

"आम्ही शेतीकडे जाऊन यावं म्हणतो!"

"हवेत गारवा आहे नव्हं!"

"गारवा आहे पण सकाळची हवापालटही होते आणि शेतीकडे फेराही होतो!"

"ठीक आहे, लवकर या म्हणते!"

"बरं!"

असे म्हणून अप्पासाहेब शेतीकडे निघाले. थंड हवा सुटली होती. पक्षी किलबिलाट करत होते. मृदगंध दरवळत होता. आकाशात पक्ष्यांचे थवेच्या थवे उडत होते. अप्पासाहेब घोडीवर स्वार झाले आणि त्यांची घोडी टपटप टापा टाकीत वाड्याच्या बाहेर पडली आणि शेतीच्या दिशेने उधळू लागली.

***

आज भगवंतराव नाईकांना मरवाळीला जायचं होतं. त्यामुळे वाड्यात त्यांची घोडी सजविण्यात आली होती. त्यांच्या दिमतीला जाण्यासाठी धोंडिबा पंदाडे, संभाजी गायकवाड तयार होऊन आले होते. मरवाळी येथील शेतीचा लेखाजोखा पाहून तेथील बंदोबस्त लावून यायचं होतं. भगवंतराव आपल्या सहकाऱ्यांसह घोड्यावर स्वार झाले आणि सर्वांनी टाच मारली, तसं घोडदळ सैरभैर उधळलं.

नाईकसाहेब मरवाळीत पोहोचताच गावातील माणसांनी मरवाळी येथील वाड्याकडे धाव घेतली. मरवाळी येथील बैठकीत भला मोठा नारंगी रंगाचा गालिचा अंथरला होता. वाड्यात भगवंतराव नाईकांना लोकांचे मुजरे झडत होते. बैठक माणसांनी फुलून गेली होती. सर्व कारभाराची पाहणी करून व कारभारी मंडळींची विचारपूस करून भगवंतरावांनी मरवाळीचा निरोप घेतला आणि त्यांचा वारु कल्हाळीच्या दिशेने दौडू लागला.

असाच त्यांचा वारू एकेकाळी भागानगरीकडे दौडला होता. निजामाच्या वाढदिवसानिमित्ताने! काय तो त्याचा थाट? साक्षात अल्लाताला. काय ते वैभव? काय ते किल्ले? किल्ल्याच्या चोहोबाजूने खंदक, किल्ला तसा भुईकोटातून सुरू झालेला आणि गटकोटात संपलेला. गडाला एकूण चौऱ्याऐंशी बुरुजांसह भरभक्कम अशी तटबंदी. महालात हिऱ्या-मोत्यांनी जडविलेले पडदे. अलंकारित झुंबरे, रोमहर्षक तुषार कारंजे, मखमलीसारखी हिरवळ, महाद्वारी बारा-बारा हाशम, ज्यांच्या हाती नंग्या तलवारी. जणू काय साक्षात सळसळणाऱ्या नागिणीच!

रंभा, उर्वशी, मेनका यांच्या महालापेक्षाही कैकपटीने वरचढ असलेला तो रंगमहाल, महालात मंजूळ स्वरात गात व नाचत असलेल्या नर्तिका, अधूनमधून 'अल्ला हो अकबर'चा होणार जयघोष तर कधी कधी 'दीन... दीन... अल्ला' हो अकबराचे उठणारे वादळ आणि त्यात आमचे मराठे जाधव, निंबाळकर, राजकिशन प्रसाद, माथुर, राजा रायरायान, शामराजजी धुंडीराज बहादूर, वेलोडी, मोरे, चव्हाण, पाटील, जागले पाटील, देशमुख, सरदेशमुख, महाडिक, पांडे, देशपांडे, सरदेशपांडे, कुळकर्णी यांच्या रांगा लागलेल्या. नजराणा पेश करण्यासाठी.

एकेकाळी याच ठिकाणी मराठ्यांचे कुलदैवत, प्रचंड स्वाभिमान एकवटलेली

शक्ती, तुंगभद्रेपासून नर्मदेपर्यंत धाक असणारं चरित्रं, राजे शिवछत्रपती यांच्या पदस्पर्शाने पावन झालेला हाच तो किल्ला. याच किल्ल्याचा मालक एकेकाळी शिवरायांपुढे नतमस्तक होऊन थराथरा कापत होता पण त्याचाच कोणी तरी वारसदार असलेला आज मुख्य होऊन सिंहासनावर बसला होता. आणि मराठ्यांच्या स्वाभिमानी माना त्याच्यापुढे नतमस्तक होऊन झुकत होत्या. फरशी सलाम करीत होत्या.

खरचं हे मराठे एकवटले असते तर निजामाचीच काय, ब्रिटिशांची सत्तासुद्धा भिरकावून लावली असती. कारण हे खऱ्या अर्थाने राजे. वंश परंपरागत राजे. परंतु यांना छत्रपती शिवरायांचा विसर पडला होता. मराठमावळ्यांचा विसर पडला होता. त्यामुळे हे मराठे लाचारी पेश करण्यात धन्यता मानू लागलेले. गुलामी आपली वाटू लागलेली. ही खऱ्या अर्थाने एके काळी रायगड, वज्रगड, पुरंदर, प्रतापगड, सिंहगड लढविणाऱ्या मर्द मराठ्यांच्या रक्ताची माणसं. काटक माणसं.

ज्या ब्राह्मणांची भारतवर्षात देवता म्हणवून घेण्याची व पूजा करून घेण्याची पात्रता, तेही आदिशाही काळापासूनच दुर्राणी, सुलतानी, फत्तेखानी अशी निजामी नावे लावण्यास आतुर झालेले! ज्या मुखातून ब्राह्मण वेदवाणी वदवीत, 'ओम नमो भगवते वासुदेवाय' म्हणत त्या ऐवजी 'दिन... दिन... अल्लाहो अकबर' उच्चारु लागले. हे राम म्हणण्याऐवजी अल्लाताला वदू लागले. पुराणवाद जोपासता जोपासता कुराणवाद जोपासू लागले.

खरोखरच यांचा स्वाभिमान का म्हणून गळून पडला? हे हिंदू पुत्र कशासाठी मुर्दाड झाले असतील? यांच्या समशेरी का म्हणून नांग्या टाकून बसल्या असतील? एखाद्या पटकी आलेल्या कोंबडीसारख्या! खरोखरच मराठ्यात चौथाई आणि सरदेशमुखीचे हक्क प्राप्त करण्यासाठी चढाओढ लागलेली. यामुळेच हे मराठे 'कुकूच...ऽ कू' करण्यात धन्यता मानू लागले. मराठ्यांच्या लाचारीने कळस गाठला होता. कीव यावी तशी लाचारी उफाळून वर आली होती. मराठ्यांची सद्सदविवेकबुद्धी गहाण पडली होती. त्यामुळे मराठ्यांच्या बुद्धीला गंज चढला होता. मानी माना फरशी सलाम करण्यात धन्यता मानू लागल्या होत्या. मराठ्यांना शहाण्णव कुळांचा विसर पडला होता. एकेकाळचं रायगडावरचं रक्त काळवंडून गेलं होतं. सिंधुदुर्गासारखा असणारा मराठ्यांचा थवा निजामाचा पावा वाजविण्यात मशगुल झाला होता. विशालगडाचा विसर पडला होता. त्यामुळे देवगिरीने लाजेने मान खाली घातली होती. जणू वस्त्रहरण झालेल्या द्रौपदीसारखी!

रायगडावरचा धुरंधर पण पुरंदर मराठा शिवनेरीला विसरला होता. रायगडाच्या टकमक टोकावरून कडेलोट करण्याच्या लायकीचा झाला होता. खुबलढा बुरुजासारखे

बाहू मुर्दाड झाले होते. विजयगडाचा विसर पडला होता. पराजयगडच आपला वाटू लागला. प्रतापगडाचा प्रतापी पायथा विसरला. दौलताबाद, खुलताबाद, निजामाबाद, हैदराबाद अशा नावांचं भूषण वाटू लागलं. भागानगरी म्हणण्याऐवजी तोंडात हैद्राबाद येऊ लागलं. मराठ्यांनी विवेक विसरला आणि मराठ्यांची हलकट, सडकट आणि इरसाल अविवेकबुद्धी उफाळून आली त्यामुळे मराठे स्वत:च्या नाशाला कारणीभूत ठरले पण... आज भगवंतराव नाईक कल्हाळीकडे दौडत होते. त्यांना आता सांगायचं होतं...

'बंद करा ही चोचलेगिरी. किती दिवस जगणार कुत्र्याचं जिणं? त्यासाठी मराठ्यांनो, उठा, जागे व्हा, काळ वैऱ्याचा आहे. रात्र वैऱ्याची आहे. जागे व्हा आणि जागे रहा.'

खरोखरच हा निजाम धनवान असला तरी सत्ता व संपत्तीने अंध झाला होता. त्यामुळे तो सत्तेचा योग्य वापर न करता मनमानेल अशा पद्धतीने आपली सत्ता व हुकूमत गाजवत होता. त्यामुळे सत्तालोलुप माणसे मनाने हावरट असतात हेच दिसून येतं. खरचं सत्ता अंध असते, सत्ता कामांध असते, सत्ता बेधुंद असते, सत्ता वास असते, सत्ता भास असते. जपून वापरली तर सत्ता अविनाश असते हेही निजाम विसरून गेला होता. त्यामुळे त्याला सत्तेची मस्ती चढली होती. कुकर्म वाढत होते. सत्तेत अन्याय असले तर अधर्मीयांचे फावते. त्यामुळे सत्याला सुद्धा वास्तवतेची जोड द्यावी लागेल. अन्यथा वास्तव निसटते आणि सत्य आपोआप लोप पावते.

सत्ता फुलासारखी वापरली तर सुगंध होऊन येते आणि काट्यासारखी वापरली तर कुसळ घेऊन येते. जो गरीब म्हणून मिरवतो तो दानशूर असतो आणि जो दानशूर म्हणून मिरवतो तो भिकारचोट असतो. याचा प्रत्यय निजामाच्या राजधानीत जागोजागी दिसून येत होता. वाढदिवसासारखा वाढदिवस असूनसुद्धा निजामाच्या अंगात एक साधी शेरवानी, एक पायजमा, कातडी जोडा आणि एक साधी फैज टोपी. भरीस भर म्हणून दोन भंगार मोटारी. हेच याचं खरं वैभव दिसून येत होतं. परंतु निजामाजवळ काय कमी होतं? जडजवाहीर, हिरे, माणकं, मोती हे सर्व. भरीस भर म्हणून जगप्रसिद्ध असा नेत्रदीपक हिरा. याशिवाय सोन्या चांदीची कितीतरी भांडीकुंडी. परंतु ही भांडी राजेशाही मेजवान्या देण्याऐवजी शोभेची वस्तू म्हणूनच दरबारात आपलं अस्तित्व सिद्ध करीत होत्या.

याशिवाय एक हजार नोकरफाटा, एवढंच नव्हे तर त्याच्या संगती चार बायका, बेचाळीस लैला बेगम, पन्नास मुले, चाळीस नातवंडे, सोळा सुना, चव्वेचाळीस दासीपुत्र हे सारं सारं वैभव असलं तरी याचा पूर्वज मीर कमरुद्दीन हा

पहिला निजाम. शहाबुद्दीनचा मुलगा. हा खऱ्या अर्थानं मोगलांच्या पदरी चाकर. मुगल सैन्याचा प्रमुख पण याच्या रक्तारक्तात आणि नसानसात दगलबाजी भिनलेली. नंबर एकचा संधिसाधू. दगलबाजातला दगलबाज. बाप मेल्यावर हा पठ्ठ्या गुजरातचा सुभेदार झाला आणि औरंगजेबाच्या मृत्यूनंतर आदिलशाही साफ झाली. आदिलशाही ग्रासून गेली. चांगलंच सूर्यग्रहण लागलं आणि दिल्लीत सत्तेसाठी संघर्ष सुरू झाला. याच संधीचा फायदा घेऊन यानं सन १७२४ मध्ये आपली सुलतानी भागानगरी प्रांतावर घोषीत केली. ही सुलतानी घोषीत करतांना मोगलांना धोका तर ब्रिटीशांना हाताशी हे सूत्र अवलंबिलं गेलं. साहस, पराक्रम न करताच मिळविलेली राजेशाही. म्हणूनच हा मोगलांचा खऱ्या अर्थाने गुप्त शत्रू. याने आपली राजेशाही अबाधित ठेवण्यासाठी अफलातून शक्कल लढविली.

आपल्या अधिपत्याखालील जहागीरदार, वतनदारांची नवनिर्मिती केली आणि वेगवेगळ्या तिरस्कारित पदव्या बहाल केल्या. रुस्तुम व वजीफे एखाद्या भिकाऱ्याला फेकलेल्या भाकरीच्या तुकड्यासारखे. कारण संख्या मोठी आणि रक्कम मामुली. पण आपण जहागीरदार आहोत, वतनदार आहोत या भावनेपोटी या साऱ्या लोकांनी निजामाशी एकनिष्ठ राहून त्याचे धूलीकण आपल्या चरणी लावले. वेळ प्रसंगी भाऊबंदकीतले मुडदे पडू लागले. मराठे आपआपसातच कापाकापीही करू लागले. यामुळे कोणीही मारला गेला तर मराठाच संपू लागला. त्यामुळे मराठ्यांच्या तलवारीला मराठ्यांचच रक्त दिसू लागलं. आपण मालक आहोत, मालदार आहोत एवढाच तो काय भपकेपणा!

पुढे सन १९११ पासून सातवा निजाम मीर उस्मानअली खान गादीवर आला. हा नंबर एकचा धूर्त, कावेबाज, जगातील श्रीमंत, मी मी म्हणणाऱ्यांना अंकित ठेवणारा, पैसा आणि सत्तालोलुप, नंबर एकचा कटकारस्थानी, जबरदस्त हट्टी तसा कपटीही. अशा धूर्त कावळ्याला पंतप्रधान महाराज किशनप्रसाद यांनी गादीवर बसवले. काय म्हणावं या हिंदुपुत्राला? कुठल्या सोनेरी तराजूत तोलावी यांची सहिष्णु वृत्ती? स्वत: का म्हणून बसला नसेल गादीवर? अरे रे! काय हे दुर्दैव या भारतवर्षाचे? जिथे राम गादीवर बसण्याऐवजी रावण गादीवर बसला!

योगायोगाने या सत्तेचीही सातवी पिढी होती आणि कल्हाळीच्या जहागीरदाराचीही सातवी पिढी उदयाला आली होती. बंड करणे हा नाईकांचाही गुणधर्म तसा कल्हाळीचाही.

भगवंतराव कल्हाळीकडे दौडत होते आणि हा सारा सारा इतिहास त्यांना नियती सांगत होती. आणि खरचं भगवंतराव नाईकांनी मराठवाड्यात सोयीरपण

जोडून मनुष्यबळ निर्माण करण्याचा चंग बांधला होता. आता अप्पासाहेबांच्या लग्नाचे वेध लागले होते आणि त्यांचा वारू तुफान वेगाने कल्हाळीकडे दौडत होता.

झालेल्या रपेटीनं घोडदळ घामानं भिजलं होतं. अश्वांचा स्वेदगंध दरवळत होता. भगवंतराव तसे पहाटे पहाटेच कल्हाळीला पोहोचत होते... आणि पाहाता पाहाता कल्हाळी दिसू लागली. तसा भगवंतरावंनी घोड्याचा लगाम खेचला. कल्हाळीची कूस पहाटेच्या अंधूक वातावरणातही दिसत होती. वाड्याच्या बुरुजाचं एक टोक दृष्टिपथात पडत होते. घोड्यांच्या टापांचा आवाज टपटपला तसे हुजरे सामोरे आले. आणि भगवंतरावांसह सर्वांनी वाड्यासमोर घोडदळावरून पायउतार झाले.

***

वाड्यात लग्नाची तयारी चालू होती. अप्पासाहेबांचं लग्न. गावातील सुवासिंनीची ये जा चालू होती. गडीमाणसांनी वाडा भरून गेला होता. अप्पासाहेबांना हळद लावण्याचा कार्यक्रम पार पडत होता. लग्न मुहूर्त जवळ आला होता. विवाहस्थळ तसं जवळचं होतं. त्यामुळे लग्नाला जाण्यासाठी घोडे, मेणे व बैलगाड्या सज्ज ठेवण्यात आल्या होत्या. सर्व तयारीनंतर वऱ्हाड पुंडपिंपळगावला निघालं. थंड हवा सुटली होती. अजूनही हवेत पहाटेचा गारवा जाणवत होता. बैलगाड्यांचा खडखडाट उडाला. घोड्यांच्या टापांचा आवाज टपटपत होता. मेण्यांच्या भोयांची सारखी हाईऽ हुईऽऽ चालू होती. वऱ्हाड कल्हाळी ते कंधार आणि कंधार ते लोहा मार्गावरून सोनखेडपर्यंत येऊन दाखल झालं होतं. रखरखतं उन असलं तरी घनदाट वृक्ष सावली निर्माण करत होते. त्यामुळे वऱ्हाडाने काही वेळ वाटेतच विश्रांती घेतली आणि दुपार टळून वऱ्हाड पुढं मार्गक्रमण करीत होते. दिवेलागण जवळ येत होती. मशाली पेटविण्याची वेळ आली आणि वऱ्हाड पुंडपिंपळगांवच्या अगदी शिवेवर येऊन पोहोचलं. येथून नंदीग्राम अगदी टप्प्यात दिसत होतं. पुंडपिंपळगावच्या वतीनं वऱ्हाडाचं जंगी स्वागत करण्यात आलं आणि वऱ्हाड वाजतगाजत गावात दाखल झालं.

रात्र टळून पहाट झाली. पहाटे पहाटेच वधू-वर पक्षांकडील मंडळींनी आहेराचा कार्यक्रम उरकून घेतला आणि सकाळीच नवरदेव परण्या निघाला. घोड्यावरून मारोतीला जाऊन आला. लग्नघटिका जवळ आली. वाद्यांच्या गजरात विवाह सोहळा संपन्न झाला. गौरवर्णाच्या नववधू रूक्मिणीने अप्पासाहेबांच्या गळ्यात पुष्पहार घातला. चोहोकडे वाद्यांचा गजर दुमदुमला. सनई, डफडे इत्यादी वाद्ये कडकडू लागली. इतर कार्यकम आटोपून वऱ्हाड आल्यामार्गानेच कल्हाळीकडे रवाना झालं.

काळ तसा धकाधकीचा. त्यामुळे भगवंतराव नाईकांनी आपल्या दोन मुलांचे लग्न शक्य तितक्या लवकर आटोपून घेतले. कारण मराठवाड्यावर जुलमी निजामाची एक हुकुमी राजवट! या राजवटीत कोण कोठून येईल आणि कशी कापाकापी करेल याचा नेम नव्हता. शिवाय अनेक कडक बंधनेही घातली गेली होती. बंधनांचे उल्लंघन झाल्यास शिक्षाही तशीच जबरदस्त ठोठावली जायची. यामुळे भगवंतरावांनी नंदीग्राम परगण्यातील सोयीरपण जोडून एक प्रकारे मनुष्यबळ निर्माण केलं. भागानगरी संस्थानात अस्पृश्यताही भयंकर पाळली जात होती. त्यामुळे इतका मोठा हिंदूधर्म असूनही या धर्मातील जाती, पोटजाती आणि त्यातून निर्माण झालेल्या चालीरीती यामुळे हिंदूधर्मातील समाज एकसंघ नव्हता. कुणाच्या पायातलं खेटर कुणाच्या पायात नव्हतं आणि याच संधीचा फायदा भागानगरी येथील हुकूमशहा उठवीत होता.

मराठ्यात सुद्धा एक जबरदस्त दुफळी निर्माण झाली होती. यात देशमुख, पाटील वाद शिगेला पोचला होता. त्यातल्या त्यात बारामाशी व अक्करमाशी यांच्या बाबतीत तरी विचार न केलेलाच बरा. त्यामुळेच अशा अस्पृश्यतेला कंटाळून ज्ञानसम्राट डॉ.बाबासाहेब आंबेडकरांनी महाड येथे चवदार तळ्याच्या पाण्याचा सत्याग्रह केला होता. दलितांचा हा सत्याग्रह खूपच गाजला होता. जणू बाबासाहेबांनी मनुवाद्यांना महाडच्या तळ्यात बुडवून त्यांच्या छाताडावर पाय रोवला होता.

संस्थानात व देशात समाजा-समाजातून क्रांतिकारक निर्माण झाले होते. भागानगरी संस्थानात आमूलाग्र बदल घडून येत होता. या उत्क्रांतीतून क्रांती जन्माला येत होती. आणि येणारी क्रांती काय असेल? कशी असेल? याचा सारासार विचार करून भगवंतराव नाईकांनी मनुष्यबळ जोडलं होतं. या जोडाजोडीच्या खेळात भगवंतराव नाईकांना खूपच धावपळ करावी लागली. यामुळे ते थकले. त्यांची तब्येत अधूनमधून गरम नरम होऊ लागली. अंगावर काढलेले दुखणे त्यांना आता सहन होईनासे झाले. त्यामुळे त्यांचा चेहरा धीरगंभीर पण म्लान दिसू लागला. त्यासाठी त्यांना औषधींच्या रूपात जडीबुटी दिली जाऊ लागली परंतु प्रकृतीत सुधारणा होत नव्हती. प्रकृती दिवसेंदिवस तोळामासा होऊ लागली.

वाड्यात चिंता निर्माण होऊ लागली. वाघासारखा माणूस ढासळू लागला म्हणून प्रत्येक क्षण चिंता निर्माण करीत होता. त्यांच्या प्रकृतीत सुधारणा व्हावी आणि औषधांची मात्रा लागू पडावी म्हणून वैद्यबुवांनी त्यांना हवापालट करण्याचा सल्ला दिला. त्यानुसार एक दिवस कल्हाळीच्या वाड्यासमोर मेणे सजले. कल्हाळी सोडून पेठवडज गाठायचं होतं. ठरल्यानुसार भगवंतराव नाईक आपल्या कुटुंबासह एक दिवस पेठवडजकडे रवाना झाले.

पेठवडजमध्ये स्थायिक होऊन सुद्धा प्रकृतीत तिळमात्र फरक पडत नव्हता. वरचेवर प्रकृती ढासळतच होती. वैद्यबुवासुद्धा शर्थीचे प्रयत्न करीत होते. पण कोण का जाणे, औषधांची मात्रा लागू पडत नव्हती आणि एक दिवस भगवंतरावांनी अप्पासाहेबांना बोलवून घेतले व म्हणाले,

''अप्पासाहेब!''

''जी आबा!''

''या जागेची भारी विलक्षण ओढ. बघा काही जागा कशा असतात, मन प्रसन्न वाटतं!''

''खरं आहे आबा!''

''पण अप्पासाहेब, आता आमचं वय झालंय. पिकलं पान केव्हा गळून पडेल याचा नेम नाही, त्यामुळे तुमच्यावर मोठी जोखीम!''

''कोणती आबा?''

''संस्थानाची आणि निजामाची. कारण ज्या मराठ्यांनी तुंगभद्रेपासून नर्मदेपर्यंत राज्य विस्तारलं, अटकेपार झेंडे लावले, त्याच मराठ्यांनी मराठा दौलत पुढे चालून खिळखिळी केली. पुण्याच्या शनिवारवाड्यात ज्या राजकारणाच्या सल्लामसलती झडल्या, बेहोश विजयाच्या नौबती झडल्या त्याच वाड्यात कर्मकांडाचे स्तोम माजले. होम-हवनाचे धूर उडू लागले. ज्या ठिकाणी राजकारणाचा सतरंज मांडला जात होता त्याच ठिकाणी सदैव नंगानाच!''

''असं का आबा?''

''मराठा दौलतीचं सूत्र हलविण्याचं ठिकाण, पण होम-हवनाचे प्रकार वाढले त्यामुळे अंधश्रद्धा बळावली आणि याच संधीचा फायदा घेऊन निजामाने धुमाकूळ सुरू केला. याच धुमाकुळातून नळदुर्गासह अक्कलकोट सर करून सोलापूरवर थडकला. यावेळी रोखलं असतं तर कदाचित पुणं वाचलं असतं!'

''खरं आहे आबा. घर फिरले की घराचे वासेही फिरतात. मराठ्यातील संकुचित वृत्ती काढली तर मराठा दौलतीला लागलेली कीड दूर होण्यास कितीसा वेळ?''

''छे... छे... तसं काही होणार नाही. मराठी दौलत एकवटणार नाही!''

''कशी काय आबा?''

''अप्पासाहेब, भागानगरी संस्थानात जहागीरदार चार प्रकारचे. यात सरफेखास म्हणजे स्वतः निजाम, दुसरा पायगा. पायगा म्हणजे रक्षणकर्ता, तिसरा जहागीरदार व चौथा संस्थानदार. त्यामुळे मराठी दौलत एकवटेल असं सध्यातरी वाटत नाही.''

“होय आबा!”

“अप्पासाहेब, ज्या जहागीरदाराचे आणि निजामाचे जमले नाही त्यास निजामाने देशोधडीला लावलं !”

“होय आबा!”

“पण अप्पासाहेंब, आपल्यासारख्या जहागीरदाराची स्थिती सोडली तर सर्वसामान्य शेतकरी, शेतमजूर आणि गोरगरीबांची स्थिती लक्षात घेतली तर बलुतेदारी, वेठबिगारी, टपालाची ने-आण करणे, गावची सफाई, वाटाड्या म्हणून काम करणे, चोरांचा बंदोबस्त करणे, रयतेचे ओझे वाहणे ही कामे महारामांगाची!”

“खरं आहे आबा!”

“पण मोबदला अत्यंत कमी!”

“का आबा?”

“सामाजिक गुलामगिरी, दुसरे काय?”

“खरं आहे आबा!”

“पण अप्पासाहेब, दलित शोषित समाजाला दूर लोटू नका. त्यांना आपलसं करा. मायेनं वागवा. मानवतेची वागणूक द्या. माणसं तर ओळखाच पण माणसंही वाचा. पळपुट्या माणसांच्या सहवासात जाऊ नका, कारण अशा माणसांच्या सहवासात मोठ मोठी राज्ये गारद होतात आणि हो! या निजामापासून सतत सावध रहा!”

आज भगवंतराव नाईक निर्वाणीचं बोलत होते. सावधगिरीचा सल्ला देत होते आणि बोलता बोलताच त्यांचा डोळा लागला. रात्र बरीच झाली होती. बालाजी मंदिरात हरीनामाचे सूर आळवले जात होते. तर गढीवर एक घुबड कर्कश आवाजात ओरडत होते. रातकिड्यांचा किर्र असा आवाज येत होता तर टिटव्या कर्कश ओरडत होत्या आणि अंथरुणावर भगवंतराव नाईक झोपेतच विव्हळत होते, कण्हत होते, त्यांचे दुखणे वाढत होते.

रात्र संपून झुंजूमुंजू झालं होतं. पक्ष्यांचा किलबिलाट चालू होता. आकाशात बगळ्यांचे पांढरेशुभ्र थवे भराऱ्या घेत होते. गोठ्यातील गाई वासरे हंबरत होती. गाव तसा जागा झाला होता. आज भगवंतराव नाईकांची तब्येत वाजवीपेक्षा जास्तच नरम गरम दिसत होती. त्यांना एकाएकी रक्ताची उलटी झाली. सारी गढी खडबडून जागी झाली. एकच धावपळ सुरू झाली, पण नाईकांची वाचा बंद होऊन डोळ्यावर पांढरे पांढरे तरळ तरळून आले. आणि काही क्षणातच त्यांनी इहलोकाचा निरोप घेतला. आता ते अनंताच्या प्रवासाला निघाले होते, साऱ्या संस्थानाला पोरके करून. गढीत

एकच आक्रोश उडाला. रामाच्या पहाऱ्यात अहिल्याबाईच्या खटाखट दातखिळ्या बसू लागल्या. पोरीबाळींनी हंबरडा फोडला. त्यामुळे लोकांच्या रांगा वाड्याकडे लागल्या आणि हां हां म्हणता सर्व जहागिरीवर शोककळा पसरली.

***

भगवंतराव नाईकांचा पार्थीव देह अंत्यदर्शनासाठी दिवाणखान्यात ठेवण्यात आला. साडेबारा गावचे जहागीरदार असल्यामुळे पेठवडज येथील गढीत कल्हाळी, बारुळ, मरवाळी, बोमनाळी, धर्मापुरी, बोरी, आंबुलगा, दिग्रस, वरवंट, कोलंबी, तळणी, खामकिवळा, रुई, निपाणी सावरगावं, शिरसी, पांढुरणी, कोडग्याळ या गावासह इतरही गावातून लोकांच्या रांगा लागल्या. दुःखाचा एकच टवका उडाला. अनेकांनी ह्रदयाचा बांध फोडला. लोकांचा पोशिंदा असलेला धनी निघून गेला. लोकांना आपलसं करून मायेनं ओंजारून गोंजारून कायमचा निघून गेला. सर्वांना पोरकं करून. त्यामुळे लोकांनी टाहो फोडला. नाईकसाहेबांची अंत्ययात्रा टाळमृदंगाच्या गजरात निघाली. रस्त्यारस्त्यावरून अंत्ययात्रेवर पुष्पवृष्टी करण्यात येत होती. सर्वात पुढे भजनीमंडळ टाळमृदंगाच्या गजरात आम्ही जातो आमच्या गावा, आमचा राम राम घ्यावा, ही करुण धून आळवत होते.

मखर सजविण्यात आलं होतं. रंगीबेरंगी मखर सर्वांचं लक्ष वेधून घेत होतं. त्यात बसून भगवंतराव नाईक निघाले. चालले... कुठे... अंतिम सत्याकडे... विहीत कर्म पार पाडून... भगवंतराव इहलोक सोडून परलोकाकडे निघाले... पण वेड्या,आंधळ्या, लंगड्या, पांगळ्या लोकांना धाय मोकलून रडवित निघाले. पैसे आणि मुरमुऱ्याच्या लाह्या उधळीत अंत्ययात्रा स्मशानभूमीत जाऊन पोहोचली. आसपास वाडवडिलांच्या अनेक समाध्या होत्या. त्याजवळच जाऊन थांबली. हजारोच्या जनसमुदायाने आपल्या लाडक्या धन्यास अखेरचा निरोप दिला. चंदनाच्या चितेवर भगवंतरावांना ठेवण्यात आले. तसा जंगमाने अखेरचा शंख फुंकला आणि बापूसाहेबांनी चितेस भडाग्नि दिला.

***

भगवंतराव नाईक गेल्यापासून दिवस खिन्न व उदास जात होते. एके दिवशी पेठवडज येथील गढीत बैठक बसली. या बैठकीत पाहुण्यांसह आसपासच्या गावातील इतरही विश्वासू माणसं जमा झाली होती. भगवंतराव नाईकांच्या जाण्यामुळे गढीतील सळसळणारं चैतन्य लोप पावलं होतं परंतु त्यांची राख सावडणं, अस्थी विसर्जन करून पिंडदान करणं व तेरवीबाबत विचार विनीमय चालू होता. आणि आजच बापूसाहेबांच्या नावे पुढील जहागीर चालू ठेवणे याबाबतचे खत आले होते. आता

सातव्या पिढीचे जहागीरदार म्हणून बापूसाहेब पुढे आले होते परंतु भगवंतराव नाईक गेल्यामुळे या जहागीर निवडीचे कुणालाही काही वाटत नव्हते. त्यामुळे बैठकीत फक्त तेरवीचाच विचार चालू होता. तुकाराम बेलाडे म्हणाले,

''मालक मोठे कर्तबगार! त्यांचा आत्मा म्हणजे पुण्यात्मा, त्यासाठी त्यांची तेरवी मोठी झाली पाहिजे!''

रावसाहेब बापूसाहेबांना म्हणाले,

''बापू''

''बोला रावसाहेब!''

''अस्थी आणि रक्षा कुठं विसर्जित करावं म्हणता?''

''कुठं म्हणजे? एक तर नाशिक-त्र्यंबकेश्वर येथे किंवा काशी येथे पिंडदान करावं म्हणतो!''

मध्येच अप्पासाहेब बोलले,

''तेरवी आणि पिंडदान केलं नाही तर चालणार नाही का बापू?''

''ते कसं शक्य आहे? पिंडदान तर करावंच लागतं. पिंडाला कावळा शिवलाच पाहिजे. तरच पूर्वजांच्या ऋणातून मुक्त होऊ!''

''पिंडदान वगैरे हे तर भाकड कर्मकांड! अशा कर्मकांडावर आबासाहेबांचा विश्वास नव्हता. पिंडदान म्हणजे आबासाहेबांच्या आत्म्याला शांतीऐवजी अशांती लावल्यासारखी होईल आणि त्यातल्या त्यात अशा कर्मकांडाला भट लागतो!''

''मग काय झालं?''

''आम्ही कुठं काय झालं म्हणतो? परंतु पिंडदानास हक्काचा भट उपलब्ध होईल काय?''

यावेळी तुकाराम बेलाडे म्हणाले,

''न होण्यास काय झालं? आपण आपल्या पटवाऱ्यासच बोलावून घेऊ.''

पटवाऱ्याचे नाव काढताच अप्पासाहेब ताडकन म्हणाले,

''कोण? पटवारी? तो कसा काय येईल?''

''का येणार नाही?''

''आमच्या भीतीने तो येणार नाही, उलट एखांद पोरगं पाठवून देईल.''

''मग काय झालं?''

''अहो कशाचं काय? अशा मुलांची मुंज झालेली नसते, ना संस्कार झालेले असतात. उलट वरती म्हणतात, मराठे शूद्र, मराठे शूद्र. आमच्या मते हे सर्वच शूद्र. त्यासाठी तेरवी बिरवी काही करण्यात येऊ नये.''

अप्पासाहेबांच्या अशा मतामुळे बैठकीचा रागरंग बदलला आणि अखेर तेरवीचा प्रश्न माजघरात गेला. यावेळी अहिल्याबाई श्वेतवस्त्र परिधान करून बंगईवर पहुडल्या होत्या. रावसाहेब माजघरात गेले आणि अहिल्याबाईंच्या पायाला स्पर्श करीत म्हणाले,

''आम्मा!''

''कोण? रावसाहेब?''

''हो, आम्हीच. दादांचा तेरवीला विरोध आहे. तेव्हा आपण दिवाणखान्यात चलावं!''

अहिल्याबाई बंगईवरून उठत म्हणाल्या,

''आता आमचं काय काम? तुमचे आबासाहेब गेले आणि आता आम्हीही लवकरच जाऊ!''

''हे काय आम्मा, असलं अभद्र बोलू नका. आपण आहात तर आम्ही आहोत!''

''आता आमचं काय मत असणार? अखेर पिंडदान, तेरवी हा अंधश्रद्धेचाच भाग. तेरवी झाली काय अन् नाही काय, हे सगळं सारखंच!''

असं म्हणत अहिल्याबाई दिवाणखान्यात आल्या आणि म्हणाल्या,

''तुम्ही इतकी शहाणी सुरती मंडळी!''

तुकाराम बेलाडे म्हणाले,

''मायसाब, ही तेरवीची बैठक आहे. यावर आपलं काय मत आहे?''

''यात माझं काय मत असणार? मी तर रावसाहेबाजवळ बोलून गेले पण धन्यानी रघुनाथ गायकवाडजवळ मृत्यूपत्र दिलं आहे. ते पहा आणि मगच ठरवा काय करावं ते!'' लागलीच रघुनाथ गायकवाडांना बोलावण्यासाठी घोडेस्वार कल्हाळीकडे दौडला. काही वेळ बैठकीत शांतता पसरली. एक दोन वेळा चहाही झाला आणि अप्पासाहेब म्हणाले,

''आम्मा!''

''बोला अप्पासाहेब!''

''आम्ही बोलतो ते सध्या जिव्हारी लागतयं. पण आम्ही खरं तेच बोलतोय. कारण आबासाहेबांचा देवदेवता, कर्मकांड यावर मुळीच विश्वास नव्हता. ते देवभोळे नव्हते. ज्या ज्या मराठ्यांनी कर्मकांडं केले ते ते वाडेहुडे पडले. जमीनदोस्त झाले. तटबंदी बुरुज खिळखिळे झाले. उदाहरणच द्यायचं तर ज्या शनिवारवाड्यात होमहवनाचं प्रस्थ माजलं, धार्मीक विधीला मंजुरात मिळाली. अखेर असा शनिवारवाडाही

राजकारणाच्या आखाड्याऐवजी देवभोळेपणाचं मंदिर झालं. मुलूख मारून शत्रूचा पराभव करण्याऐवजी कर्मकांडचं विश्रांतिस्थान झालं. त्यामुळे हां हां म्हणता त्यांचे ग्रह उलटे फिरले. घरभेदीपणा वाढला, आत्मघातकी सवयी जडल्या, देवभोळेपणाचा एवढा गहजब माजला की, अखेर मराठ्यांचे पानिपत झालं. सव्वा लाख बांगडी फुटली.

खरचं, हे कर्मकांड किती विषारी असतं. हे बोलवत नाही. अशा कर्मकांडातून दोन अत्यंत तेजस्वी, पराक्रमी पाणीदार मोती निखळून पडले. एक भाऊसाहेब, दुसरे विश्वासराव. त्यामुळे असे कर्मकांड मराठ्यांना परवडणार नाहीत. हे कर्मकांड बंद झाले पाहिजेत. आणि कर्म काय असतं हे लोकांना समजलं पाहीजे. त्यासाठी आम्ही आमच्या काळात ऐतखाऊ लोकांची गय करणार नाही. त्यासाठी आमची सर्वांना विनंती आहे की, कृपया पिंडदान, तेरवी यासारखे कर्मकांड बदं पाडण्यासाठी सर्वांना सहकार्य करावं.''

अप्पासाहेब पूर्ण विचारांती बोलत होते. इतक्यात झुबकेदार गालमिशांचे रघुनाथ गायकवाड मृत्यूपत्र घेऊन आले. तशी बैठकीत चुळबुळ सुरू झाली. मृत्यूपत्रात काय काय लिहीलं असेल याची उत्सुकता वाढली आणि बापूसाहेबांनी मृत्यूपत्राची पिशवी सर्वांसमोर ठेवली. रघुनाथ गायकवाड मृत्युपत्राचे वाचन करीत होते. मृत्युपत्रात भगवंतराव नाईकांनी लिहिलं होतं,

''माझ्या मृत्यूनंतर माझी रक्षा गंगार्पण करण्याऐवजी आमच्या जहागीरीतील शेतीत टाका. कारण आम्ही खत होऊ. भावी पिढी पीक घेईल. अस्थी विसर्जन करण्याऐवजी त्या पूर्वजांच्या समाधीजवळ ठेवा. तेवढाच आम्हाला दिलासा. एवढेच नव्हे तर या निजामापासून बचाव करण्यासाठी जागरुक राहा. संपत्तीचे वाटप न करावे. एकी हे देशाचं बळ असावे. आम्ही ऊन वारा पाहिला पण आमच्या हयातीत प्रजेला तोशीश दिली नाही. या पुढेही होऊ नये तरचं नियती सदैव पाठीशी राहील!''

मृत्युपत्र वाचनानंतर तेरवीच्या बैठकीचा विषय खलास झाला आणि गढीत जमलेली माणसं एक एक करीत निघून गेली.

अप्पासाहेबांना स्वतःच्या घराण्याच्या प्रतिष्ठेचाही विचार होता. म्हणून त्यांच्या या निर्णयामुळे गोरगरीब लोकांची लूट निश्चितच थांबणार होती. यात तिळमात्रही शंका नव्हती. त्यामुळे अशा पद्धतीने अप्पासाहेबांनी त्यांच्या संस्थानातील कर्मकांडांच्या प्रवृत्तीला फटकारले म्हणून सनातनी वृत्तीला हादरा बसला. अशा कर्तव्यदक्ष निर्णयामुळे लोकांच्या आशा आकांक्षा पल्लवीत झाल्या. एका नव्या युगाची सुरुवात होत होती...

-0-0-0-

पाच

कल्हाळी हे गाव चोहोबाजूंनी डोंगरदऱ्यांनी वेढलेलं गाव. निसर्गरम्य परिसर अशी या गावाची ख्याती होती. पक्ष्यांचा राजा मोर आपला पिसारा घेऊन थुईथुई नाचत असे. उंचच उंच डोंगररांगा असल्या तरी सपाट काळीची जमीनही. निसर्गाने या भागावर मर्जी बहाल केल्यामुळे सगळीकडे हिरवेगार दिसत असे. चोहीकडे सीताफळ व सागवानवृक्ष आपलं हिरवंगार अस्तित्व दर्शवित होते. गावालगत झुळझुळ वाहणारी छोटेखानी नदी.हे गाव विद्रोही आणि बंडखोर म्हणूनही सरकारच्या काळ्या यादीत. कल्हाळी मुखेड पोलीस ठाण्याच्या अंतर्गत येत असे. अंमलदाराचा व शिपायाचा मुक्काम कल्हाळीत आल्यानंतर बैठकीतच होत असे. तालुकदार, मामलेदार व मोहतमीम, आमीन यांचाही राबता गढीवरच असे. कारण बापूसाहेब नाईक व निजामाच्या बड्या अधिकाऱ्यांचे जिव्हाळ्याचे संबंध होते तसेच नाईक जहागीरदार असल्याकारणाने बडे अधिकारी वाड्यात येत असत. त्यांची बडदास्त एखाद्या पाहुण्यासारखी ठेवली जात असे. त्यामुळे इतरही महत्त्वाचे निर्णय घेण्याच्या दृष्टीने शासकीय अधिकारी वाड्यातच येत असत.

नव्यानेच रुजू झालेला अहेमद नावाचा एक आमीन आपल्या शिपायांसह आला होता. सय्यद इमाम नावाच्या एका गावकऱ्याने आगळीक केल्यामुळे त्याला पकडण्यासाठी गावात तळ ठोकून बसला होता. सायंकाळचे साधारणत: चार वाजण्याचा सुमार असावा. यावेळी गावातील लहान थोर मंडळी पिण्याचे पाणी भरण्यासाठी गावाशेजारी असलेल्या छोटेखानी नदीवर जात असत. त्यामुळे लोकांची पाण्यासाठी रांग लागलेली. हा आमीन नुकताच वयात आलेला. धड मिसरुडही न फुटलेला. एका मुलीस पाहून काहीतरी बोलला आणि या गोष्टीला वाचा फुटली.

ही बाब माणिका कहाळेकर, पुंडलीक वडजे, संभाजी टोळ व गोविंद खंदारे यांना समजताच त्यांनी सरळ आमीनास विचारणा करण्यास सुरुवात केली. त्यावरून

चांगलेच भांडण भडकले आणि हाणामारीस प्रारंभ झाला. तसे आमीनाने आपले रिवाल्वर काढून हवेत गोळीबार सुरू केला. त्यामुळे वातावरण गंभीर बनले व ही बाब अप्पासाहेबांच्या कानावर गेली. तसे त्यांनी आमीनास बोलावणे पाठविले. काही वेळातच आमीनासह गावातील माणसांचा जमाव बैठकीत दाखल झाला. यावेळी आमीनास विचारणा सुरू झाली. त्यावर आमीन अजीजीने म्हणाला,

''सरकार, मेरी गलती नही है।''

परंतु अप्पासाहेब काय ओळखायचं ते ओळखले. अप्पासाहेबांच्या मुठी आवळल्या गेल्या आणि एकाएकीच आमीनाच्या श्रीमुखात भडकावली. तसे अनेक हात सपासप पडू लागले. आमीनाला व त्याच्या शिपायाला बांधून भयंकर मारझोड सुरू झाली. त्यामुळे पोलीस पटापटा पाया पडून गयावया करून लागले. परंतु सारखी मारझोड सुरू होती. पोलीस शिपाई तरी एखाद्या ढोरासारखा ठो ठो बोंबलत होता. बैठकीत उलटे टांगून चांगलाच चोप देण्यात आला आणि त्यांची वर्दी उतरून घेऊन रिवाल्वरसह जप्त करून चड्डीबनीयन वर त्यांची रवानगी केली गेली.

त्यामुळे पुढे आमीनाचे काय झाले हे समजले नाही पण त्याच्या जागी नवीन आमीन रुजू झला आणि या मारहाणीच्या घटनेपासून निजामी अधिकारी कल्हाळीची भेट टाळू लागले. दस्तुरखुद्द निजामाच्या पोलीस अधिकाऱ्यावर हात टाकल्यामुळे हां हां म्हणता अप्पासाहेबांची दहशत पसरली व दरारा वाढला. बापूसाहेबांचा आणि निजामी अधिकाऱ्यांचा संबंध जिव्हाळ्याचा असल्यामुळे कुठलीही कार्यवाही झाली नाही. या काळात इतरही काही छोटे मोठे प्रसंग घडून आले. त्यामुळे अशा प्रसंगातून स्वाभिमान जपण्यास प्रारंभ झाला आणि कल्हाळीचे नाव खऱ्या अर्थाने चर्चिले जाऊ लागले. जिकडे तिकडे कल्हाळीचाच बोलबाला सुरू झाला.

***

बैठकीत निळ्या रंगाच्या मखमली गालिच्यावर अप्पासाहेब एकटेच मागे हात हातावर ठेवून इकडून तिकडे फेऱ्या मारत होते. ते कसला तरी विचार करत होते. त्यांच्या डोक्यात आमीनाच्या घटनेनं काहूर माजलं होतं. एक ना एक दिवस बडे अधिकारी येतील, चौकशी करतील. त्यासोबत विचारपूसही होईल. अशा विचारात असतांनाचा गोविंदराव खंदारे आले. गोविंदराव घामाने ओलेचिंब झाले होते. अंगापिंडाने धिप्पाड असलेले गोविंदराव आता मात्र पूर्ण घाबरून गेले होते. सारखं थरथर कापत होते. लटलट करीत होते. हादरून गेले होते. त्यांच्या त्या अवस्थेकडं पाहात अप्पासाहेब म्हणाले,

''का खंदारे? काय प्रकार घडला? काही भूतबीत पाहिलं की काय?''

थरथर कापत आपली बाराबंदी सांभाळत खंदारे म्हणाले,

"मालक वाऽ वाऽ..."

"अहो झालं तरी काय? काही विपरीत घडलं का? आणि एवढी बोबडी कशानं वळली तुमची?"

पण त्यांच्या या प्रश्नावर खंदारे काहीच उत्तर देऊ शकत नव्हते. त्याच्या तोंडातून अवाक्षरही बाहेर पडत नव्हतं एवढं ते घाबरले होते. त्यांची ही अवस्था ओळखून अप्पासाहेबांनी त्यांना धीर देण्याच्या उद्देशाने जवळ घेतले आणि त्यांच्या पाठीवरून हात फिरवित त्यांनी गणू स्वयंपाक्यास हाक मारली,

"गणूऽ ए गणू!"

अप्पासाहेबांचा आवाज ऐकताच स्वयंपाकघरातून गणू हातातील काम सोडून धावत पळत बंगल्याच्या दिशेने आला. हातातील उपरणे खांद्यावर टाकीत गणू म्हणाला,

"काय मालक?"

"अरे, खंदारे कशाला तरी घाबरलेले दिसतात. त्यांच्यासाठी पाणी घेऊन ये."

"आत्ता आणतो जी"

असं म्हणत गणू स्वयंपाकी घाईघाईने वाड्यात शिरला आणि लगेच सुरईभर पाणी आणून खंदाऱ्यांना दिलं व गणू वाड्यात निघून गेला. पाण्याचे दोन घोट पोटात जाताच खंदारेंना जर बरं वाटलं. आता ते थोडं बोलू लागले.

"मालक!"

"काय?"

"वाघ!"

"काय?"

"वाघ आला!"

"कुठे आणि वाघाची एवढी भीती? आणि काय हो, कुठं आहे वाघ? आपण पाहिलात का?"

"नाही!"

"मग"

"गावात बोंब उठलीया!"

"ठीक तर!"

असे म्हणत अप्पासाहेबांनी पुन्हा गणूला हाक मारली.

"गणू ए गणू!"

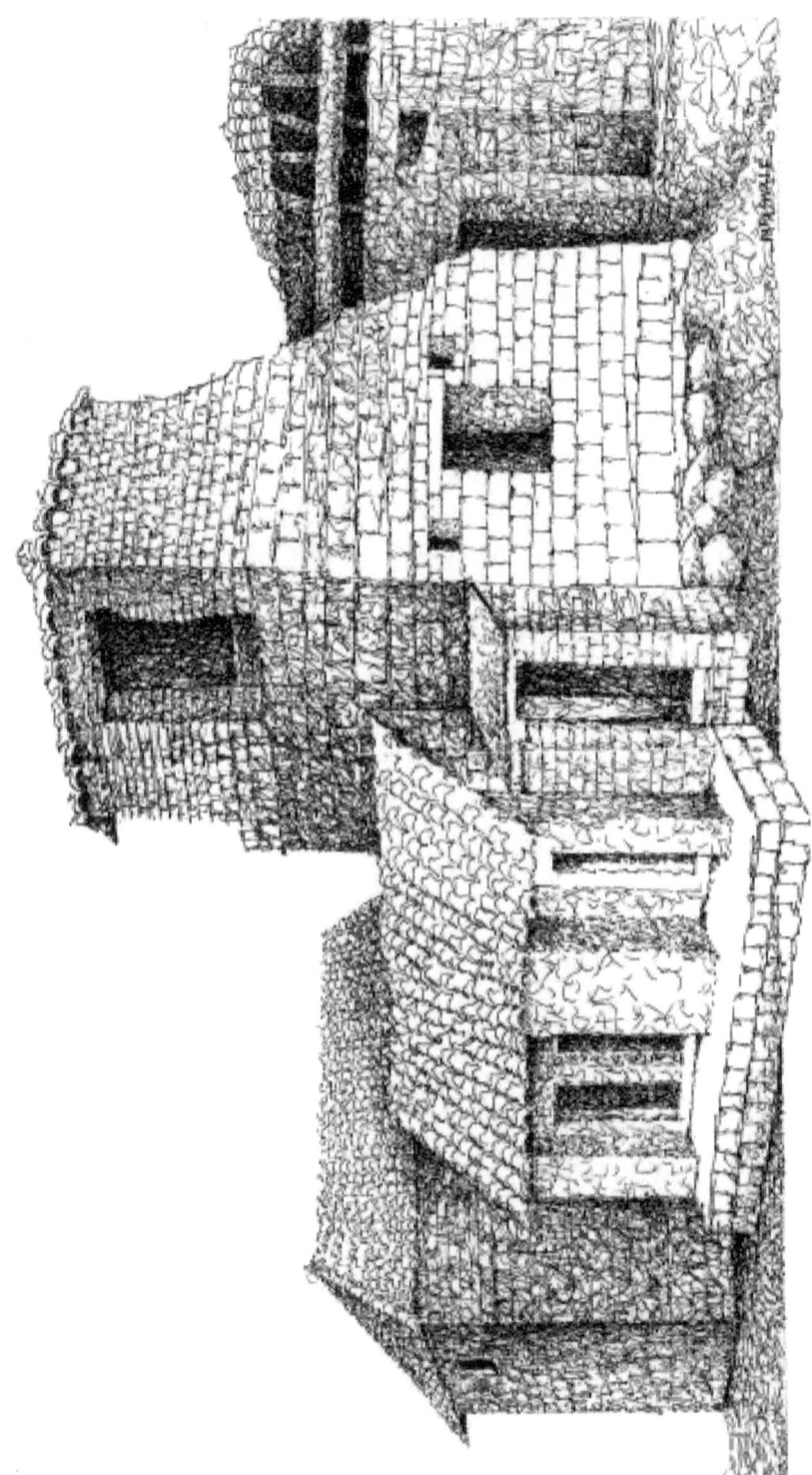

गणू स्वयंपाकी धावत आला आणि म्हणाला,

"जी मालक!"

"अरे गावात जा आणि माणसं बोलावं!"

"जी!"

असं म्हणत क्षणाचाही विलंब न लावता गणू बाहेर पडला. पुन्हा बंगल्यात शांतता पसरली. खंदारे बैठकीत शांत बसून होते. अप्पासाहेब फेऱ्या मारत होते. आज बसवण्णाच्या माळावर संभाजी गिरजाप्पा पारपेलवाड या कोळी माणसाची आणि वाघाची गाठ पडली होती. वाघाने संभाजीवर झडप घातली होती. वाघाची आणि संभाजीची चांगली एक तास झटापटवजा कुस्ती झाली. पण या कुस्तीत वाघ हरला. परंतु संभाजीही जबर जखमी झाला. वाघाने त्यास रक्तबंबाळ केलं होतं. एका प्रकारे इतिहासाची पुनरावृत्ती झाली होती. छत्रपती संभाजीराजे आणि सिंह याप्रमाणेच.

इतक्यात गावातून मारोती महादू गड्डमवाड, माधवराव बाबाराव मरेवाड, लक्ष्मण बाबा वडजे, देवराव दुधवाड, केरबा मालू सोनकांबळे, गंडाजी सोनकांबळे, रामजी सोनकांबळे, तुकाराम गंगाराम वाघमारे, मारोती गंगाराम वाघमारे, लिंगोजी गंगाराम वाघमारे, जयराम बाबाराव मरेवाड, गोविंद दुधवाड, शेकोजी सोनकांबळे, सुभानजी सोनकांबळे, शेटीबा बनसोडे, माणिका कहाळेकर, संभाजी टोळ, अर्जुना सोनकांबळे, संभाजी दुधवाड, रामराव पुटवाड, मारोतराव खडके इत्यादी मंडळी बंगल्यात आली. त्यांना उद्देशून अप्पासाहेब म्हणाले,

"गावात वाघ आलाय म्हणे!"

"कुठं?"

"शोधा, जनावर भारी दिसतंय, जरा दमानं घ्या!"

"होय मालक!"

"पण शिकार कशी करणार?"

"माची बांधून किंवा एखादं सावज बांधून!"

"ठीक, पण वाघ सोडू नका!"

"जी मालक!"

असे म्हणून सर्वजण वाघाच्या शिकारीची जय्यत तयारी करून निघाले. यात लाठ्या काठ्या, भाले बरचे, बंदुका, वाघ हुसकावण्यासाठी वाद्ये, टिमक्या आदी घेऊन वाघाच्या मागावर निघाले. टिमकी तडतडू लागली. हाकारे उठू लागले. सगळीकडे कोलाहल सुरू झाला. माळरानातील भयाण शांतता भंग पावली. चिमणी पाखरं फडफड करून उडाली. तसा वाघाचा शोध सुरू झाला. वाघ बसवण्णांच्या

माळावर असल्याची खात्रीलायक बातमी मिळाली होती. त्याप्रमाणे हत्यारबंद पथक माळावर दाखल झालं.

जागोजाग वाघाचे भले मोठे ठसे दिसून येत होते. आणि इतक्यात एक मोठच्या मोठं धूड एका जाळीतून बाहेर पडलं. तसा माधव मरेवाड आपले भेदक डोळे विस्फारत म्हणाला,

“अरे मारुती!”

अंगातील धोती कमरेभोवती चढवीत मारोती गड्डमवाड म्हणाले,

“काय रं मरेवाड?”

“त्यो बघ वाघ!”

“कुठं हाय रं?”

“त्यो त्यो रं...!”

“कुठं रे?”

“त्यो रं!”

“खरचं की रं...!”

माधव मरेवाड आणि मारोती गड्डमवाड हे वाघाच्या खालच्या दिशेला गेले. बाकी सर्व मंडळी वाघाच्या मागच्या दिशेला गेली. इतक्यात वाघ एका गर्द हिरव्या झाडीत शिरला आणि केरबा सोनकांबळेनं माळावरचा लालबुंद दगड सरळ वाघाच्या जाळीत फेकला.

तसा वाघ चवताळला आणि डरडर डरकाळ्या फोडीत झाडीच्या बाहेर पडला व माणसाकडे झेपावला. परंतु माणसांचा जमाव बघून बिथरला आणि जाग्यावरच थांबला. पण बेडरपणे निर्ढावल्यासारखा जिभल्या चाटू लागला आणि एकाएकीच मागे फिरला.

मागे मारोती गड्डमवाड आणि माधव मरेवाड हे दबा धरून बसलेच होते. वाघ सरळ त्यांच्या अंगावर गेला. माधव मरेवाडनं भाला लावला. भाला लागताच वाघाने उसळी घेतली आणि मरेवाडच्या अंगावर पडला. तसा मरेवाडने भाला लावला आणि जोरकस वार केला. तशी वाघाच्या पोटातील आतडी बाहेर पडली. आणि वाघ जमिनीवर कोसळला.

इतक्यात गड्डमवाडने दुसरा वार केला. हा वार इतका जबरदस्त होता की, क्षणातच वाघाने प्राण सोडला. सर्व शक्ती एकवटून केलेला हा वार शेवटी वाघाचा कर्दनकाळ ठरला.

“खरोखरंच, जनशक्ती हेच सामर्थ्याचं प्रतीक असतं!”

शेवटी सर्वांनी वाघाचं धूड गावात वाड्यापुढं आणून ठेवलं.

मारलेला वाघ पाहण्यासाठी गर्दी उसळली होती. चोहीकडे गड्डमवाड आणि मरेवाड यांची वाहवा होऊ लागली. वाघाची वाघनखं आणि चर्म काढून घेण्यात आलं आणि बागाच्या ओट्यावर गौरव सभेच आयोजन करण्यात आलं. अप्पासाहेब म्हणाले,

"मर्द हो! मनुष्य कुठल्या जातीत जन्माला आला यावरून त्याचे मोठेपण अवलंबून नसतं तर त्याच्या कार्यावर अवलंबून असतं. कोळी समाजातील दोन जवानांनी किमान एक क्विंटलचा वाघ मारून छत्रपती संभाजीराजांची आठवण करून दिली आहे. हा एक नवीन इतिहास घडविला आहे. या इतिहासाची नोंद आम्ही सुवर्णअक्षरात घेऊ!

वाघाचं काळीज असणारी माणसं आमच्या संस्थानात आहेत याचा आम्हाला अभिमान आहे. या मर्दांनी केलेली शिकार आम्ही कदापिही विसरणार नाही. हा वाघ नक्कीच नरभक्षक वाघ आहे. चटेरी पटेरी वाघ मारल्यामुळे आम्ही त्यांच्या धाडसाचे कौतुक करतो."

अशा यथार्थ शब्दात त्यांचा गौरव करून त्यांना मानाची वस्त्रे व शस्त्रे दिली. इतक्यात वाड्यातून गणू धावत पळत उड्या मारत आला आणि म्हणाला,

"मालक, मालक! एक आनंदाची बातमी आहे. तुम्ही आधी वाड्यात चला. मोठ्या मालकांना मुलगा झाला."

तसे सर्वजण वाड्यात गेले. बापूसाहेबांना पुत्ररत्न प्राप्त झाले होते. पहिलं-वहिलं अपत्य. लागलीच वाड्यात वाद्ये तडतडू लागली. गावात वाजत गाजत साखरपान वाटण्यात आलं आणि वाडा एका आनंदानं भारावून गेला.

तशी सायंकाळ उतरली व एके दिवशी मुलाचा नामकरण विधी पार पडला. भगवंतराव नाईकांच्या नावावरून मुलाचं नाव भगवंतराव ठेवण्यात आलं. नाईकांचे भगवंतराव नाईकांना परत मिळाले. वाड्यात सर्वजण भगवंतरावांना नाना म्हणू लागले तर कोणी कोणी नानासाहेबही म्हणू लागले.

गुराढोरांच्या गळ्यातील खळखळ वाजणाऱ्या मंजूळ घुंगरमाळा, त्यातच नानाचं रडणं कसं मजेदार वाटत होतं. नाना आला तो एक नवचैतन्य घेऊन आणि नवीन वर्षाची नवी पहाट घेऊन, नव्हे हसरी सकाळ घेऊन.

-0-0-0-

सहा

कल्हाळी येथील बैठक सजली होती. केशरी रंगाचा भरजरी गालिचा बैठकभर पसरला होता. रावसाहेब नाईकांचे लग्न अगदी साध्या पद्धतीने पार पडले होते. कारण बापूसाहेबांची धर्मपत्नी प्रयागबाई ह्या प्रसूत होऊन एका मुलीस जन्म देऊन धनुर्वातात खर्ची पडल्या होत्या. त्यामुळेच रावसाहेबांचे लग्न अगदी साध्या पद्धतीने पार पडले होते. आता बऱ्यापैकी मोकळीक मिळाली होती. देशात ६००-६५० संस्थानिक कार्यरत होते. तथापि भारताच्या स्वातंत्र्याचे आंदोलन प्रगती पथावर होतं. यात महात्मा गांधी, सुभाषचंद्र बोस, डॉ.बाबासाहेब आंबेडकर, सरदार वल्लभभाई पटेल, अण्णाभाऊ साठे, सावरकर हे आपआपल्या परीने प्रयत्न करत होते. परंतु भागानगरी संस्थान अगदी हिदुस्थानच्या मध्यभागी वसलं होतं. जणू एक प्रकारे हृदयच आणि या संस्थानात अस्पृश्यता जोमाने पाळली जात होती. सार्वजनिक विहिरी, रस्ते, शाळा, स्मशानभूमी, धर्मशाळा, मंदिर प्रवेश इत्यादीवर बंदी होती.

त्यामुळे भागानगरी संस्थानात जातीयतेला ऊत आला होता. तर कल्हाळीत अप्पासाहेबांच्या नेतृत्वाखाली जातीयता नष्ट होत होती. गावातील विहिरी, शाळा, मंदिर हे सर्वांसाठी रात्रंदिवस खुले होते. त्यामुळे कल्हाळीत सर्व जातीधर्माचे लोक एकोप्याने राहात होते. बाहेर पावसाची मोठी सर धोधारपणे कोसळत होती. धबधब असा अखंड नाद उठत होता. पावसाची मोठी सर आली होती मात्र त्याकडे कोणाचेही लक्ष नव्हते. बैठकीत बापूसाहेब नाईक, अप्पासाहेब, रावसाहेब, बळीमहाराज, संभाजी टोळ, माणिका कहाळेकर, बाबा वडजे, अमृता वडजे इत्यादी बसले होते. बैठकीत निजामाच्या कार्यप्रणालीवर विचार मंथन सुरू होतं. यावेळी बापूसाहेबांना उद्देशून बाबा वडजे म्हणाले,

''मालक!''

बापूसाहेब म्हणाले,

“काय?”

“संस्थानात शाळा निघत आहेत. आणि आपणही एखादी शाळा काढली तर बरं होईल.”

यावर बापूसाहेब गालातल्या गालात हसत म्हणाले, “तुमचं खरं आहे. उदयगिरी येथे श्यामलाल विद्यालय सुरू झालं आहे. त्यामुळे लोकांचं प्रबोधन होईल पण निजामाकडून अशा शाळेवर तत्काळ बंदी घातल्या जात आहे. त्यामुळे तूर्त रागरंग ओळखून शाळा काढलेली बरी!”

यावर बाबा वडजे म्हणाले,

“मालक, त्यात काय एवढं? अहो शाळेवरच कुठं बंदी हाय. शाळा, वाचनालयं, वंदे मातरम् इत्यादींवर बंदी हायच की जी!”

बापूसाहेब पुन्हा म्हणाले,

“तेच तर आम्ही म्हणतो. तिकडे संभाजीनगर येथे गोविंदभाई श्राफ यांनी आंदोलन सुरू केलं आहे. त्यामुळं संभाजीनगर विद्यार्थ्यांनी फुलून गेलं आहे. वंदे मातरम्चे वादळी वारे सुटले आहे. देशात स्वाभिमान आणि देशाभिमान जागृत झाला आहे. यामुळे युवकांचे संघटन तग धरू लागलं आहे. वंदे मातरम्ची आरोळी भागानगरीच्या कानाकोपऱ्यात पोचली आहे!”

मध्येच अप्पासाहेब म्हणाले,

“म्हणून तर विद्यार्थ्यांना शाळेतून काढून टाकण्याचं धाडस या निजामानं केलं आहे!”

यावर बापूसाहेब उद्गारले,

“खरं आहे अप्पासाहेब. विनाश काले विपरीत बुद्धी यालाच तर म्हणतात. म्हणूनच तर निजामाच्या वाढदिवसावर बहिष्कार!”

“बहिष्कार टाकला बापू हे खरं, परंतु चिडून जाऊन घोणशीकर, कोळनूरकर यांच्याविरुद्ध राजद्रोहाचा खटला दाखल झाला त्याचं काय?”

“अप्पासाहेब, निजामाचा वाढदिवस म्हणजे ईदनंतरचा सर्वात मोठा सण आणि अशा या सणावर आपल्या भागातील जनतेनं बहिष्कार टाकला तर खटला दाखल होणार नाही तर काय?”

“खटला दाखल होईल हे खरं आहे पण साधीसुधी जनता इतक्या पराकोटीला कशी काय जाते यांची शहानिशा केली असती तर काय झालं असतं?”

“काय झालं असतं म्हणजे! अहो, धाराशीव जिल्ह्यातील छोटेखान पठाणाची हरामखोरी समोर आली असती. त्यांन केलेला गोरगरीबांचा छळ, त्याची मगरुरी,

त्याने पाडलेले खून आणि त्याची वाढलेली दहशत समोर आली असती. आणि अशा या कृत्याला वाचा फुटली असती. आळा बसला असता.''

''तुम्ही म्हणता हे खरं आहे. पण कोणत्याही राजेशाहीत असचं घडत नसतं!''

''का घडत नसतं? छत्रपतींच्या काळात रांझाचं प्रकरण समोरचं आलं नसतं आणि त्याचे हात पायही तुटले नसते, म्हणून म्हणतो बापू, असं घडत असतं. असं घडलं असतं तर वेदप्रकाश प्राणाला मुकला नसता. भीमराव ठार झाला नसता आणि माणिकराव जबर जखमी झाले नसते. अशा या अमानवी कृत्यामुळेच लोकांनी बहिष्कार टाकला हे मान्यच करावं लागेल!''

''खरं आहे अप्पासाहेब!''

असं म्हणत बापूसाहेबांनी हातातला जुना साप्ताहिक मराठवाडा तसेच बहिष्कृत भारत चा अंक दाखवला. त्यात बातम्या होत्या,

* निजाम स्टेटमधील नंदीग्राम जिल्ह्यात वाढोणा या गावी आषाढी एकादशीचा भजनसप्ताह सुरू असताना सशस्त्र मुसलमानांनी देवळात शिरून भजनीलोकांवर हल्ला केला. १०-२० हिंदूंना जबर जखमा झाल्या आहेत. आता चौकशीचा फार्स चालू आहे!

* भागानगरीत स्टेट कॉंग्रेसची स्थापना

* लातूर येथे महाराष्ट्र परिषदेचे आयोजन, अधिवेशनावर तत्काळ बंदी

* मकरंदपूर येथे दलित परिषदेचे आयोजन, परिषदेला डॉ.बाबासाहेब आंबेडकर येणार...

या ठळक बातम्या वाचून अप्पासाहेब विचारात पडले. आता पावसाची सर पूर्णपणे थांबली होती. पाऊस पूर्णपणे उघडला होता. बैठकीबाहेर अर्जुन सोनकांबळे येऊन उभा होता. तो हळूच बैठकीत डोकावून पाहात म्हणाला,

''मालक! आत येऊ?''

अप्पासाहेब म्हणाले,

''अर्जुना, हे काय विचारणं झालं. ये... ये...!''

अर्जुन आत येऊन बसताच अप्पासाहेब म्हणाले,

''काय अर्जुना? काय काम काढलं?''

''काही नाही जी! म्या मकरंदपूरला बाबासाहेबांच्या सभेला गेलतो जी!''

''बरं... बरं... मग काय म्हणाले बाबासाहेब?''

''मी माझ्या तोंडानं सांगू नये आन तुम्ही तुमच्या कानानं ऐकू नये!''

''असं काय ऐकलं अर्जुना?''

''ते विचारू नका मालक! गड्या आपला गाव बरा म्हणायची येळ आली बगा!''

''ते कसं काय?''

अर्जुना सोनकांबळे म्हणाला,

''बाबासाहेब म्हणाले, आम्ही देवगिरीचा किल्ला पहावयास गेलो होतो अन हौदातील पाण्यानं हात पाय धुतलो तवा एका मुसलमानाच्या पोरीनं जोरात वराडली, धावा, पळा, धेडांनी हौद बाटवला.''

''मग काय झालं अर्जुना?''

''आता काय होणार मालक? सरळ रट्टारट्टीची येळ येणार पण बाबासाहेब शिकलेलं मोठं माणूस. तवा ते मनले, बाबांनो, आम्ही बाहेरगावची माणसं. तवा आमालं यातलं कायबी माहीत नाय, तवा हे परकरण शांत झालं. नाही तर काठ्या कुऱ्हाडी घेऊन आलतं म्हणं ते लोकं!''

''पुढं काय झालं अर्जुना?''

''मालक, बाबासाहेब लयी बोलत व्हतं. या निजामानं म्हणं तीनशे मौलवी आपल्या सारख्यांची सुंता करायला धाडले म्हणं. एवढंच नव्हं तर बायांवरचा अत्याचार, शाळंत बसण्याची वेवस्था यावर बाबासाहेब खूप बोलले!''

अर्जुनाचे हे बोलणं ऐकून अप्पासाहेब म्हणाले,

''अर्जुना, बाबासाहेबांना तू स्वत: पाहिलं?''

''हो मालक, अगदी जवळून पाह्यलं. अबाबा... काय तो थाट? मांग पुढं लोक बाबासाहेबाचा उदो उदो करीत व्हतं. टाळ्यांचा गजर, अनं अंगात पांढरा धोक धोतर आन न्हेरु शर्ट घातला व्हता बगा बाबासाहेबांनी!''

''अर्जुना, किती लोक असतील या सभेला?''

''लोकं म्हणता व्हय... अबाबा... जीतवर बगाल तेथवर लोकचं लोकं. संबाजीनगर, वैजापूर, गंगापूर, सोयगावं, शिल्लोड, खुलताबाद, चाळीसगांव येथून लांब लांबून लोक आलं व्हतं बाबासायबाचं भाषण ऐकायला!''

''मग अर्जुना, बाबासाहेब निजामाबद्दल काय बोलले?''

''अजून काय बोलणार? ते मनले, दलित हेच या भूमीची खरी लेकरं हायेत. त्यायनी हिंदू धरम अभ्यासला, मुसलमान धरम, खिरीचन, जईन हे समदे धरम अभ्यासले, मनुन ते मनलं की बाबांनो, माझ्या दादांनो, तुमी आपला धरम सोडून जाऊ नका. या मोगलाईत काहीही होऊ शकतं. शत्रूला साथ देऊ नका. त्यासाठी

तुमी धरम सोडू नका. त्यासाठी शिकसान घ्या, संघटित व्हा आन संघर्ष करा मनलं!''

''असं होय अर्जुना, पण ते शत्रू कोणाला म्हणाले?''

''अजून कोणालं मननार जी? निजामालाच शत्रू मनले!''

मध्येच अप्पासाहेब बोलले,

''मग, कसे वाटले बाबासाहेब?''

''आता काय लयच मोठे जी. एखादा वागच गर्जतो तसा गर्जला बगा. मनुन तर त्याहिच्यावर बंदी टाकली.''

असे एक ना दोन अनेक किस्से अर्जुनानं बैठकीत सांगितले. सांगताना त्याचा जोश ही तोच होता. जसे काय प्रत्यक्षात बाबासाहेबच बोलत आहेत की काय असं वाटत होतं. या वेळी बैठकीत रावसाहेब मराठवाडा साप्ताहिक नजरेखालून घालत होते. आणि वाचता वाचता ते एकदम चमकले व म्हणाले,

''बापू!''

''बोला रावसाहेब!''

''पुन्हा एक भन्नाट बातमी!''

असे म्हणून साप्ताहिक समोर ठेवले. त्या साप्ताहिकात छापून आलं होतं.

* इत्तेहादूल मुस्लीमचे अध्यक्ष नवाब बहादूर जंग यांच्या पुतण्याचं शिरकाण. गुलबर्ग्यात पेटला दंगा. दंग्याची आग कल्याणी, गुंजोटी, निजामाबाद, परभणी, उदयगिरी येथेही पसरली.

* भागानगरीत उसळली दंगल. दंगलीचे पडसाद कर्नाटकात आणि मराठवाड्यातही. भागानगरी संस्थानाची राज्यघटना घोषित. ८० सदस्यांचे मंत्री मंडळ, ५० टक्के जागा हिंदूना तर ५० टक्के जागा मुस्लीमांना.

* त्रिपुरा येथे वंदे मातरम् मेळावा होणार. मेळाव्याच्या अध्यक्षस्थानी सुभाषचंद्र बोस तर प्रमुख पाहुणे म्हणून पंडित जवाहरलाल नेहरू येणार. आर्य समाजाचे झंझावाती दौरे सुरू. देगलूर, उदयगिरी, मुखेड, कंधार, तामसा, भोकर, उमरी, धर्माबाद येथेही कार्यास प्रारंभ.

* नंदीग्राम येथे दंगा. किसनसिंह हुतात्मा. उदयगिरी, संभाजीनगर, अहमदपूर, नळदुर्ग येथेही जातीय दंगली भडकल्या...

यावेळी अप्पासाहेब म्हणाले,

''बघा बापू, आम्ही म्हणतो ते खोटं नव्हे. काय दर्शवितात ह्या बातम्या? चोहीकडे निजामविरोधी कार्यास प्रारंभ झाला आहे. सर्व स्तरांतून स्वातंत्र्याची मागणी

समोर येत आहे.''

''खरं आहे अप्पासाहेब. भागानगरीत दस्तुरखुद्द स्वामी रामानंद तीर्थ, दिगंबरराव बिंदू, अनंत कृष्णा वाघमारे हे उतरले आहेत तर एकीकडे मराठवाड्यात व कर्नाटकात बाबासाहेब परांजपे, स.कृ.वैशंपायन, श्रीनिवास बोरीकर, मुकुंद पेडगांवकर, पुरुषोत्तम चपळगांवकर, रा.श्री.दिवाण, श्यामराव बोधनकर, गोपाळशास्त्री देव, भगवानराव गांजवे, गोविंदराव पानसरे, गंगाप्रसाद अग्रवाल, तर कर्नाटकात वि.पा.देऊळगांवकर, जगन्नाथ चंद्रकी, जे.के.प्राणाचार्य, मुरलीधर कामतीकर, तर आंध्र प्रदेशातून पी.व्ही. नरसिंहराव, के.व्ही.नरसिंहराव, केशवराव जमलापूरकर, नारायणराव कोमटगिरी, माडपाटी रामचंद्रराव, कोदाटी नारायणराव तर खुद्द भागानगरीतून डॉ.जी.एस.मेलकोटे, कृष्णाचार्य जोशी, बॅ.श्रीधरराव नाईक, वासुदेव नाईक, रामचंद्र नांदापूरकर हेही उतरले आहेत. त्यामुळे आता निजामाचं काही खरं नाही.''

''भलत्या मार्गावर पाय पडत आहेत असंच म्हणावं लागेल बापू, पण अशा वेळी आपणही जहागीरदार या नात्यानं जागरुक असायलाच हवं!''

''खरं आहे. त्यासाठी आपली माणसं संस्थानभर फिरु द्या. लहान मोठ्या गोष्टी वेळीच कळायला हव्यात.''

एवढ्यात भजण्या नावाचा कोतवाल बैठकीत आला. दोन पावलं मागं सरकत मुजरा करीत म्हणाला,

''सरकारचा हुकूम!''

''कोण सरकार आणि कोणता हुकूम?''

''मोहतमीम साब येत आहेत!''

यावर तत्काळ बैठकीत चुळबुळ सुरू झाली. अप्पासाहेबांनी आजपर्यंत पटवारी आणि आमीन यांना मारहाण केली होती त्यामुळच तर हा मोहतमीम येत नाही ना, या विचाराने बापूसाहेबांचा चेहरा खर्रकन उतरला व ते कोतवालास म्हणाले,

''तुमचे साहेब कोठे आहेत? आणि कधी येणार आहेत?''

''मोखेडा ते आले. संध्याकाळपर्यंत येतील!''

असे म्हणून भजण्या कोतवाल वाड्याच्या बाहेर पडला. तसे बापूसाहेब अप्पासाहेबांना म्हणाले,

''अप्पासाहेब, हा मोहतमीम कमी समजू नका. तसा हा एखाद्या पोपटासारखा गोड गोड बोलतो पण करायचे तेच करतो. त्यामुळे यावर विश्वास ठेवता येणार नाही. आणि आम्हाशी इथे थांबता येणार नाही.''

"का थांबता येणार नाही बापू? आपण अशा प्रसंगी थांबायला हवं!"

"खरं आहे अप्पासाहेब! आम्ही जातीनं इथं थांबायला हवं पण आम्ही थांबलो तर आमची पुराणी दोस्ती. त्यामुळे आम्हास दोस्ती या नात्यास जागून आणि जहागीरदार या नात्यानं मोहतमीमसाहेबांची बाजू घ्यावीच लागेल. आणि असे जर झाले तर भविष्यात आपणांवर बंधने येतील, त्यासाठी आम्ही पेठवडजला निघून जाऊ. फक्त तुम्ही त्यांचा योग्य तो आदब राखावा. त्यांच्या कुठल्याही भूलथापीला बळी न पडता सावध असावे. मोहतमीमसाहेब निश्चितच भेटीत धोका देणार नाहीत याची जाणीव असू द्या."

असे म्हणून बापूसाहेब पेठवडजकडे रवाना झाले. मोहतमीम मुखेड येथे आला होता. तो सायंकाळ पर्यंत कल्हाळीस नक्कीच येईल असे गृहीत धरून अप्पासाहेबांनी लागलीच आवाज दिला,

"गणू ए गणू!"

गणू स्वयंपाकी धावत पळत आला आणि म्हणाला,

"जी मालक!"

"फटाफट माणसं बोलावं!"

"जी!"

असे म्हणून गणू वाड्याच्या बाहेर पडला तसे रावसाहेब आत वाड्यात गेले तर बळीमहाराज घराकडे निघून गेले. काही वेळातच देवराव दुधवाड, माधव मरेवाड, मारोती गड्डमवाड, संभाजी टोळ, माणिका कहाळेकर, नारायण शेळके आले. बघता बघता बैठक साफ करण्यात आली. पावला पावलावर माणसं तैनात करण्यात आली. यावेळी माधव मरेवाडला उद्देशून अप्पासाहेब म्हणाले,

"जमादार, पोलीस अधिकाऱ्याचा डोळा कुणावर असेल?"

"त्यांचा डोळा सरळ सरळ तुमच्यावरच असेल!"

"तसं असण्याचं कारण काय?"

"मारहाण तुम्ही केली, मग डोळाही तुमच्यावरच असणार!"

"यात काय होईल वाटतं?"

"काय होणार? जे व्हायचं ते होऊ द्या. रणांगण पेटणार असेल तर आजच सोक्षमोक्ष करू."

"सामोपचारानं घेतले तर?"

"ते काय सांगायला हवं?"

"पण जमादार, मोहतमीम साहेबांचं येणं ही लक्षणे आम्हास बरी दिसत

नाहीत!''

''ते खरं, पण आपलेच ग्रह फिरले की काय?''

''जमादार, ग्रह कुणाचेही फिरोत, आपलाच विजय निश्चित!''

''खरं आहे मालक. आम्हाला नुसती इशारत करा. मग पहा कसा बकऱ्यासारखा सोलतो ते!''

इतक्यात मोहतमीम आल्याचे समजले. तसे अप्पासाहेब वाड्यात गेले आणि रावसाहेब बैठकीत आले. वाड्यात सारे मुत्सद्दी गोळा झाले होते. लोडाला टेकून बसले होते. परंतु प्रत्येकाची मुद्रा त्रस्त दिसत होती. थंड वातावरण असल्यामुळे बैठक माणसांनी फुलून गेली होती. वाड्यासमोर पोलीस अधिकाऱ्यांचे घोडे येऊन थांबले. काही शिपायांजवळ आसफजाही झेंडे होते. घोड्यांच्या कपाळावर चांदतारा तळपत होता. इतक्यात जिल्ह्याचे मोहतमीम रशिदखान आपले घारे डोळे फिरवित वाड्याची एक एक पायरी चढत होते. उंच पुरं व्यक्तिमत्त्व, गोरागोमटा देह, सरळ तरतरीत नासिका, रुबाबदार पोशाख, पायी चमचमता काळाशार बूट, ऐटदार चाल. तोच त्यांच्या स्वागताला रावसाहेब गेले आणि म्हणाले,

''आमच्या गावी आपण आलात त्यामुळे आम्ही आपले शुक्रगुजार आहोत!''

मोहतमीम म्हणाला,

''आपल्या भेटीने आमचा दिल खुश झाला, पण बापुराव कुठे आहेत?''

''ते काही महत्त्वाच्या कामानिमित्ताने बाहेरगावी गेलेत!''

''तसे ते आमचे दोस्त आहेत, पण जहागीरदार या नात्यानं ते आज इथं थांबायला हवे होते!''

दोन तीन सेवक हातात चहाचे तबक घेऊन बैठकीत आले. बैठकीचा काना न कोपरा मोहतमीम न्याहाळत होता. एका बाजूस खुंटीला नंगी तलवार आपलं शाही अस्तित्व दर्शवित होती. आत वाड्यात अप्पासाहेबांनी पांढराशुभ्र पोशाख परिधान केला होता. कमरेच्या एका बाजूस रिवाल्वर अडकविले होते. इतक्यात रावसाहेब आत आले व म्हणाले,

''साहेब, बैठकीत स्थानापन्न झाले!''

अप्पासाहेब म्हणाले,

''काय म्हणतात तुमचे साहेब?''

''काय म्हणणार? बापूंची जुनी जानपहेचान आहे. आपलं ऐश्वर्य पाहून खूश झाले.''

खरंच, बैठकीत कशाचीच वाण कमी नव्हती. जाडजूड पिवळ्या रंगाचा

मखमली कलाकुसरीत गालिचा, पांढऱ्या शुभ्र गाद्या, आकर्षक लोड, या शिवाय कालापत्थर, रातराणी, मजमोहा इत्यादी प्रकारच्या अत्तरांनी बैठक सुगंधित केली होती. बैठकीच्या मध्यभागी गुलाबफुलांची फुलदाणी ठेवण्यात आली होती. तसे अप्पासाहेब बैठकीकडे निघाले. त्यांच्या संगती रावसाहेबही होते. वाड्यातून पटांगणात पायउतार होताच मुख्य दरवाजाकडचा रक्षक गर्जला,

"बा अदब... बा मुलाहिजा... खडी ताजीमऽ निगाह रख्खो... कल्हाळी शेर नाईकसाब पधार रहे है।"

अशा गर्जनेमुळं मोहतमीम चक्रावला व मनाशी म्हणाला,

"ही तर शहेनशाही पद्धत दिसते!"

...आणि धीमी पावलं टाकीत अप्पासाहेब बैठकीत येऊन दाखल झाले. यावेळी अप्पासाहेबांची गर्दन ताठ होती. चालण्यात रुबाब होता. चेहरा प्रसन्न दिसत होता, प्रचंड आत्मविश्वास एकवटला होता. चेहऱ्यावर भीतीचा लवलेशही दिसत नव्हता. बैठकीत येताच अप्पासाहेब म्हणाले,

"आपण आलात, आम्ही आपले मनापासून स्वागत करतो."

मोहतमीम मिश्किलपणे हसत म्हणाला,

"आम्हीही आपले स्वागत करतो!"

अप्पासाहेब म्हणाले,

"धन्यवाद!"

"आम्ही तुमच्यावर खूश आहोत पण आपल्या सारखी निधड्या छातीची माणसं साध्या सुध्या कर्मचाऱ्यांना मारहाण करतात तेव्हा वाईट वाटतं."

"मी कुठं नाही म्हणतो! पण एक वेळ आम्ही तख्ताधीश असलेल्या निजामाचं ऐकून घेऊ पण त्यांचे नावे उऊठसूठ लुंगे सुंगे त्रास देत असतील तर आम्ही त्यांना त्यांची योग्य जागा दाखवू. आम्ही केलेल्या मारहाणीच्या घटनेपासून आम्ही आमच्या घरासह साऱ्यांचाच विषय बनलो. पण आम्ही करतो ते योग्य नव्हे असं साऱ्यांना का वाटतं?"

"ते खरं आहे, पण सध्याची परिस्थिती पेटलेली आहे. त्यामुळे निजाम राजवट टिकली तरच तुम्हीही टिकाल आणि तुम्हाला मानपान मिळेल. त्यासाठी आमची इच्छा आहे की, आपण बंद केलेली लेव्ही वसुली पूर्ववत चालू करावी, चौथाई भरावी!"

"नाही भरली तर?"

"सर्वसाधारण माणसं मोठ्यांचे अनुकरण करतात. त्यासाठी चांगली आदत

तुम्हा बड्या जहागीरदारांनीच लावायला हवी!''

''नाही, ते शक्य नाही!''

''सुनो अप्पाराव!''

''अप्पाराव नाही अप्पासाहेब म्हणा!''

''ठीक ठीक! आपल्यासारख्या बड्या जहागीरदारांनी असे वागल्यास रक्तपाताचा गहजब माजेल! आगडोंब उसळेल!''

''पण आता काय उपयोग? आम्ही असे वागून गुन्हा केला.''

''गलतीयाँ हर किसीसे होती है, लेकीन उसे वक्तपर सुधारना चाहिए। म्हणून एवढं दिलाला लावून घ्यायचं नसतं, फक्त गलत्या दुरुस्त करायच्या!''

''नाही... आता ते शक्य नाही. आम्ही आजपर्यंत मोत्यांची माळ घालीत होतो पण आता कवड्यांची माळ घालीत आहोत. कवडीकंगाल लोकांसाठीच जगणार आहोत!''

असे म्हणून अप्पासाहेबांनी शर्टाच्या आतून सोडलेली कवड्यांची माळ बाहेर काढून दाखविली. कवड्यांची माळ पाहून मोहतमीम अचंबित झाला. तसा बैठकीतील पान, सुपारी, तंबाखूच्या तबकाकडे एकटक पाहू लागला. पुन्हा अप्पासाहेब म्हणाले,

''आम्हाला काही सवलती द्या!''

''कसल्या सवलती?''

''आझाद हिंद सेनेचा ध्वज जहागीरीतील वाड्यावर लावण्याची परवानगी!''

हे ऐकून मोहतमीमचे डोळे चमकले. कपाळी अढी पडली, चेहरा निस्तेज बनला आणि तो म्हणाला,

''ये कैसा मुमकीन होगा? हिंदुस्थान हमारा दुश्मन मुलूख?''

''ते खरं, पण भारताची दोस्ती वाढावी. दक्षिणेत निजामसाहेबांचे राज्य वाढावे ही आमची मनीषा! त्यासाठीच तिरंगाध्वज लावण्याची परवानगी द्यावी!''

बसल्या जागी मोहतमीम घामाघूम झाला व म्हणाला,

''हा आपला गैरसमज!''

''हा गैरसमज नव्हे. फारतर एक सुलूख म्हणा व आमची मागणी मान्य करा.''

''ये नामुमकीन है? दुसरी एखादी बात करा, हम वह कबुल करेंगे. लेकीन तिरंगाझंडा नही चलेगा!''

''आम्हास वर्षाला पाच खून करण्याची असलेली परवानगी रद्द करा, परंतु

आमची मागणी मान्य व्हावी!''

''नुसत्या देशभावनेनं बोलू नका. तुम्हा तिघा भावांवर या जहागिरीचा भार. तो नीट सांभाळावा एवढीच इच्छा!''

अप्पासाहेबांचा चेहरा लालबुंद झाला.

'हे राज्य कुणाचं? निजामाचं का आमचं? उठ अप्पासाहेब उठ! तुला पराजय सहन करावयाचा नाही. रोहीले आणि पठाणांनी केलेल्या बेसुमार कत्तलींचा तुला बदला घ्यायचा आहे. बदला... उठ! पानिपताचा पराजय धुवून काढायचा आहे. उठ...' असे स्वगत विचार करीत असतांना गनिमी कावा पुढे आला आणि एकाएकीच अप्पासाहेब वदले,

''मान्य... तुम्ही म्हणाल ते मान्य!''

मोहतमीम हर्षभरीत होऊन खळखळून हसला. परंतु अप्पासाहेबांनी गनिमी काव्याची थाप मारली. आता पाऊस शांतपणे रिमझीम पडत होता. वारा मंदावला होता.

मोहतमीमसाहेबांनी गोडीगुलाबीचे दोन शब्द बोलून हसत हसत घोड्यावर मांड घेतली व ते आल्या मार्गाने दौडू लागले. मुखेड येथील पोलीस स्टेशनमध्ये जाताच त्यांनी भागानगरी राजसत्तेला सविस्तर वृत्तांत कळविला. त्यात लिहिलं होतं...

''कल्हाळी येथील जहागीरदार श्री बापूराव नाईक यांचा भाऊ अप्पाराव नाईक हा बंडखोर वृत्तीचा असून गढीवर तिरंगा ध्वज लावण्याची परवानगी मागतो. त्या बदल्यात जहागीरदारांना खून करण्याची असलेली मुभा रद्दबातल करावी असेही म्हणतो.

तसेच याने आजपर्यंत पटवारी व पोलीसअधिकारी, कर्मचारी यांना मारहाण केली आहे. त्यावरुन भविष्यात हा इसम उपद्व्यापी ठरू शकतो. अशा इसमाचा वेळीच योग्य तो बंदोबस्त होणे अगत्याचे वाटते.''

तसे पेठवडजला गेलेले बापूसाहेब कल्हाळीत येऊन पोहोचले.

***

सात

कल्हाळी येथील बैठक भरली होती. बैठकीत कथीया रंगाचा गालीचा माणसांना आकर्षून घेत होता. बैठकीत गावातील व परिसरातील असंख्य माणसं सहभागी झाली होती. कोणी पानाचे विडे तोंडात कोंबत होते तर कोणी बडीसोपची लज्जत चाखत होते. नुकताच गरम चहा पिण्यात आला होता. यावेळी अप्पासाहेब नाईक साप्ताहिक मराठवाडा डोळ्याखालून घालत होते. एक ना अनेक गरम गरम बातम्या छापून आल्या होत्या.

* उमरगा येथे भारत विद्यालयाची स्थापना तर उमरी येथे नूतन विद्यालयाची स्थापना.

* राजकीय पुढाऱ्यांवरील बंदी उठवा : स्टेट काँग्रेसची मागणी. नंदीग्राम येथे महिलांचं दोन आठवड्यांचं शिबिर संपन्न. शिबिरात भागानगरी अत्याचाराची सांगोपांग चर्चा.

* भागानगरीत स्टेट आर्य हिंदू महासभेची बैठक.

* आदी हिंदू महासभेचं नावं स्टेट शेड्यूल कास्ट फेडरेशन.

* डॉ. बाबासाहेब आंबेडकरांवर संस्थानात सभा घेण्याची बंदी.

* अॅड. कासीम रजवीच्या सभेत बॉम्ब स्फोट : जीवितहानी नाही.

* रायचूर जिल्ह्यातील ३२ गावे भागानगरी संस्थानातून मुक्त. स्वामी रामानंद तीर्थ यांच्या हस्ते स्वतंत्र गणराज्याची स्थापना. मनमाड येथे लष्करी दल कायम. युद्धकलेचे प्रशिक्षण देण्यास काँग्रेसच्या कार्यकर्त्यांनी केला प्रारंभ.

* परभणी जिल्ह्यातील बोरी येथे रजाकारांचा गोळीबार. तात्यासाहेब कृष्णाजी चौधरी ठार, तर देवीदास उर्फ रावसाहेब चौधरी हे जबर जखमी.

* थोर देशभक्त धिल्लन, सहेगल, शहानवाज खान यांना जीवदान. विठ्ठलराव नाईक चिंचोर्डीकर यांच्या प्रयत्नांना यश.

* तडवळा ढोकी येथे महार मांग वतनदारांची परिषद संपन्न. मराठवाड्याच्या अधोगतीस निजाम सरकार जबाबदार : डॉ.आंबेडकरांचे प्रतिपादन.

इतक्यात बैठकीत श्यामराव कदम लिंबगावकर, के.एस.देशमुख परांडकर, रामराव देशमुख पिंपळगावकर, व्यंकटराव पाटील राऊत खेडकर, एस.के.निंबाळकर, नारायणराव वाघमारे, भगवानराव देशमुख लहानकर, व्यंकटराव देशमुख तरोडेकर, बी.जी.पालक, अमृतराव देशमुख सरसमकर, गंगारामजी देशमुख तरोडेकर यांचे शिष्टमंडळ येऊन दाखल झालं. नमस्कार चमत्कार झाले. चहापाणीही झालं. यावेळी अप्पासाहेब म्हणाले,

"आम्ही आपले सहर्ष स्वागत करतो. भेटीचे प्रयोजन?"

श्यामराव कदम लिंबगावकर थोडं खोकलले आणि म्हणाले,

"आम्ही शाळा काढण्याच्या संदर्भात आलो आहोत."

अप्पासाहेब म्हणाले,

"वा छान! परंतु या बाबत बापूंशी चर्चा केलेली बरी!"

"हरकत नाही. पण आपणही आमच्या समवेत असावं!"

"आम्ही कुठं नाही म्हणतो? परंतु बापू असलेले बरे!"

इतक्यात बापूसाहेबही आले तसे परत रामराम नमस्कार झाले. श्यामराव कदम लिंबगांवकर, व्यंकटराव देशमुख तरोडेकर व नारायणरा वाघमारे यांनी शाळा स्थापन करण्याचा प्रस्ताव समोर ठेवला. तेव्हा बापूसाहेब म्हणाले,

"शाळा कुठे काढावी म्हणता?"

"नंदीग्राम येथे!"

"हरकत नाही. परंतु संस्था कोणत्या नावाने काढावी म्हणता?"

"ते सर्व आपण ठरवा."

असे नारायणराव वाघमारे म्हणताच, बापूसाहेब एकदम उद्गारले,

"शारदा भवन एज्युकेशन सोसायटी!"

यावेळी सर्वजण खळखळून हसले व व्यंकटराव पाटील राऊत खेडकर दिल्लगी करत म्हणाले,

"पहा... अप्पासाहेब कर्मकांड मानत नाही परंतु बापू देवीचंच नाव सुचवितात!"

अप्पासाहेब सुद्धा गालातल्या गालात हसत म्हणाले,

"ज्याचे त्याच्या संगती!"

अखेर शारदा भवन एज्युकेशन सोसायटी हे नाव ठरविण्यात आले. संस्थेचे

कार्यकारी मंडळ निश्चित करून प्रस्ताव तयार करण्यात आला. संस्थापक अध्यक्ष म्हणून बापूसाहेब नाईक यांची सर्वानुमते निवड करण्यात आली तर उपाध्यक्ष म्हणून श्यामराव लिंबगावकर यांचे नाव भगवानराव देशमुख लहानकर यांनी सुचविले तर बी.जी.फालक यांनी अनुमोदन दिले. सरचिटणीस म्हणून के.एम.देशमुख परांडेकर यांचे नाव व्यंकटराव देशमुख तरोडेकर यांनी सुचविले तर अमृतराव देशमुख सरसमकर यांनी अनुमोदन दिले. सहचिटणीस म्हणून रामराव देशमुख पिंपळगावकर यांचे नाव नारायणराव वाघमारे यांनी सुचविले तर अनुमोदन गंगारामजी देशमुख तरोडेकर यांनी दिले. खजिनदार पदासाठी व्यंकटराव पाटील राऊतखेडकर यांचे नाव बापूसाहेबांनी सुचविले तर श्यामराव कदम लिंबगांवकर यांनी अनुमोदन दिले. हिशेब तपासनीस पदासाठी एस.के.निंबाळकर यांचे नाव व्यंकटराव देशमुख तरोडेकर यांनी सुचविले तर बी.जी.फालक यांनी त्यास अनुमोदन दिले.

अशा रीतीने पदाधिकाऱ्यांची निवड करून कार्यकारी सभासद म्हणून नारायणराव वाघमारे, भगवानराव देशमुख लहानकर, व्यंकटराव देशमुख तरोडेकर, बी.जी.फालक, अमृतराव देशमुख सरसमकर, गंगारामजी देशमुख तरोडेकर यांची निवड करून प्रस्ताव तयार करण्यात आला. श्यामराव कदम अप्पासाहेबांकडे पाहून म्हणाले,

''अप्पासाहेब, संस्थेचं कार्यकारी मंडळ तयार झालं. आता भारतीय स्वातंत्र्य जवळ येत आहे. कारण आझाद हिंद सेनेनं चांगलाच झंझावात सुरू केला आहे. तशी तिकडे विदर्भात तुकडोजी महाराजांनीही कीर्तनातून चळवळ आरंभली आहे. नाना पाटलांनीही तुफान सेनेची उभारणी केली आहे. त्यामुळे आता स्वातंत्र्य लवकरच मिळेल. शाळेच्या माध्यमातून चांगली कामे करता येतील.''

''कदम साहेब, हे सर्व खरे असले तरी महात्मा गांधी काय करतात यावर सर्व अवलंबून असेल!''

श्यामराव कदम खळखळून हसले आणि म्हणाले,

''आता गांधीजीही बदलले आहेत. करेंगे या मरेंगे असा जहाल गटाप्रमाणे त्यांनी नारा दिला आहे!''

''दिला असेल! परंतु बॅरीस्टर जीनांनी वेगळ्या पाकिस्तानची मागणी केली आहे. डॉ. आंबेडकर काय पवित्रा घेतात यावर सर्वकाही अवलंबून असेल!''

''नाईकसाहेब, आता दलितही भागानगरी संस्थान भारतात विलीन करण्यासाठी मैदानात उतरले आहेत. तशी बाबासाहेबांची शिकवण आहे. त्यामुळे तुटले तर फक्त पाकिस्तान तुटेल!''

असे म्हणत आनंद वाघमारे लिखित साप्ताहिक मराठवाड्यातील संपादकीय लेख समोर ठेवला. त्यात लिहिलं होतं, 'जीव बलवत्तर, अखेर रजवी वाचला!'

कासीम रजवी... एक साधासुधा वकील. सर्वसाधारण परिस्थितीतील. लातूर जिल्ह्यातील सुगाव बोरीचा. त्याच्या घरी इरप्पा महार हा घरगडी परंतु कासीम रजवीने त्याची सुंता करून त्यास बाटविले. परंतु इरप्पा महार सूडाने पेटला आणि एक दिवस श्यामराव किल्लारीकर, भानुदास पहिलवान, रघुनाथ शिंदे, काशीनाथ भोई, बसप्पास्वामी, एकनाथ इत्यादींना संगती घेऊन एका रात्री कासीम रजवी ज्या खोलीत झोपी गेला होता त्या खोलीच्या खिडकीजवळ इरप्पाच्या पाठीवर एकनाथ चढला आणि धारदार चाकू काढून म्हणाला,

"हे रक्तपिपासू खंजीरा, रजवीला जीव नकोसा झाला आहे. घे घे... त्याचा जीव घे!" असे स्वगत म्हणत चाकू चालविण्याचा प्रयत्न केला आणि एकदम खाड्दिशी रजवी उठून बसला. खुनाचा बेत फसला. अखेर दैव बलवत्तर.

श्यामराव कदम म्हणाले,

"आता सर्व स्तरातून स्वातंत्र्याची मागणी जोर धरत आहे. त्यातल्या त्यात विविध स्तरातून झालेली जबाबदार राज्यपद्धतीची मागणी, शेती, शिक्षण व संघटन या शिवाय सावकारशाही विरुद्ध उठलेलं वादळ, यामुळे लवकरच नागरी स्वातंत्र्य बहाल करावे लागेल!"

अप्पासाहेब म्हणाले,

"अजून विणकरांचे प्रश्न सुटले नाहीत. लेव्ही वसुली सुरूच आहे."

"सुटतील... तेही प्रश्न सुटतील आणि भागानगरी संस्थान भारतात विलीन होईल."

"तसं झालं तर आपल्या संस्थेला चांगले दिवस येतील!"

"निश्चितच चांगले दिवस येतील! कारण उमरगा येथेही भारत विद्यालयाची स्थापना झाली आहे, उमरी येथे नूतन विद्यालय सुरू झालं आहे. असे एक नाही अनेक प्रस्ताव शाळा व वाचनालय, व्यायामशाळा इत्यादीचे नव्याने तयार होत आहेत. लोकजागृतीनं जोर धरला आहे."

"हे सारं ठीक, पण आपला सत्ताधीश स्वतःच्या गादीला एखाद्या जळवासारखा चिकटून बसला आहे त्याचं काय?"

"त्याचं काय असणार? ज्या दिवशी भारत स्वतंत्र होईल त्याच दिवशी तोही आपोआप भारतात विलीन होईल. आता तो दिवस फार लांब नाही. कारण आपल्या मराठवाड्यातही गोविंदभाई श्रॉफ, गंगाप्रसाद अग्रवाल, गणपतराव पालकर,

बापूराव देशमुख, अप्पाराव पालकर, वामनराव देशमुख, बापूराव देशमुख चिकाळेकर, एकनाथराव शिंदे रोहीपिंपळगावकर, साहेबराव देशमुख बारडकर यांची एक फळी निर्माण झाली आहे. याच स्वरूपाच्या फळ्या आंध्रात आणि कर्नाटकातही कार्यरत आहेत. त्यामुळे आता स्वातंत्र्य दूर राहिलं नाही!''

बैठकीत बराच वेळ सल्लामसलत झडली आणि आलेलं शिष्टमंडळ निघून गेलं, तसं बैठकीत जमलेला एक एक माणूस घराकडे परतत होता.

***

अप्पासाहेब बागाच्या ओट्यावर आले. ओट्यावर फेऱ्या घालीत असताना अचानक अर्जुना सोनकांबळे घाईघाईने येत असलेला दिसला. त्याच्या डोईवरचे केस अस्ताव्यस्त झाले होते. डोळे लालजर्द झाले होते. चेहऱ्यावर थकवा जाणवत होता. तो रस्त्याने सरळ घराकडे निघालेला पण बाहेर ओट्यावर अप्पासाहेबांना पाहून थबकला आणि जोहार मायबाप जोहार असे म्हणत जवळ आला. त्याला उद्देशून अप्पासाहेब म्हणाले,

''काय अर्जुना? कुणीकडे स्वारी?''

''काही नाही जी! हे काय आताच बाहेर गावाहून आलो. चार पाच दिवसापसून बाहीरचं होतो.''

''कुठे गेला होता?''

हसत हसत अर्जुना म्हणाला,

''बाबासाहेबांच्या सभेला गेलतु जी!''

''कोणत्या गावी?''

''तडवळ ढोकी येथे!''

''व्वा, अर्जुना व्वा! महाभारतातील अर्जुन शोभलास! धन्य आहे तुझी आणि तुझ्या कार्याची.''

अर्जुन म्हणाला,

''यात माझी धन्य काय मालक? हा तुमचाच आशीर्वाद!''

''बरं बरं, कशी काय झाली सभा?''

पुन्हा अर्जुन मोठ्यानं खो खो हसला आणि म्हणाला,

''आता काही खरं नाही मालक निजामाचं! अहो एकावन्न बैलजोड्या लावून बाबासाहेबांची गावातून वाजत गाजत मिरवणूक काढली. सारा गाव मिरवणुकीत सहभागी झाला होता. सारेच्या सारे रस्ते गुलालानं लालबुंद झाले होते.''

''बरं बरं... मग काय म्हणाले बाबासाहेब?''

अर्जुन पुढे सांगत होता,

"बाबासाहेब म्हणाले, बंधूंनो! तुम्हा आम्हावर उपासमारीची वेळ येऊन पडली आहे. भूक भूक भाकरी द्या असं म्हटलं तर हा निजाम भाकरीऐवजी शिरापुरी खा अस म्हणतो, एवढंच नव्हं मालक, फार वर्सापूर्वी फ्रान्सच्या राणीनं आसचं मनलं व्हतं मनं!"

"बरं ठीक. अजून काय काय झालं?"

पुन्हा खळखळून हसत प्रफुल्लित चेहऱ्यानं अर्जुन म्हणाला,

"आता आम्हालाबी जमिनी मिळणार हायत मालक!"

अप्पासाहेब म्हणाले,

"त्या कशा काय?"

गंभीर होत अर्जुना म्हणाला,

"बाबासाहेब म्हणाले, हजारो एकर जमिनी पडिक असूनही त्या केवळ मुडदे पुरण्यासाठी अन कबरस्तान फुलविण्यासाठी दिली जात आहे. पण रंजल्या गांजल्या दलितांना दिली जात नाही. असं म्हणून त्यांनी जमिनीची मागणी केली आहे बगा! "

"जमिनी मिळतील असं वाटतं अर्जुना?"

हात उंचावून अर्जुना म्हणाला,

"मालक, आता काही खरं नाही. बाबासाहेबांनी सांगितलं, तुम्ही एक व्हा. म्हणून की नाही, त्यांचा फार मोठा जयजयकार झाला. बाबासाहेब म्हणाले, आपल्या अधोगतीस हे निजामच जबाबदार आहे. मग तुम्हीच सांगा मालक, आपली परवड कुणी केली?"

पुन्हा गालातल्या गालात हसत अर्जुन म्हणाला,

"मालक, बाबासाहेब मनले, या निजाम सरकारचं नाक दाबा... तोंड आपोआप उघडतं आणि हे खरंच आहे मालक!"

अर्जुनाच्या बोलण्यावर अप्पासाहेब मनातल्या मनात खूश होत म्हणाले,

"अर्जुन, आता तू थकून आला आहेस. आधी घरी जा, भाकरतुकडा खा आणि थोडा आराम कर."

"बरं जी!"

असं म्हणत अर्जुन चालू लागला. एवढ्यात पुन्हा अप्पासाहेब म्हणाले,

"हे पहा, आता तू दोन सभा ऐकून आला आहेस. तेव्हा गावातील सर्वांना या सभेत काय काय झालं याची कल्पना दे. अरे हो... एवढंच नव्हे तर जवळचे

सगेसोयरे, आसपासची गावे पिंजून काढ आणि हा बाबासाहेबांचा संदेश गावोगावी पोहोचव!''

''बरं जी!''

असं म्हणत ताठ मानेनं, भरदार छाती काढून प्रसन्न चेहऱ्याने हसत हसत अर्जुन घराकडे जाऊ लागला. खरोखरंच कल्हाळीचा अर्जुन ज्ञानसम्राटाच्या शिकवणीने तेजोमय झाला होता. अर्जुनाच्या चेहऱ्यावर विद्वत्तेचं तेज फाकलं होतं. 'सज्जन को सज्जन मिला तो हो गयी दो दो बात' या गोष्टीचा प्रत्यय आला.

***

आज अप्पासाहेबांना भागानगरीला जायचं होतं. त्यामुळं त्यांची घोडी सजविण्यात आली होती. पायात चांदीचे तोडे, गळ्यात सोन्याची माळ आणि घुंगरमाळा व पायी पैंजण अशा अलंकारांनी यशवंती घोडी सजविण्यात आली. तिच्या कपाळावर अकरा तोळे सोन्याचे पिंपळपान रुळत होते. घोडीवर गुलाबी रंगाच्या खोगीरावर मखमली आच्छादन टाकले होते. लगाम रंगीबेरंगी गोंड्यांनी सजला होता.

अप्पासाहेब भागानगरी येथे दिगंबरराव बिंदू यांच्याकडे निघाले होते. भागानगरी म्हणजे निजामाची राजधानी. या राजधानीत अत्याचार दिवसेंदिवस पराकोटीला जात होता. या निजामासोबत कासीम रजवी हा वकील होता. याचा उगम एकाएकीच झाला होता पण याचे विचार अत्यंत विषारी व वाणी आक्रमक होती. कृतघ्नपणाचा एक नमुनेदार प्रतिक होता. कावळ्यासारखा घोगरा व कर्कश आवाज. हा लांडग्यासारखा भुकेला, मेघ गर्जनेसारखा मोठा सूर, जणू बकासूरच!

तर निजाम म्हणजे एक खेचरच! हा एखाद्या खेचरासारखा हट्टी, जगात श्रीमंत असल्यामुळे घमेंडी आणि गर्विष्ठही. जितका गर्विष्ठ तितकाच विजेसारखा चपळ, सशासारखा सावध, केसरासारखा पिवळा धमक. तितक्याच पिवळ्या हृदयाचा जणू एखाद्या धामीणीसारखाच. एखाद्या कडू कारल्यासारखा आणि कोळशासारख्या काळ्या अंत:करणाचा. एखाद्या काळ्याकुट्ट मध्यरात्रीसारखा परंतु कोल्ह्यासारखा धूर्त. एखाद्या माजलेल्या रानडुकरासारखा लठ्ठ तर वाघासारखा हिंस्र. लांडग्यासारखा अधाशी आणि भागानगरी म्हणजे एखाद्या खडकासारखी भक्कम. शिशासारखी टणक, जणू एखादी गारगोटीच!

अशा भागानगरीकडे अप्पासाहेब अश्वारूढ होऊन जात होते. त्यांच्या सोबत किशनराव गड्डमवाड, सटवाजी गड्डमवाड, मारोती गड्डमवाड, बाबा लक्ष्मण गड्डमवाड हे चार कोळी समाजाचे अंगरक्षक जात होते.

त्यांचा वारू कंधारच्या दिशेने वाऱ्यासारखा धावत होता. या काळात कोटबाजार कंधार येथील मुसलमानांचा प्रचंड दबाव निर्माण झाला होता. कोटबाजारचे मुस्लीम निजामाशी सख्य राखून होते. त्यामुळे कोटबाजारातून जाणाऱ्या हिंदू स्त्रीची मोठ्या प्रमाणात विटंबना करण्यात येत होती. हिंदू स्त्रीस आठ आठ दिवस ओलीस ठेवून सामूहिक बलात्कार करण्यात येत होता. आज अप्पासाहेब कंधार येथील गुरुराव वकील यांच्याकडे येऊन पोहोचले. घोडे कंधार येथे ठेवून बसने ते भागानगरीकडे निघाले. आता प्रवासाचे साधन बस व रेल्वेची निवड केली आणि प्रवास करून भागानगरीस पोहोचले.

भागानगरीत आलीयावर जंग यांनी खाकसार नावाची संघटना स्थापन केली होती. ही संघटना आर्य समाजाच्या व हिंदूंच्या विरोधात कार्य करीत होती. अप्पासाहेब भागानगरीतील सुलतान बाजार येथील रोडवर येऊन पोहोचले. काळेकुट्ट आभाळ दाटून आलं होतं. ढग घिरट्या घालत होते. वारा मंदावला होता. वाऱ्यात गारवाही होता. अधूनमधून विजांची चकमक चालू होती. मंद लहरी हेलकाव्या घेत होत्या. हिरव्या, काळ्या, पिवळ्या फत्तरांनी सजलेल्या अनेक इमारती आकाशाशी सुसंवाद साधत होत्या. आपल्या शाही सौंदर्याचं प्रदर्शन मांडत होत्या. अधून मधून एखाद्या इमारतीची खिडकी उघडली जात होती आणि क्षणातच बंद होत होती. शहरात जागोजागी हिरवीगार झाडे मन आकर्षून घेत होती.

अप्पासाहेबांना येथून टांग्याने जायचे होते. घोड्यांचे टांगे, हिरव्या चाऱ्याची पेंढी मानेच्यावर बांधलेली. ही घोडी हिरवी पेंढी खायला मिळेल या आशेने दिवसभर टांगा ओढण्याचे काम करीत. त्याकाळी टांगेवालाही मुसलमान समाजाकडून भाडे माफक घेत असे पण हिंदू प्रवाश्यांकडून मोठ्या प्रमाणात भाडे उकळीत. यावरून एका टांगेवाल्याशी अप्पासाहेबांचे जुजबी भांडण सुरू झाले आणि या भांडणाचे रूपांतर जातीय भावनेतून लयाला गेले. एकदाच पाच पन्नास लोकांचा जमाव अप्पासाहेबांवर चालून आला आणि पाहाता पाहाता अप्पासाहेबांनी आणि त्यांच्या चार अंगरक्षकांनी दोघा चौघांना जबर मारहाण करून त्यांना जमिनीवर लोळविले. जमावातील लोकांचा अंदाज घेऊन अप्पासाहेबांनी कमरेचे रिवाल्वर काढले व हवेत गोळीबार केला.

गोळीबार सुरू होताच जमावातील लोक घाबरले व पळून गेले. या घटनेच्या ठिकाणापासून जवळच आर्य समाजाच्या एका कार्यकर्त्याचे दुकान होते. या दुकानात आर्य समाजाचे काही कार्यकर्ते चर्चा करीत बसले होते. एक हिंदू व्यक्ती भागानगरीत येऊन विनाकारण अंगावर आलेल्या मुसलमानांना मारहाण करून, गोळीबार करून

पिटाळून लावतो हे पाहून ते कार्यकर्ते अचंबित झाले. एका हिंदूच्या धाडसाची त्यांनी प्रशंसा केली तसेच पुढे होऊन मध्यस्थी करून तंटाही मिटवला.

या घटनेमुळे त्या कार्यकर्त्यांच्या मनात अप्पासाहेबांबद्दल आदरभाव निर्माण झाला. त्यांच्या या शौर्याचा बहुमान म्हणून लगेच त्या ठिकाणी एका छोटेखानी सत्कार समारंभाचे आयोजन करण्यात आले. या कार्यक्रमात अप्पासाहेबांना वस्त्रांचा आहेर करण्यात आला. यामध्ये एका बाजूस बटन असलेला केशरी रंगाचा नेहरू शर्ट, टोपी व भगवा रुमाल होता. यावेळी काही कार्यकर्त्यांनी अप्पासाहेबांना दोन शब्द बोलण्याची विनंती केली. त्यांच्या विनंतीस अप्पासाहेबांनी मान दिला व बोलावयास उभे राहिले.

या सत्कार सोहळ्यात बोलताना अप्पासाहेब म्हणाले,

''माझ्या मर्द बांधवांनो! आजवर या निजामाची अरेरावी आम्ही ऐकत होतो. परंतु आज प्रत्यक्षातच अनुभवलो. मराठ्यांच्या गादीचा खरा मालक कोण? हा नीच निजाम का तुम्ही आम्ही? मराठ्यांची तलवार अजून लाचारी पत्करण्यास बेशर्म झाली नाही. या निजाम राजवटीचे रंगढंग काही ठीक दिसत नाहीत. ही सुलतानशाही कुठेही दडो, तिला बाहेर खेचून आता ठोकलंच पाहीजे. या शाहीच्या होमकुंडात सर्व सामान्याचे संसार दग्ध होत आहेत. या शाहीला असं ठोकून काढू की, चांभारगोद्यात जसा मराठ्यांनी धुव्वा उडवीला त्याच प्रमाणे पुन्हा एकदा ठोकण्याची वेळ आली आहे. आपसातील मतभेद विसरा आणि या काळसर्पाला ठोकण्यास सिद्ध व्हा! या सुलतानशाहीचे अधिकारी राव म्हणून बोलतात. यांना साहेब म्हणण्यास लाज वाटते. आमचे नाव अप्पासाहेब असतांना अप्पाराव म्हणतात. यावरून विचार करा, ही राजेशाही कोणत्या टोकाला जात आहे आणि काय करत आहे यावर न बोललेलच बरं! आपण मध्यस्थी केली हे एका अर्थानं बरं झालं. अन्यथा आमचा एक एक माणूस शंभर माणसाला मारल्याशिवाय राहिला नसता. पुन्हा एकदा शिवरायांच्या छावणीचा अनुभव घ्यायचा असेल तर मराठे सिद्ध होतील. आपण दाखविलेल्या जिव्हाळ्याबद्दल आम्ही आपले आभार मानतो!''

एवढे बोलून अप्पासाहेबांनी मनोगत संपविले. यावेळी सुलतान बाजाररोडवरील वाहतूक काही काळ ठप्प झाली होती. नंतर अप्पासाहेब दिगंबरराव बिंदू यांच्याकडे गेले. दिगंबरराव बिंदू भागानगरी मुक्तिसंग्रामात कायम झालेल्या ॲक्शन कमेटीचे अध्यक्ष व पहिले लोकनियुक्त गृहमंत्री होते. त्यांच्या प्रशस्त अशा बंगल्यात कार्यालय थाटले होते. माणसांची वर्दळ सुरू होती.

आज दिगंबरराव बिंदू यांनी पाढंरा शुभ्र नेहरू शर्ट व धोती परिधान केली

होती. लोकांशी हसतमुखाने वार्तालाप करीत होते. बैठकीत शोयबउल्ला खान यांचे उर्दू दैनिक निजाम विजय यासह साप्ताहिक मराठवाडाही दिसत होता. प्रशस्त अशा इमारतीत सुंदर खुर्चीवर लोकनियुक्त गृहमंत्री बिंदूसाहेब विराजमान झाले होते. गृहमंत्र्यांवर एका भल्या मोठ्या तरल रेशमी पडद्यातून लालभडक प्रकाश परावर्तित झाला होता. बिंदूसाहेबांनी गेल्या गेल्याच अप्पासाहेबांचे हसतमुखाने स्वागत केले व म्हणाले,

"यावं यावं, नाईकसाहेब!''

अप्पासाहेबांनी त्यांचा आदब राखत हात जोडले. दिगंबरराव बिंदूंचं बुलंद व्यक्तिमत्त्व, निर्भीड वृत्ती, ज्वलंत बाणा, प्रचंड बुद्धिमत्ता पाहून अप्पासाहेब म्हणाले,

"बिंदूसाहेब, आज मराठवाडा पेटला आहे. नुकतेच उमरी येथे महाराष्ट्र परिषदेचे आयोजन करून त्यात लोकांनी स्वातंत्र्याची गर्जना केली आहे!''

दिगंबरराव बिंदू खळखळून हसत म्हणाले,

"हे का आम्हास माहीत नाही?''

"माहीत असेल म्हणूनच बोलतो. अगोदरच संस्थानात ओल्या दुष्काळाने कहर केला आहे आणि एकीकडे लेव्ही वसुलीचा तगादा सुरू आहे. लेव्ही नाही भरल्यास सर्रास खून पाडणे, बाया पोरांना छळणे हे प्रकार सातत्याने घडून येत आहेत.''

"यास जबाबदार कोण?''

"जबाबदार कोण असणार? एक तर निजाम आणि रजाकार, कासीम रजवी?''

बिंदू आश्चर्यचकीत होऊन म्हणाले,

"हे खरं असलं तरी सध्याच्या परिस्थितीत शहास सांगून चालणार नाही. तशी निजामाची ऐकून घेण्याची तयारी नाही, त्यासाठी छत्रपती शिवरायांनी जे जे केलं तेच धोरण अवलंबिणे इष्ट वाटते!''

"मग आम्ही लढ्याची सिद्धता करावी?''

"दुसरे काय? तुम्ही अवश्य लढ्याची सिद्धता करा. इकडे आम्ही शहास खेळवीत ठेवू.''

"बिंदूसाहेब, आम्ही सिद्धता केली तर जिवाची पर्वा न करता आम्ही निजामावर तुटून पडू. जगलो काय नि मेलो काय याची पर्वा न करता पराक्रमाची शर्थ करू... पण...!''

"आता पण काय? कुठल्याही परिस्थितीत वाचनालयांवरची बंदी उठली

पाहिजे. सांस्कृतिक कार्यक्रमांनी उचल खाल्ली पाहिजे. तरच प्रशासन पद्धती आणि रजाकारांचा उच्छाद यांना आळा बसेल. तरच सुलतानशाहीचा पाडाव होईल.''

''अस्सं! नाईकसाहेब, तुमची कल्हाळी आता गाव न ठेवता रणभूमी बनवा. आम्ही तुमच्या संगती आहोत याची जाणीव असू द्या.''

बिंदूसाहेबांचे बोलणे ऐकून अप्पासाहेब मनातून खूश झाले व म्हणाले,

''साहेब, येतोत आम्ही!''

असं म्हणून सरळ बाहेर पडले. त्यानंतर ते गोवळकोंड्याचा शिवकालीन किल्ला पाहाण्यास गेले. अद्वितीय बांधकामाचा नमुना असलेला तो विशाल किल्ला पाहून त्यांचे मन प्रफुल्लीत झाले. एके काळी हा किल्ला शिवछत्रपतींच्या पदस्पर्शाने पावन झाला होता. छत्रपतींची पावले या भूमीवर फिरली होती. पण आता हाच किल्ला नीच, नराधम, पशुतुल्यवृत्तीच्या निजामाच्या ताब्यात होता. हे पाहून अप्पासाहेबांचे मन विषण्ण झाले. मनोमन दुखावले.

काय थाट होता त्या किल्ल्याचा? किल्ल्यात सर्वत्र हिरवळ पसरली होती. जागोजागी पाण्याचे तलाव, थुईथुई नाचणारे सुंदर कारंजे, विशाल आणि भव्य मस्जिदी, कबरी, भव्य इमारती... हे सर्व पाहून अप्पासाहेब वेगळ्याच मनोव्यापारात दंग झाले. एकीकडे गोरगरीब जनता शेतात घाम गाळून, कष्ट करून धान्य पिकवते आणि हा क्रूर निजाम लेव्हीपोटी या शेतकऱ्यांकडून एक एक दाणा आपल्यासारख्या जहागीरदारांमार्फत वसूल करून झोळी भरतो. कष्टकऱ्यांच्या, कामगारांच्या कष्टावरच याची ऐश चाललीय. अन्यथा याची हिंमत एवढी वाढलीच नसती! एवढा उच्छाद मांडलाच नसता.

अप्पासाहेब असा विचार करत असतांनाच तेथे त्याना एक जातीयवादाचा भयंकर राक्षस थैमान घालीत असलेला दिसला आणि त्याच्या सोबत होता लावकलिंगा चमचा सूर्याजी पिसाळ अर्थात कासीम रजवी! हे पाहून त्यांचा माथा खऱ्या अर्थाने या राजवटीविरुद्ध भडकला. त्यामुळे ते निजामविरोधी बनले व परतीची वाट धरली.

भागानगरी येथील रेल्वेस्टेशनवर प्रवाशांची तोबा गर्दी जमली होती. अप्पासाहेब आपल्या अंगरक्षकांसह रेल्वे प्लेटफार्मवर उभे होते. त्यांना रेल्वेने नंदीग्रामकडे जायचे होते. नंदीग्रामपर्यंतचे रेल्वेचे टिकीट आधीच आरक्षीत केले होते. इतक्यात नंदीग्राम जाणारी रेल्वे धूर ओकीत आली. तसे अप्पासाहेब आपल्या अंगरक्षकांसह रेल्वेत चढले. काही वेळातच गाडीने शिट्टी फुंकली आणि झुकझुक करीत निघाली. अप्पासाहेब खिडकीच्या बाहेर हात काढून बसले होते. रेल्वे निघाली तशी भागानगरी मागे पडली. गाडी आता भरधाव वेगाने जात होती.

अप्पासाहेबांच्या मनात अनेक प्रश्न, उपप्रश्न उभे राहात होते. डोळ्यापुढे कल्हाळी दिसत होती. संस्थान दिसत होते. मराठवाडा दिसत होता. भागानगरी दिसत होती. तर कधी कधी घर, गल्ली दिसत होती. कितीतरी प्रसंग डोळ्यापुढून तरंगून जात होते. धड देवळात तर चित्त पायतानात अशी अवस्था झाली होती. अनेक आठवणी येत होत्या. अनेक प्रसंग दिसत होते. गाडी मात्र सुसाट वेगाने धावत होती तर झाडे-झुडपे भागानगरीकडे धावत होती. निजामाला निरोप देत होती.

मराठवाड्याचा मर्द मराठा थोड्याच दिवसात तुझ्याशी झुंजेल! दोन हात करेल.. हर हर महादेवची वादळी गर्जना फोडेल हे सांगण्यासाठी झाडे झुडपे मागं मागं धावत होती. अशा विचारातच गाडी नंदीग्राम येथे येऊन दाखल झाली.

अप्पासाहेब गाडीतून खाली उतरले. डोईवरचे केस अस्ताव्यस्त झाले होते. प्रचंड थकवा आला होता. डोळ्यात लाली उतरली होती. खिडकीतून थंड हवेचा त्रास झाला होता. तरीही ध्येय प्रचंड होते. नंदीग्राम प्रतिसरकार स्थापन्याचे. अजस्र पहाड ओलांडवायचा होता. महाराष्ट्र, बालाघाटाचा प्रचंड आवाज साद घालत होता.

नंदीग्राम बसस्थानक प्रवाशांनी फुलले होते. माणसांची अलोट गर्दी उसळली होती. इतक्यात कंधार जाणारी बस लागली. त्यात अप्पासाहेब साथीदारांसह चढले. गाडीत कोटबाजार कंधार येथील रजाकारांचा नेता इमामखान बसला होता.

इमामखान अप्पासाहेबांना ओळखत होता. गाडी कच्च्या रस्त्याने सोनखेडमार्गे कंधारकडे धावत होती. इमामखान अधून मधून अप्पासाहेबांकडे गुरकून पहात होता. अशा बघण्याच्या खेळात वादावादीस प्रारंभ झाला आणि त्यांनी कंधार येथे पाहून घेईल अशी उघड उघड धमकी दिली. त्याची ही धमकी ऐकून अप्पासाहेब भडकले आणि त्याला धरुन ओढू लागले. गाडीत एकच गोंधळ उडाला. अशाही स्थितीत गाडी कंधार येथे येऊन पोहोचली. गाडी बसस्थानकावर येताच खानाने पोबारा केला.

अप्पासाहेबांनी आपले घोडे ताब्यात घेतले आणि कोटबाजार गाठले. कोटबाजारात हवेत गोळीबार सुरू केला तशी दिवसाढवळ्या घरादाराची कवाडे खटाखट बंद झाली. यावेळी अमर चाऊस यांनी मध्यस्थी केली. अप्पासाहेबांच्या या घटनेमुळे येथील टग्यांचा त्रास कायमचा बंद झाला. परंतु एक कार्यकर्ता इत्तेहादूल संघटनेचा पदाधिकारी म्हणून निजामाच्या दरबारात पेश झाला. कोटबाजार हां हां म्हणता बंद झाल्यामुळे अप्पासाहेब आपल्या साथीदारांसह कल्हाळीकडे दौडले.

घोड्यांच्या टापांचा आवाज टपटपू लागला. घोडे सैरभैर कल्हाळीकडे धावत

होते. तशी कल्हाळी दिसू लागली. गावाला वळसा घालून घोडदळ वाड्यासमोर आलं तसं सर्वजण उतरते झाले. तसे बैठकीत करड्या रंगाच्या गालिच्यावर स्थानापन्न झाले.

यावेळी साप्ताहिक मराठवाड्याचे दोन अंक, बहिष्कृत भारत पाक्षिकाचे अंक बैठकीत पडले होते. एक अंक हाती घेऊन अप्पासाहेब मन लावून वाचत होते. त्यात खालील बातम्या ठळक अक्षरात दिसत होत्या.

* निजाम सरकारच्या राज्यात अस्पृश्य वर्गातील पुरुषांप्रमाणे स्त्रियांकडून सक्तीने बिगार घेण्यात येते. ही रानटी चाल स्त्रियांपुरती बंद करावी. रिसोड येथील सभेत ठराव. या सभेस अकोला, रिसोड, वाशिम, गोवर्धन, मोठेगाव, चिखली, कर्डा येथील नागरिक मोठ्या संख्येने उपस्थित होते.

* परभणी येथे महिलांचे शिबिर संपन्न. बद्रुद्दीन आमीनावर केला बॉम्ब हल्ला. आमीनाकडून अंधाधुंद गोळीबार. कोणतीही जीवीत हानी नाही. आजेगांव येथे रजाकारांवर तुफान हल्ला. यात बहिर्जी शिंदे वीरगतीस प्राप्त. बॅ.जीनांनी केली वेगळ्या पाकिस्तानची मागणी.

* इजळी येथे नंदीग्रामचा मामलेदार, सेवक अजीमोद्दीन यांची हत्या. निजामाचा संरक्षण कायदा कलम ३३ व ३७ अन्वये गोविंद पानसरे यांना अटक व सुटका.

* कोळी येथे हल्ले. ५५ रजाकार ठार. धानोऱ्यालाही भीषण हत्याकांड.

या सर्व बातम्या वाचून अप्पासाहेबांनी दुसरा पेपर डोळ्याखालून घातला. त्यातील पहिलीच बातमी होती...

* वस्सा येथे रजाकारांचा कॅम्प सुरू. रजाकारांनी केला महिलेवर बलात्कार. नारायण बासटकर, बापूराव मुंजाजी देशमुख, विठ्ठल कोंडिबा सुतार यांच्यासह अनेकांची कत्तल. भानुदास रामराव देशमुख यांच्याविरुद्ध बोरी पोलीस स्टेशनमध्ये गुन्हा दाखल. माळशी येथे दिली पोलीस कस्टडी.

* भागानगरी संस्थान भारतात विलीन करा! बाबासाहेब आंबेडकरांचा इशारा. भागानगरीवर रुमणे मोर्चा. गोविंद पानसरे यांचा खून.

अप्पासाहेबांनी आल्याआल्याच बातम्या वाचल्या. त्यामुळे ते जागेवरच तडफडू लागले. अस्वस्थपणे त्यांनी गणूस हाक मारली. तसा गणू धावतच आला. अप्पासाहेब म्हणाले,

"सर्व काही ठीक आहे ना?"

किंचित चिंता व्यक्त करीत काळजीच्या सुरात गणू म्हणाला,

"सर्व ठीक ठाक. परंतु मालक, एक कुटुंब मुलुखावर कायमचं गेलं, परागंदा

झालं!''

''कुणाचं कुटुंब गणू?''

''जळबाचं कुटुंब मालक!''

''कशामुळे परागंदा झालं?''

''जळबाला मुलगा नसल्यामुळे त्याला वारस कोणी राहिला नाही. त्यामुळेच त्याचं कुटुंब दुनियेदारी गेलं मालक!''

''अरे, पण त्यांना शेती भाती होती, मुलीबाळी होत्या, घरदार होतं, असं काय घडलं दुनियेवर जाण्यासारखं?''

''माफ करा मालक! लहान तोंडी मोठा घास घेऊ नये, परंतु जे घडलं ते सांगतो.''

''सांग... सांग. आमचे कान आतुर झाले आहेत ऐकण्यासाठी.''

''बुडाल्याघरची सर्व इस्टेट चालीरीतीप्रमाणे आपल्या नावे होती म्हणून धाकल्या मालकांनी त्यांचं घरदार जप्त केलं. म्हणून त्याची विधवा बायको चिल्ल्यापिल्ल्या मुलींसह वाड्यापुढं आली आणि म्हणाली, आमच्या तोंडी जशी माती पडली तशी तुमच्याही तोंडी पडो! या वाड्यात बोरीबाभळी वाढो!''

हे ऐकून अप्पासाहेब रागाने लालबुंद झाले. थरथरत ते म्हणाले,

''थांब गणू! थांब... पुढचं ऐकण्याची आमच्यात हिंमत नाही. ऐकवत नाही हे सारं!''

घडल्या प्रसंगानं अप्पासाहेब हादरून गेले. सर्द पडले. थोड्यावेळानं भानावर आले आणि गणूला म्हणाले,

''गणू, तू आत जा आणि आम्माला ताबडतोब बैठकीत बोलावून आण. आणि हो... सोबत रावसाहेबांनांही बोलाव. मला त्यांच्याशी बोलायचे आहे!''

''जी''

म्हणत गणू वाड्यात निघून गेला.

अप्पासाहेबांचा रागाचा पारा भलताच चढला होता. ते विचार करू लागले. काय फरक राहिला आमच्यात आणि निजाम राजवटीत? आम्हीच असे वागू लागलो तर सर्वसामान्य प्रजेने कोणाच्या तोंडाकडे पाहावे आणि कोणाचा आश्रय घ्यावा? झाला प्रकार वाईट आहे. याला वेळीच आवर घातला पाहिजे. नाहीतर पूर्वजांनी कमविलेले नाव व कीर्ती क्षणातच नष्ट होईल...

अप्पासाहेबांच्या मनात विचार चालूच होते. त्यांचा जीव तीळ तीळ तुटत होता. कुठे गेल्या असतील त्या अभागी माय लेकी, त्यांची चिलेपिले? कोणत्या

देशाचा आधार घेतला असेल? कोण्या मुलखात गेल्या असतील? मुलूख महादेवाचा?

"व्वा अप्पासाहेब व्वा!... हीच का तुझ्यातली नैतिकता? काय कमावणार आहेस तू? कशासाठी या पृथ्वीतलावर अवतरला आहेस? किती दिवसांसाठी अवतरला आहेस? काय करण्यासाठी अवतरला आहेस? विचार कर... ओळख... अरे स्वत:ला ओळख... आणि काय अधिकार होता तुला भागानगरीत प्रेरणादायी संभाषण करण्याचा. त्यामुळेच तर जगदीश आणि गंगाराम पेटून उठले. जिथं तुझा सख्खा भाऊच असा वागतो तर इतरांचे काय? अन् निघाला आहेस त्या निजामी सत्तेस आव्हान करण्यास!..."

असे कितीतरी विचार... कितीतरी प्रश्न नियती त्यांना विचारत होती. त्यामुळे अप्पासाहेबांनी दोन्ही हातांनी डोके गच्च दाबून धरले व ते जोरात ओरडले...

"रा ऽ व ऽ सा ऽ हेऽ ब ऽ...! असं वागू नका हो. आमच्या अंत:करणाला पीळ पडून तडा जातो आहे..."

असे म्हणून ते एकाएकीच रडू लागले.

इतक्यात वाड्यातून माता अहिल्याबाई आणि बंधू रावसाहेब, कारभारी तुकाराम बेलाडे गणूसह आले. अप्पासाहेब अश्रू गाळीत असल्याचे अहिल्याबाईनी प्रथमच पाहिले व त्या म्हणाल्या,

"काय अप्पासाहेब? असं वेड्यासारखं रडताय काय? झालं तरी काय?"

अप्पासाहेब उद्गारले,

"रडू नये तर काय? आमच्या बंधूराजांचा प्रतापच तसा!"

"अहो, पण झालं तरी काय? थोडं तरी सांगाल?"

"अम्मा, रावसाहेबांनी एक कुटुंब देशोधडीला लावलं!"

यावर ताडकन रावसाहेब म्हणाले,

"काय म्हणता दादा? आम्ही एक कुटुंब देशोधडीला लावलं... नाही ते शक्य नाही. असं तुम्हासं सांगितलं तरी कोणी?"

"पुरावाच हवा ना? तर जा त्या जळबाच्या घरी आणि पहा...! "

"जळबाबद्दल बोलताय काय! अहो दादा, मी जे केलं ते अधिकारातच केलं. गावातल्या एखाद्याचा वंश बुडाला तर त्याची सर्व संपत्ती आपलीच!"

हे ऐकून अप्पासाहेब भलतेच कडाडले व जोरात म्हणाले,

"खामोशऽ! रावसाहेब. तुमची भलतीच मजल गेलेली दिसतेय. कुठं जावं? काय खावं प्यावं? याचा विचार तुम्ही केलात? नाही केला... असं चालणार नाही. यापुढं असे निर्णय चालणार नाहीत. एक तर तुम्ही तरी निर्णय घ्या किंवा आम्ही?"

"आमची चूक झाली दादासाहेब! एक वेळ माफ करा आणि या भावास पदरात घ्या!"

"बोला आम्मा. या प्रकरणी आम्ही काय करावं?"

अहिल्याबाई कातर स्वरात म्हणाल्या,

"आज माझी कूस धन्य झाली. तुमच्यासारखी पोरं पोटी येणं हे सुद्धा नशीबानचं घ्यावं लागतं. सगळीकडं माणसं पाठवा. त्या अबलांचा शोध घ्या आणि त्यांना सन्मानानं कल्हाळीत आणा. त्यांची सर्व शेतीभाती, घरदार त्यांना परत करा."

"आपली आज्ञा शिरसावंद्य आम्मा!"

असे म्हणत अप्पासाहेब तुकाराम बेलाडेंकडे पहात म्हणाले,

"कारभारी. असे पाहात काय राहिलात? आजच्या आजच माणसं रवाना करा आणि गावाचं कुटुंब गावीच वसवा!"

"जी मालक!"

असं म्हणत तुकाराम बेलाडे चालू लागले. त्यांना पुन्हा अप्पासाहेबांनी हटकले आणि म्हणाले,

"अरे हो... हा पेपर वाचलात का? भागानगरीवर रुमणं मोर्चा धडकणार आहे. तेव्हा आपण जातीनं भागानगरीला जावं. त्यासाठी आजच तयारी करा."

"जी मालक!"

असं म्हणून तुकाराम बेलाडे वाड्याबाहेर पडले तसे कल्हाळीचे घोडेस्वार पथक परागंदा झालेल्या अबलांचा शोध घेण्यासाठी दौडले तर तुकाराम बेलाडे भागानगरीकडे रवाना झाले. अंधूक अंधूक अंधार पसरत आला होता.

***

कल्हाळीत दीपावली निमित्ताने विविध सांस्कृतिक कार्यक्रमाचं आयोजन करण्यात आलं होतं. याचाच एक भाग म्हणून माणिका कहाळेकर, पुंडलिक वडजे यांनी छत्रपती शिवाजी महाराजांच्या जीवनावर ऐतिहासिक नाटक बसविलं होतं.

नाटकाचे उद्घाटन अप्पासाहेबांच्या शुभहस्ते ठेवण्यात आले होते. छत्रपतींच्या भूमिकेत माधव मरेवाड, तान्हाजी मालुसरेंच्या भूमिकेत जयराम मरेवाड, नेताजी पालकरांच्या भूमिकेत गोविंद दुधवाड तर औरंगजेबाच्या भूमिकेत बाळाजी देशमुख, दिलेरखान म्हणून मारोती खडके तर कलुशा कब्जीच्या भूमिकेत गोविंद खंदारे हे भूमिका वठवित होते.

या नाटकाचे लेखक तथा दिग्दर्शक मोहद्दीन मास्तर होते. गावातील चावडीवर

रोज सायंकाळी मशाली पेटवून तालीम होत असे. तालीम चांगलीच रंगात आली होती. संवाद मुखपाठ झाले होते. दिवाळी जवळ येत होती तसे ऐतिहासिक गणवेश तयार करण्यासाठी प्रत्येक कलाकार आपआपल्या परीने परिश्रम घेत होते.

तलवारी, बंदुका, भाले, बरचे, बिचवे, वाघनखं इत्यादी साहित्याची जमवाजमव सुरू झाली. छत्रपतींच्या सिंहासनाची जबाबदारी संभाजी सूर्यवंशी लोहार यांचेवर टाकण्यात आली. संभाजी सूर्यवंशीने सागाचे सिंहासन आखीव व रेखीव असे तयार केले होते. सिंहासनास काळाशार रंग देण्यात आला होता.

मराठवाड्यावर निजामाची सत्ता असल्यामुळे शस्त्रे बाळगणे याची सर्वांना मुभा होती. त्यामुळे शस्त्रास्त्रे जमा करण्यासाठी फारशी अडचण गेली नाही. फक्त ऐतिहासिक पोशाख करणेच तेवढे कठीण काम होते. पण प्रबळ इच्छाशक्ती आणि कर्तृत्वाच्या जोरावर सर्वकाही आलबेल जमून येत होतं.

गावात शिकारी, नाटक, नृत्य, गायन, भजन, चित्रकला इत्यादीपैकी काही ना काही सतत चालू असायचं. शिकारीसाठी कितीतरी जण जात असत. तर चित्रकला व पेंटीगच्या कामामध्ये लक्ष्मण बाबा वडजे मग्न असत. परिसरात लोक त्यांना पेंटर या नावानेच ओळखत. गावात शिकारीसह कुस्तीलाही उधाण आले होते. सागराला भरती यावी तशी...

आज रामराव पुटवाड, माणिका शेळके, संभाजी वडजे, एकनाथ शेळके, लक्ष्मण काटवटे इत्यादी मंडळी महादेव माळ येथे शिकारीला गेले होते. दिवसभराच्या बंदुकांच्या आवाजामुळे या टापूतला वाघ टापऱ्याच्या खोरीकडे सरकला. हा वाघ अगदी संथपणे सरकत होता.

टापऱ्याच्या खोरीत वाघ आल्याचे कळताच संभाजी टोळ, माधव मरेवाड, मारोती गड्डमवाड, देवराव दुधवाड यांनी शिकारीची जय्यत तयारी करून ते खोरीकडे निघाले. खोरीचे चढण चढून जात असताना पाहून याही शिकाऱ्यांनी आपला मोर्चा टापऱ्याच्या खोरीकडे वळवला.

वाघाचा शोध सुरू झाला. वाघ काळ्या कपिल्या गाईच्या मागे मागे जपणी धरुन सरकत होता. गाय मोकळ्या मैदानात येताच गाईच्या मागं धावू लागला. गाय केविलवाणा हंबरडा फोडत होती. वाघ वेगाने सरसर धावत होता. चटेरी पटेरी वाघ एखाद्या ढाण्या वाघासारखा उड्या टाकत होता.

इतक्यात बंदुकीचा चाप ओढून गोळ्या झाडण्यात आल्या. एक दोन गोळ्या गाईच्या पोटात शिरल्या. गाय धाडकन पडली. गाभण गाय दोन जीवांची. हंबरत होती. जशी पडली तसं राक्षसी प्रवृत्तीचं दुष्ट जनावर तिच्यावर पडलं आणि लचालच

लचके तोडू लागलं.

इतक्यात धडाधड बंदुकीचे बार करण्यात आले आणि वाघ कोसळला. सर्वजण घटनास्थळी पोहोचले. पाहतात तर काय, काळी कपिली गोमाता रक्ताच्या थारोळ्यात धारातीर्थी पडली होती. माधव मरेवाडला उद्देशून संभाजी टोळ म्हणाले,

"मरेवाड!"

"काय रं संभा?"

"गाय मारली की रं!"

"खरचं!"

"होय... अगदी खरं!"

"बाप रे... ही बाब मालकाला सांगू नको!"

"का रं?"

"मालक रागावतील?"

"नाही रागावणार!"

"कसं काय रं?"

"काही का आसनां. पण सांगू नको रं बाबा!"

"असं का रं?"

"अरं बाबा, गुमान चला. आणि एक लक्षात ठेवा, ही गोष्ट या कानाची त्या कानाला कळता कामा नये!"

"का रं?"

"गायचा वध आणि मायचा वध सारखं असतं बघ!"

"व्हय रं, लय पाप झालं!"

सर्वजण काही घडलंच नाही अशा अविर्भावात टापऱ्याची खोरी सोडली आणि कल्हाळीकडं वळले. गाव शिवेवर दिवस मावळतीला येऊन पोहोचले. खारीत कुस्त्यांचा डाव चालू होता. देवराव दुधवाड आणि मारुती गड्डमवाड हे नामांकित पहिलवान होते. त्यांचा या टापूत दरारा होता.

सर्व शिकारी कुस्तीच्या फडात सामील झाले. हे पहिलवान पहाटे पहाटे मल्लखांब खेळणे, उंच उडी मारणे, लांब उडी मारणे, धावणे, दंड बैठका काढणे इत्यादी व्यायाम करून दररोज सायंकाळी लालमातीत गावाजवळील खारीत कुस्ती खेळत. या पहिलवानांचे पाहून अर्जुन सोनकांबळे, सुभान सोनकांबळे, शकोजी सोनकांबळे यांनीही व्यायाम सुरू केला.

रात्री मात्र देवराव दुधवाड व मारोती गड्डमवाड यांची कुस्ती डंगचिकऽ डडंग

ऽ डंगडंगऽ डंगचिक ऽऽ डडंग ऽ डंगऽ ह्या हलगीच्या तालावर चुरशीची होई. मरीबा गायकवाडही जोशात येऊन हलगी वाजवायचा. त्यामुळे पहिलवान वेगवेगळा पेच, वेगवेगळा डाव टाकत. त्यामुळे लोक अवाक होऊन पाहात असत.

प्रचंड टाळ्यांचा गजर होत होता. कधी देवराव दुधवाड तर मारोती गड्डमवाड वर होई. परंतु कुस्तीचा शेवट काही होत नसे. तसे दोघेही पहिलवान शरीरसौष्ठव बांध्याचे असल्याकारणाने सर्वांच्या नजरा त्यांच्यावर खिळत. यांच्या मांड्या जणू सागवाणी दांड्याच.

कुस्ती पहाण्यासाठी अख्खा गाव जमा होत असे. पहिलवान दंड थोपटून मांड्यांवर हात मारत. एकमेकांच्या अंगावर धावून जात असत. हलगीच्या तालावर थयथय नाचत होते. ही कुस्ती अगदी शेवटची आणि मानापानाची असायची. त्यांच्या अगोदर नवशिक्या पोरांच्या छोट्या छोट्या कुस्त्या व्हायच्या. अशा कुस्तीच्या फडावर निजामाकडून बंदी होती पण... नाईकांमुळे कल्हाळी येथील फड राजरोसपणे चालू होता. माणिका कहाळेकर म्हणाला,

''पुंडलिका!''

''काय?''

''आपणही कुस्ती खेळू!''

''काय? कुस्ती म्हणजे नाटक वाटलं का?''

''नाही रं, पण उद्यापासून कुस्ती खेळूच!''

कहाळेकरांनी पुंडलीक वडजेसह गोविंद दुधवाड, गोविंद खंदारे, संभाजी सूर्यवंशी, शेटीबा बनसोडे इत्यादींचा ताफा तयार केला. फडात मानाची कुस्ती रंगात आली होती. काळाभोर अंधार दाटून आला होता. ना कुणाची हार ना कुणाची जीत होत होती. पहिलवान मुसमुस करीत होते. डोळे रक्ताळले होते. डोळ्यात लालभडक लाली उतरली होती.

शेवटी अमृता वडजे यांनी मध्यस्थी करून कुस्ती सोडविली. पण गावात दुसरा कुस्तीचा फड तयार झाला होता. खेळ संपल्यावर सर्वजण आपापल्या घराकडे निघून गेले परंतु माधव मरेवाड वाड्याकडे वळले आणि सरळ वाड्यात गेले. अप्पासाहेब नाईक ओसरीवर फेऱ्या मारत होते. मरेवाडला पाहून अप्पासाहेब म्हणाले,

''या, जमादार या!''

मरेवाडने झुकून मुजरा केला आणि ते ओसरीवर बसत म्हणाले,

''मालक!''

''काय?''

"लय इपरीत घडलं जी!"

"काय घडलं?"

"पण माफी असावी जी!"

"अहो पण काय घडलं ते तर सांगाल आधी?"

"मालक, आम्ही वाघाच्या शिकारीला गेलो होतो. शिकार तर झाली पण वाघ गाईच्या मागं धावला होता त्यामुळे लय इपरीत झालं!"

"मग काय घडलं आणि काय झालं?"

"वाघ मेला पण गाईचं तेवढं पाप...!"

"मरेवाड, युद्धात आणि शिकारीत सर्व काही माफ असतं. उद्या शत्रू गायीच्या आडून लढू लागला तर गायीची पर्वा करणार का?"

"नाही मालक!"

"मग निवांत घरी जा आणि आराम करा."

"जी मालक!"

असे म्हणून मरेवाड घराकडे निघून गेले आणि वाड्यासमोर गावातील बरीच मंडळी आल्याचा निरोप आला तसे अप्पासाहेब तडक वाड्याच्या बाहेर पडले. बागाच्या ओट्यावर बरीच मंडळी बसून होती.

त्यात अप्पासाहेबही सामील झाले. कारण मृग नक्षत्र तोंडावर आलं होतं. त्यामुळे अप्पासाहेबांनी गावातील शेतकऱ्यांचे व कास्तकारांचे म्हणणे ऐकून घेतले. गोरगरीब लोकांना बी-बियाणे, औत फाटा, बैल, अवजारे इत्यादी देण्याची व्यवस्था केली. तशी आता रात्र बरीच झाली होती.

त्यामुळे त्यांनी सर्वांचा निरोप घेतला. गावकरी आपआपल्या घरी परतले, हां हां म्हणता कल्हाळी निद्रिस्त झाली. निद्रादेवी प्रसन्न झाली.

−0−0−0

आठ

लालबुंद सूर्याचा गोळा हिरव्यागार डोंगररांगातून वर येत होता. सूर्याची तिरपी किरणे पृथ्वीतलावर एखाद्या बाणासारखी आदळत होती. पहाटेपासूनच भागानगरीचे रस्ते गजबजून गेले होते. कल्हाळीचे तुकाराम बेलाडे भागानगरीत जाऊन पोहोचले होते. अद्याप मोर्चा धडकला नव्हता.

एकनाथराव शिंदे, किसनराव शिंदे रोहीपिंपळगांवकर, वामनराव देशमुख चिकाळेकर, बापुराव देशमुख चिकाळेकर, नारायणराव देशमुख कांडलीकर, शंकरराव चव्हाण, दिपाजी पाटील, नरसिंग पहेलवान चाकूरकर, आप्पाराव पाटील कौलखेडकर, संग्राम देशमुख बोळकेकर, नारायणराव कदम सिरसीकर, सूर्याजी पाटील रातोळीकर, मक्काजी राठोड कोडग्याळ तांडा, विठ्ठलराव पाटील रुईकर, गणपतराव मोरे पाणशेवडीकर, जयवंतराव पाटील वायफणेकर, विठ्ठलराव देशमुख, राजाराम देशमुख बारडकर, चांदबा पाटील निवघेकर, सखाराम पाटील येळीकर, गोविंदराव धर्माधिकारी बरबडेकर, भीमराव देशमुख वडगावकर, रावसाहेब देशमुख वडगावकर, माधवराव लिंगप्पा परसवाळे हिंगोली, विठ्ठलराव नाईक चिंचोर्डीकर, पंडीतराव मुकुंदराव देशमुख झरीकर, माणिकराव देशमुख टाकळगव्हाणकर इत्यादी मोर्चात सहभागी होण्यासाठी भूमिगत राहून शेतकऱ्यांचे प्रबोधन करीत होते. पद्माकर लाटकर आझाद हिंद भागानगरी रेडिओवरून तुफान गर्जत होते. जणू सुभाषचंद्र बोसच.

बोचरी थंडी कुडकुडत होती. आज निजामाने भागानगरीचे दर्शन करण्यासाठी आपल्या महालातील राणीवशासह दासदास्यांची सहल काढली. निजाम आपल्या दास्यांसह मोटारकार मध्ये स्थानापन्न झाला. एका दासीने फिकट पिवळसर गुलाबी रंगाची साडी परिधान केली. डोईवरचे केस मानेपर्यंत मोकळे सोडले. केसात मोगऱ्याच्या फुलांचा गजरा माळला. दासीचे डोळे निळ्या काचेच्या गोटीसारखे चकाकत होते. अनेक दास दास्या शृंगारिक पद्धतीने नटून थटून सहलीत सामील झाल्या.

मात्र निजामाची खास दासी आपल्या राजासोबत निसर्गाचे अनुपम सौंदर्य पाहात मार्गक्रमणा करीत निघालेली. भरीत भर म्हणून फिकट पिवळसर रंगाचे कोवळे ऊन हिरव्यागार रानशालूवर पसरलेले. थंड हवा सुटली होती. हवेच्या झोतामुळे दासीचे डोळे गुलाल उधळल्यागत लालेलाल झाले. मनमोहक सोनेरी केस वाऱ्यावर भुरभुरत होते. गुबले गुबले गाल, यौवनाने लाजून चूरमूर झाले. काळ्याशार मुलायम पारदर्शक रेशमी वस्त्राचा नकाब तिच्या गालाभोवती एखाद्या भुंग्यासारखा गुंजन करीत होता. रानावनात रानफुलं आपलं शाही अस्तित्व दाखवित होते. पाखरांचे थवेच्या थवे आकाशात घिरट्या घालीत होते. असं अमित मनोहर दृश्य दासी आपल्या नाजूक डोळ्यांनी मनसोक्त पहात होती. निसर्गरम्य प्रकाश तिच्या खूबसूरत गुलाबी देहावर पसरला होता. त्यामुळे तिचे नाजूक मुलायम सौंदर्य एखाद्या विद्युल्लतेसारखे खुलून दिसत होते. तिच्यातली दाहकता व मादकताही ओसांडून वाहत होती. तिचे लाघवी हास्य पळापळाला भुरळ घालीत होते. तिच्या निळसर डोळ्यात प्रीतीची गुलाबी कारंजी नर्तन करीत होती आणि मध्येमध्येच पर्वताच्या उंच कड्यावरून जलतुषार धबधबावेत तसे भास होत होते. निसर्ग जणू तिच्या फोडलेल्या लालचुटूक डाळींबासारख्या ओठांचे चुंबन घेत सुटला होता. तिच्या ओठावर, टोमटोसारख्या लालबुंद गालावर, देहावर वादळवारा हर्षभरीत होऊन चुंबनांचा वर्षाव करीत होता.

तिच्या हातामध्ये एक नाजूक पण छानसं कोमल गुलाबाचं फूल गुदगुल्या करीत होतं. त्यामुळे निसर्गाने आपल्या मदनाचा ज्वालामुखी पेटवून हात पसरला होता. बाहूत कवटाळण्यासाठी आतुर झाला होता. वारा तिच्या मखमली ओठांचे जणू चुंबन घेत होता. त्यामुळे पृथ्वी आनंदली होती. तिच्या कोमल यौवनाला हुंगून कुस्करून जात होती. गाडी अहिस्तेकदम पुढे पुढे सरकत होती. दिनकर मावळत होता. रजनी हळुवारपणे आपले अस्तित्व दाखवित एकांत निर्माण करीत होती. तशी गाडी भागानगरीत आली आणि दासीचे गुलाबी पारदर्शक ओठ थरथरले व ती म्हणाली,

"सुनो ऽ नो ऽ जी!"

इतक्यात नारायण पवार, गंगाराम आणि जगदीश यांनी निजामाच्या ताफ्यावर बॉम्बहल्ला केला. वातावरण दणाणून गेलं. त्यामुळे वादळात सापडलेल्या वेलीने वृक्षाला बिलगावं तशी ती ७५ वर्षीय निजामाला बिलगली. तिच्या गोऱ्या गालांवरचं हास्य क्षणात मावळून गेलं. तिच्या गोऱ्या कांतीवर चितारलेली लालभडक मेंहदी काळवंडून गेली. सुरम्याने चकाकणाऱ्या नेत्रकडा निस्तेज पडल्या. उदयोन्मुख भालपट्टी

खालावली. तिचे गोरे अंग भीतीने थरथर कापू लागले. डोळे अश्रूने डबडबले.

या हल्ल्यात निजामासह सर्वजण बालंबाल बचावले. परंतु नारायण पवार, त्याचा साथीदार गंगाराम हे दोघेही पकडले गेले आणि जगदीश फरार होण्यात यशस्वी झाला. नारायण पवार व गंगाराम विरुद्ध गुन्हा दाखल करण्यात आला.

***

भागानगरीवर मोर्चा धडकला. मोर्चात सहभागी शेतकऱ्यांनी विविध मागण्यांचे फलक झळकावले. त्यामुळे भागानगरी रुमणे मोर्चेकऱ्यांनी दुमदुमुन गेली. जिकडे तिकडे रुमणेच रुमणे दिसू लागले. तशा निजामाच्या बंदुका तोंड वासू लागल्या. तफंचे, रिवाल्वर, थ्री नॉट थ्री इत्यादी हत्यारे जिभल्या चाटू लागली. निजाम सत्ता हादरू लागली. आणि या सत्तेला प्रतिआव्हान करण्याचं प्रत्येकाचं अंतिम ध्येय बनलं. या ध्येयाच्या पोटी प्रत्येक माणूस पेटून उठला. सूडाग्नी फणफणू लागला. लोक खवळले. त्यामुळे निजामाचं तख्त हादरून गेलं. भागानगरी गोंधळली. निजामी अधिकाऱ्यांच्या मोटारी भकाभका धूर ओकीत रस्त्याने धावू लागल्या. काही पोलीस अधिकाऱ्यांचे ताफे असलेल्या गाड्या कर्कश आवाजात आपलं बलस्थान सिद्ध करू लागल्या. अनेक सैनिकांजवळच्या बंदुका वखवखलेल्या नजरा रोखून रस्ते अडवू लागल्या.

भागानगरीला हां हां म्हणता छावणीचे रूप आलं. भागानगरी इतकाच विस्तीर्ण मोर्चा इतिहासात प्रथमच धडकला. यापूर्वी फक्त महाराष्ट्राचे कुलभूषण, हिंदवी स्वराज्याचे संस्थापक, जिजाऊपुत्र, मर्द मराठा, कुलवंत तथा शीलवंत, धुरंधर पण पुरंदर, सुवर्ण छत्रपती राजे श्री श्री श्री शिवाजीमहाराज यांची छावणी पडली होती.

त्यानंतर इतिहासात हा मोर्चा तितक्यात तोलामोलाचा असल्यामुळे राणी महाल चिंताग्रस्त बनला, खिलबत महाल धडपडू लागला. बालेकिल्ला हादरून गेला, तारामती महाल रेंगाळू लागला, दिवाण ए आम अशा इमारती काळवंडू लागल्या.

लोकशक्तीची एकजूट व लोकसंघटन हा निजाम प्रथमच पाहात होता. भरीत भर म्हणून याच मोर्चात विद्यार्थ्यांनीही निजामाविरुद्ध निषेध मोर्चा काढला. या मोर्चात मराठवाड्याची रणरागिणी, महिषासुरमर्दिनी, रणधुरंधर विद्यार्थिनी ताराबाई परांजपे ही या तुकडीचे नेतृत्व करीत होती. आणि हा जाज्ज्वल्य इतिहास कल्हाळीचे कारभारी तुकाराम बेलाडे हे याची देही याची डोळा पहात होते.

हा भव्य आणि दिव्य मोर्चा पाहून निजामाची भंबेरीच उडून गेली. आणि समुदायातून गर्जना गर्जत होत्या.

जिंदाबाद... जिंदाबाद!

स्वामी रामानंद तीर्थ जिंदाबाद!
स्टेट काँग्रेसचा विजय असो!
एक है एक है - हम सब एक है!
हमसे जो टकरायेगा - मिट्टीमे मिल जाएगा!
बंद करा... बंद करा - लेव्ही वसुली बंद करा!
झालीच पाहिजे - झालीच पाहिजे !
लेव्ही वसुली बंद झालीच पाहिजे!
आमच्या मागण्या मान्य करा!
नाही तर खुर्च्या खाली करा!

इत्यादी घोषणा देत मोर्चा आस्ते कदम पुढे पुढे सरकत होता. मोर्चेकऱ्यांना आवर घालण्यासाठी पोलिसांची दमछाक उडाली. भिन्न भिन्न पदके तसेच गणवेश परिधान केलेले अधिकारी जागोजाग तैनात झाले. वातावरण गरम होत होतं. लोकातून गर्जना गर्जत होत्या. घोषणा देऊन लेव्ही वसुली बंदचे पत्रक निजामाला सादर करण्यात आले.

निजाम आपल्या सिंहासनावर स्थानापन्न झाला होता. दासदास्या मोरपंख्याने वारा घालीत होत्या. निजामाची बेदरकार नजर सभोवती फिरत होती. पुढे ठेवलेल्या टेबलवर मागणीचे मोर्चेकऱ्यांचे पत्रक वाऱ्याने भुरभुरत होते. फडफड असा आवाज येत होता. परंत त्यावर एक जगप्रसिद्ध अस हिऱ्याचा पेपरवेट आपलं शाही अस्तित्व दर्शवत होता. पेपरवेट मधून हिऱ्याचा रंगीबेरंगी रंग परावर्तित होत होता. आणि बाहेर मोर्चेकऱ्यांच्या गर्जना गर्जत होत्या.

"हम सब एक है ! हमारी मांगे पुरी करो! अरे बघता काय, सामील व्हा! लाज वाटली तर घरात जा ! आमच्या मागण्या मान्य करा ! नाही तर संस्थान खालसा करा!"

अशा स्वरूपाच्या कितीतरी घोषणा गर्जत होत्या. आणि हां हां म्हणता या मोर्च्याला हिंसक वळण लागले. तसा पोलिसांचाही लाठीहल्ला सुरू झाला. अश्रूधुरांच्या नळकांड्या फटाफट फुटू लागल्या. पोलीसांनी मोर्चेकऱ्यांवर एक जबरदस्त हल्ला चढविला. त्यामुळे लोक रानोमाळ बेभानपणे धावत होते. धावा ऽ पळा ऽ वाचवा ऽ मेलो ऽ आई गं ऽ अशा कितीतरी करुण किंकाळ्या उठू लागल्या. अश्रूधुरामुळे वातावरण काळंकुट्ट झालं. निरभ्र आकाश काळ्या धुरानं माखलं गेलं. जणू काळीकभिन्न रात्र अवतरली गेली.

लोक अंधासारखे वेडेवाकडे पळू लागले. त्यामुळे इमारती, हॉटेले, दिव्याचे

खांब यावर धडकू लागले. तसे पोलिसांनी हवेत गोळीबार सुरू केला. घरट्यातील पक्षी फडफडाट करून सैरावैरा उडू लागले. तर काही पक्षी पंख फडकावीत जमिनीवर लुळे पांगळे होऊन कोसळू लागले. निळ्या आकाशाच्या पार्श्वभूमीवर काळ्याकुट्ट ढगांचं साम्राज्य पसरलं. अमानुषपणे लाठीहल्ल्याला सुरुवात झाली. त्यामुळे शेतकरी जायबंदी होऊ लागले. जायबंदी झाले त्यांची एकच धरपकड आरंभली गेली. पकडली गेलेली माणसं बंदीवासात पडू लागली. कोंडाकोंडीस प्रारंभ झाला. तांबड्या पत्थरांनी सजलेल्या इमारती साक्ष बनू लागल्या. अनेक क्रांतिकारकांवर खटले भरण्यात आले. आणि भागानगरी संस्थानात पूर्वीपेक्षाही अधिक कडक फर्मान सुटले.

*
* *

आज भागानगरी शहर पूर्णपणे सीलबंद करण्यात आलं होतं. निजामाचा खून करण्याचा प्रयत्न केल्याच्या खटल्याच्या निकालास प्रारंभ झाला. खटल्याची अंतिम सुनावणी सुरू झाली. त्यामुळे भागानगरी परिसर लोकांनी गजबजून गेला. प्रत्येकाच्या तोंडात नारायण पवार व गंगाराम हीच दोन नावं चर्चिली जाऊ लागली. पोलिसांच्या कडेकोट बंदोबस्ताखाली नारायण पवार व गंगाराम यांना आणलं गेलं. त्यांच्या हातापायात साखळदंड अडकविले होते. त्यामुळे साखळदंडांचा खळखळ असा आवाज येत होता. त्यांच्या भोवती पोलिसांचा कडक पहारा तैनात करण्यात आला आणि शिक्षा सुनावली गेली.

नारायण पवारला,

सजा-ए-मौत

आणि गंगारामला,

जन्मठेप...!

ही शिक्षा जाहीर होताच लोक रस्त्यावर उतरले. सारी भागानगरी धगधगू लागली. सर्व स्तरांतून निजामविरोधी निदर्शने होऊ लागली. 'निजाम सरकार हाय हाय' चे नारे उठू लागले. त्यामुळे हां हां म्हणता मराठवाडा धडाधड पेटला. आंध्रा भकाभका धूर ओकू लागला तर तेलंगणाही रौद्ररूप धारण करू लागला.

नारायण पवारला फाशीची शिक्षा देऊन मानवतेची हद्द ओलांडल्याबद्दल सर्व स्तरांतून भयंकर संतापाच्या लाटा व्यक्त होऊ लागल्या. या अत्यंत निराशाजनक आणि दुर्दैवी घटनेची जागोजाग निंदानालस्ती होऊ लागली. विद्यालये व महाविद्यालयातून तरण्याबांड पोरांनी रणगर्जनेचे रणशिंग फुंकले आणि नारायण पवार निघाला... कुठे? वधस्तंभाकडे... बेदरकारपणे... हसत खिदळत... भारतमाता की

जय म्हणत एक एक पाऊल दमदारपणे टाकत लटकणाऱ्या फासाच्या दोराला जाऊन कवटाळला आणि दोराचे चुंबन घेत गर्जला,

"भारत माता की जय! मर्द हो! अखंड भारताचे स्वप्न साकार करण्यासाठी आज तुमचा नारायण तुमच्यातून जात आहे पण या निजामावर बिलकूल विश्वास ठेवू नका. हा अत्यंत धोकादायक आहे. बोलतो एक आणि करतो एक. त्यामुळे तो तुमचा आमचा प्रत्येकाचा वैरी आहे. त्यासाठी हा पेटविलेला अग्निकुंड सतत धगधगता ठेवा. कितीही समिधा खळकन पडल्या तरी एक ना एक दिवस या निजामाचीसुद्धा समिधा पडल्याशिवाय राहणार नाही. जय हिंद! जय सुभाषचंद्र!"

असे म्हणून त्याने फाशीच्या फंद्यास आलिंगन दिले आणि जल्लादाने दोर आवळला. काळही गदगदा हसला. नारायण पवार शहीद झाला. नारायण पवारच्या बलिदानाने फाशीचा दोर घायाळ झाला. पार्थिव दगडांना पाझर फुटला. निर्जीव भिंती घळाघळा अश्रू ढाळू लागल्या. गायी गुरांच्या गळ्यातील खळाखळा वाजणाऱ्या घुंगरमाळा स्तब्ध होऊन निपचित पडल्या.

वरुणराजालाही अनावर दुःख झाले. काळेकुट्ट ढग पसरू लागले. जणू ते धाय मोकलून रडू लागले. वरुणराजाच्या हृदयाचा बांध फुटला. युशी नदीकाठी भलेमोठे सरण धडधडू लागले. आकाशाकडे झेपावणाऱ्या ज्वाला लोक खिन्न मनाने उदासवाणे होऊन पाहू लागले.

अग्नीने जोर धरला आणि नारायण पवार जिंदाबादच्या घोषणा गर्जल्या. 'नारायण पवार अमर रहे' च्या घोषणा काही वेळात विरल्या पण संस्थानात आगडोंब उसळला. लोकांची मने हेलावून गेली. त्यामुळे ते जागोजाग रस्त्यावर उतरू लागले, करू अथवा मरू पण... स्वातंत्र्य मिळवू ही लोकभावना बनली.

पवाररुपी वादळ शमलं पण भावीकाळात एक प्रचंड क्रांतीची शलाका उधळत, उसळत येणार आहे याची जाणीव झाली. अनेक आबालवृद्धांचे डोळे डबडबले. आता तुकाराम बेलाडे यांनाही परतीचे वेध लागले होते. त्यांनीही आपले पाझरते नेत्र धोतीच्या घोळाने पुसत पुसत भागानगरीचा निरोप घेतला आणि कल्हाळीकडे जड अंतःकरणाने मार्गस्थ झाले.

-0-0-0-

नऊ

थंड हवा सुटली होती. शेतकऱ्यांचा उदीम संपला होता. तशी सर्वांचीच पेरणी झाली होती. आता काळ्याशार जमिनीला हिरवंगार बाळसं आलं होतं. धरणी एखाद्या नववधूसारखी सजली होती. अधूनमधून कोकीळ कुहुकुहु गात होता. हिरव्यागार पिकांचे मोड आपले मुंडके वर काढून डोकावत होते. कल्हाळी शेजारची आमराई डेरेदार बनली होती. सीताफळ, सागवाण, बाभळी, बोरी, येहळा हिरवागार फुलून आला होता. बागाच्या ओट्यावर बाग बहरून आली होती. मंदपणे सुवास दरवळत होता. आज अप्पासाहेबांनी बैठक भरविली होती. बैठकीत तरण्याबांड मुलांसह वृद्धही- खासे खासे माणसं जमा झाली होती. बैठकीत पानसुपारीचे तबक आणि विडे ठेवण्यात आले होते. अप्पासाहेब पेपर वाचण्यात मग्न झाले होते. अजून ते कुणाची तरी वाट पाहत होते. इतक्यात डाव्या हातावर तंबाखूची पूड घेऊन उजव्या हाताच्या बोटाने तंबाखूला चुना मळीत बळीमहाराज म्हणाले,

"मालक!"

अप्पासाहेब वर्तमानपत्रावरची नजर हटवून थोडे खोकलले आणि तक्त्याला नीट रेलून बसत म्हणाले,

"बोला गुरू!"

गुरू या शब्दाने बळीमहाराज प्रसन्न झाले. थोडे सुखावले. आजपर्यंत नाईक घराण्यातून कोणीच गुरू या शब्दाने संबोधले नव्हते. परंतु अप्पासाहेबांच्या मनाचा मोठेपणा इतका होता की त्याला इतिहासात जोड नव्हती. बळीमहाराज म्हणाले,

"बैठकीचं प्रयोजन?"

अप्पासाहेब थोडं हसले आणि गंभीर होत म्हणाले,

"बैठकीचं प्रयोजन तसं खासच परंतु अजून माणसं येऊ द्या!"

इतक्यात बैठकीत अर्जुना सोनकांबळे, गुंडाजी भुजंग सोनकांबळे, रामजी

भुजंग सोनकांबळे, केरबा मालू सोनकांबळे, भाऊराव रघुनाथ गायकवाड, महादाप्पा काळेअप्पा मठपती जंगम, गणाजी बुवा गिरी महाराज, मरीबा गायकवाड, सूर्यवंशी लोहार यासह न्हावी व परीटही आले. त्यामुळे बैठक माणसांनी गच्च भरून गेली, इतक्यात गणू स्वयंपाक्याने चहाची भली मोठी किटली आणली. सर्वाचे चहापान झाले तसे अप्पासाहेबांनी विषयाला हात घातला. अर्जुन सोनकांबळे यांच्याकडे पाहात ते म्हणाले,

"काय अर्जुना, किती गावात बाबासाहेबांचे विचार पोहोचवले?"

अर्जुना सोनकांबळे लाजरेपणाचा आव आणत म्हणाला,

"मालक, जवळपासची सर्व गावे पिंजून काढली आहेत. आता बाहेरगावी जावं म्हणतो!"

"वा! अर्जुना व्वा! शोभलास हं... आता आपण सर्वांनीच बाहेर पडायचं!"

"कसे काय मालक?"

"कसे काय म्हणजे? हे विचारणं झाल? संस्थानात निजामाची मगरूरी वाढली आहे. सत्तेनं आंधळा झाला आहे. परवाच आम्ही भागानगरी दौरा करून आलो. आमच्यासारख्यांवर हात उचलण्याची हिंमत तेथे सर्वसामन्याचे काय? आता देश स्वातंत्र्याच्या उंबरठ्यावर उभा आहे. लवकरच स्वातंत्र्य मिळेल पण या निजामाचा विचार काही वेगळाच दिसतो आहे. त्यासाठी त्याला तडीपार करणं हे प्रत्येकांच कर्तव्य बनले आहे. या सामाजिक कर्तव्याच्या भावनेतून स्वामी रामानंद तीर्थ, डॉ. बाबासाहेब आंबेडकर, पोलादी पुरुष सरदार वल्लभभाई पटेल यांचे विचार तळागाळात पोहोचवून आपणास आता बंड करावयाचे आहे. त्यासाठी बाहेर पडावं लागेल."

यावेळी अप्पासाहेबांचे बोलणे ऐकून भाऊराव गायकवाड काळजीच्या सुरात म्हणाले,

"मालक, आपण जहागीरदार! या जहागिऱ्या, वतने निजामानेच बहाल केली आहेत. कमीत कमी जहागीर कायम ठेवण्यासाठी निजामास विरोध करणे धोक्याचे होईल. घरात चिलटे झाले म्हणून घरच फुंकून दिल्यासारखे होईल."

भाऊराव गायकवाडांनी जहागिरीच्या दृष्टिकोनातून चांगले विचार मांडले पण अप्पासाहेब खळखळून हसले आणि हातावर टाळी मारत बळीमहाराजांकडे पाहून म्हणाले,

"पहा, पहा महाराज, आता तरी समजला का तुम्हाला बैठकीचा नूर?"

बळीमहाराज म्हणाले,

"नूर न समजाय काय झालं? परंतु बैठकीचा नूरच पालटला की!"

बळीमहाराजांचा रोख ओळखून अप्पासाहेब म्हणाले,

"आता कुणाला हवी जहागीर? जहागीर राहिली काय आणि गेली काय? परंतु निजामाला विरोध करायचा म्हणजे करायचाच! अरे हो...! नुसता विरोध नव्हे, निजाम कुठेही दडो... आम्ही आकाशपाताळ एक करू आणि त्याला छिनून मारू. त्यासाठी आपल्या सर्वांना आमची एकच विनंती. सर्वांनी बाहेर पडावं कारण सध्या रजाकारांनी धुमाकूळ घातला आहे. वारंवार हल्ले होत आहेत. त्यासाठी बारीकसारीक गोष्टींची कल्पना मिळण्यासाठी सर्वांनी दक्ष राहून आम्हांस सहकार्य करावं कारण आता आमच्या सोबत निजामाचे गृहमंत्री दिगंबरराव बिंदू आहेत. तसा त्यांनी शब्दही दिला आहे.

यावेळी सर्वांनी हो! हो! उद्गार काढले. पुन्हा अप्पासाहेब म्हणाले,

"अर्जुन! "

"जी!"

"तू पेठवडज येथे दारूगोळ्याने गढी शिलबंद कर. संगती शेटवाड बंधू असू दे. आणि हो... गुंडाजी, तुम्ही धर्मापुरी येथील गढी शिलबंद करा."

"जी! "

यावेळी केरबा सोनकांबळे यांना अंबुलगा तर भाऊराव गायकवाड यांना मरवाळी, रामजी सोनकांबळे यांना बारुळ, महादाअप्पा मठपती यांना सटवाई दिग्रस येथील गढी शिलबंद करण्याचे आदेश दिले. एवढेच नव्हे तर गावोगावी फिरून रजाकांराच्या हालचालीवर लक्ष ठेवणे, कल्हाळी अंतर्गत गावागावातील माहिती काढणे व ती वाड्यात पोहोचविणे इत्यादी कामाची जबाबदारी सोपविण्यात आली.

इतक्यात भागानगरी येथुन तुकाराम बेलाडे येऊन बैठकीत पोहोचले. बैठक चालूच होती. बैठकीत तुकारामा बेलाडे भागानगरीचा वृत्तांत कथन करू लागले. अप्पासाहेब आपल्या ओठावर बोट ठेवीत म्हणाले,

"शुऽ ऽ गप्प बसा! भिंतीलाही कान असतात!"

तुकाराम बेलाडे चपापले. बैठक बऱ्याच वेळापासूनच चालू होती त्यामुळे बैठकीतून एक एक माणूस आपले म्हणणे मांडून, वृत्तांत ऐकून निघून जात होता. अप्पासाहेब आणि तुकाराम बेलाडे गुप्त मसलत करण्यासाठी बंगल्यावर निघून गेले. भागानगरीच्या गोष्टी झाल्या. आता दोन प्रहराची वेळ झाली होती. त्यामुळे अप्पासाहेबांनी वामकुक्षी घेण्यासाठी अंग टाकले आणि बेलाडे घराकडे निघून गेले.

भागानगरीच्या विचाराविचारात अप्पासाहेबांना झोप लागली होती. तुकाराम

बेलाडे यांनी गंगाराम पवारची फाशी, शेतकऱ्याचां मोर्चा, पोलिसांचा लाठीमार हे प्रसंग कथन केले होते. तेच त्यांच्या स्वप्नात आले होते. तुफान हुल्लडबाजी माजली होती. एकीकडे नारायण पवार याचा मृतदेह लटकत असल्याचा दिसत होता तर काही अंतरावर त्याची आई धाय मोकलून रडत होती. सारी भयाण शांतता पसरली होती.

इतक्यात सैनिक खुद्द अप्पासाहेबांवरच चौफेर गोळ्या झाडत असल्याचे दिसले आणि अप्पासाहेब एकदम ओरडले,

''थांब, कुणास मारतो?''

अप्पासाहेबांचे स्वप्न भंग पावले. ते घामाघूम झाले. त्यांचा आवाज ऐकून बंगल्यात त्यांच्या पत्नी रुक्मिणीबाई आल्या आणि म्हणाल्या,

''का ओरडलात मालक? इथं तर कोणीच दिसत नाही? कोण कुणाला मारत होतं? काही स्वप्न वगैरे पडलं का?''

अप्पासाहेब गंभीरपणे म्हणाले,

''आम्हांस स्वप्नदेवी पावली!''

''बरं आहे तुमचं स्वप्न आणि स्वप्नदेवी, भलतंच काही तरी! चला वाड्यात!''

सायंकाळ होत आली होती. रुक्मिणीबाई व अप्पासाहेब बंगल्यातून बाहेर पडले तसे वाड्यात माजघराकडे वळते झाले. मात्र अप्पासाहेब मनातल्या मनात स्वप्नातील शेवटच्या प्रसंगाची संगत लावू पहात होते

***

दुसरा दिवस उजाडला. कालच्या बैठकीतली कल्हाळीची माणसं अंधूक प्रकाशात गावाबाहेर पडली. नेमून दिल्यानुसार पेठवडज, बारुळ, धर्मापुरी, आंबुलगा, दिग्रस, मरवाळी येथील वाड्यातील दारूगोळा शिलबंद करण्यासाठी प्रत्येकजण उतावीळ झाला होता. बोचरी थंडी कुडकुडत होती. तसा लक्ष्ण बाबा वडजेही गावाबाहेर पडला. जागोजागच्या गढ्या दारूगोळ्याने शिलबंद होऊ लागल्या. गावातील लोक आश्चर्यचकीत होऊन कुजबुजू लागले. ही तर युद्धाची तयारी दिसते. यात पेठवडज येथील नारायणराव राजे व अप्पासाहेबांच्या हातून मार खाल्लेला गंगाधर कुळकर्णी पटवारीही मागे राहिले नव्हते.

त्यामुळेच पटवारी तिरक्या चालीनं आणि कुत्सित बुद्धीनं पाहात पाहात वाड्यापुढून जात असे. त्यामुळे त्याची लक्षणे ठीक दिसत नव्हती. परंतु ही लक्षणे न ओळखता येण्याईतकी कल्हाळीची माणसं दुधखुळी नव्हती. परंतु आपणासं त्याचं काय देणं घेणं असे समजून जो तो आपाआपल्या नेमून दिलेल्या कामात गर्क असे.

पेठवडज येथील गढीच्या बुरुजावरची तोफ दारूगोळा ठासून भरून सज्ज करण्यात आली. आता फक्त बत्तीची तेवढी तमन्ना! बुरुजावरुन भालदार चोपदार डोक्याइतक्या उंचीच्या काठ्या घेऊन अरे हुशार हो! म्हणत खडा पहारा देऊ लागले तर भालजी आणि दरकारजी आपआपल्या बंदुकांसह जागोजाग एखाद्या काळभैरवासारखे पाय रोवून खडे झाले. यात कोळी, महार, मांग, बंजारा सामील झाले. गावागावाच्या वाड्याला युद्धाचे स्वरूप प्राप्त झाले. हां हां म्हणता बुरुजाबुरुजा आणि फांजीफांजीवर बंदुका जिभल्या चाटू लागल्या. खडी ताजीमचे नारे गगन भेदू लागले. कोणत्या ना कोणत्या दिवशी गावावर काळभैरवांचा हल्ला होणार हे सर्वसामान्यांना स्पष्ट दिसू लागलं. त्यांनीही लाठ्या-काठ्या, भाले-बरचे, चाकू अशी हत्यारे तयार ठेवले. तळपत्या तलवारी घराघरात चमचमू लागल्या. आणि देशात १५ ऑगस्ट १९४७ चा दिवस उजाडला. शुभ सूर्याची सोनेरी किरणे क्षितिजावर पसरली. पशुपक्षी आनंदाने नाचून बागडून किलबिलाट करू लागले. वारा आनंदला. झांजे झणझणू लागले. शहादाने, हलग्या, तुताऱ्या, नौबती झडू लागल्या. डफ कडकडू लागले. हिंदुस्तान स्वतंत्र झाला. भगतसिंह, राजगुरु, सुखदेव यांच्या स्वप्नातला भारत प्रत्यक्षात अवतरला. त्यामुळे देशात सगळीकडे गुलाल उधळण्यात आला. शहीदांचं गुणगान करणारी धून मंद वाऱ्याच्या लहरीसोबत देशाच्या कानाकोपऱ्यात घुमू लागली. हिमालय खळखळून हसला. दीडशे वर्षाची काळरात्र संपली. सनई चौघडे तडतडू लागले. पेढे वाटल्या जाऊ लागले. जो तो आनंदाने बेभान होऊन एकमेकांच्या तोंडात पेढे भरवीत होता. तशी या बाबतीत कल्हाळीही मागे नव्हती.

कल्हाळीत घरादारांवर आंब्याच्या पानांची हिरवीगार तोरणे बांधली गेली. घरोघरी गुढ्या उभारल्या. अप्पासाहेबांनी निजामाच्या राजीइतराजीची पर्वा न करता भला मोठा तिरंगा ध्वज आपल्या वाड्यावर फडकवला. कल्हाळीत बैठक गच्च भरली होती. जो तो एकमेकांच्या हातावर टाळी देत उरभेटी घेत होता. आलिंगनास भरते आले होते. इतक्यात बैठकीत साप्ताहिक मराठवाडा येऊन पडला. त्यावर पहिलीच बातमी होती.

* अखेर भारताला स्वातंत्र्य बहाल. दीडशे वर्षाची काळरात्र संपली. पंतप्रधानपदी पंडीत नेहरू विराजमान तर उपपंतप्रधानपदी सरदार वल्लभभाई पटेल, शिक्षणमंत्री मौलाना अब्दुल कलाम आझाद, कायदामंत्री डॉ. आंबेडकर विराजमान. हिंदुस्थानात सामील होऊन जबाबदार राज्यपद्धती मान्य करा. स्वामी रामानंद तीर्थ यांचा निजामास सल्ला.

* निजामाकडून आझाद भागानगरीची घोषणा. भारत-पाक हे नव्याने होणार राष्ट्र ते कोणतेही निर्णय घेवोत. मी मात्र शेवटपर्यंत ब्रिटिश राष्ट्रकुटुंबात- निजामाची घोषणा. भारताच्या मध्यभागी निर्माण झाले लहान पाकिस्तान.

* अनेक हिंदू-मुस्लीम नेत्यांचा निजामास जाहीर पाठिंबा. आंध्र प्रदेश, कर्नाटक, मराठवाडा पुन्हा एकदा पारतंत्र्यात. आनंदावर विरजण. भारत सरकाने दिला निजामास एक वर्षाचा अवधी. जैसे थे करार.

* संभाजीनगर येथे महिलांचा प्रचंड मोठा बांगडी मोर्चा. शहर दणाणले. लातूर येथे केला महिलांनी सत्याग्रह उपोषणास प्रारंभ, हाळी येथे चिरेबंदी गढीवर हल्ला. यात लक्ष्मणराव बाळासाहेब माने पाटील यांचा निर्घृण शिरच्छेद. अप्पासाहेब माने यांनी वडगाववर हल्ला करून घेतला बदला.

* नंदीग्रामात झेंडा प्रकरणावरून कडक पोलीस बंदोबस्त. निजामाकडून शांतता राखण्याचे आवाहन.

* कदंबनगरीत बाबाराव देशमुख वडगावकर यांनी आरंभली रजाकारांची कत्तल. पोलीस पथक वडगावात दाखल. चौकशीसाठी राघोजी शिंदे, विठू नरवाडे, गंगाबुवा भारती, नारायणबुवा भारती, सगरबुवा भारती, सारंगय्या यशवंतय्या थळपते यांना घेतले ताब्यात. गोर्लेगावावर केला रजाकारांनी हल्ला. चंपतराव शिंदेनी केले गोफणीने अनेक रजाकार घायाळ.

वरील बातम्या अप्पासाहेब मन लावून वाचत होते. इतक्यात पेठवडज येथून अर्जुन सोनकांबळे धावत पळत बैठकीत आला आणि उपरण्याने घाम पुसत म्हणाला,

''मालक, दारूगोळा शिलबंद झाला पण आता काय उपयोग? भारत स्वतंत्र झाला!''

अप्पासाहेब मोठ्याने हसले आणि म्हणाले,

''खरं आहे अर्जुना! भारत स्वतंत्र झाला पण आपण झालो का? हे पहा आजचं वर्तमानपत्र. पहिल्याच पानावर बातमी आहे, निजामाकडून आझाद भागानगरीची घोषणा. भारतानेही दिला एक वर्षाचा अवधी. जैसे थे करार.''

काळजीच्या सुरात अर्जुना सोनकांबळे म्हणाला,

''मग मालक?''

''आता मग काय? पाहू पुढे काय करायचं ते? पण आपण दारूगोळ्यांचा बंदोबस्त केला का?''

''होय जी! परंतु राजासाब आणि पटवाऱ्याचे लक्षणे काही ठीक दिसत नाहीत.''

अप्पासाहेबांना त्याची जाणीव होती, कारण पटवारी आणि राजे पूर्वीपासूनच संकुचित बुद्धीने वागत. हेतुपुरःसर द्वेष करीत. हाच तो खरा गुणधर्म हिंदूधर्मीयांचा.

''मालक! ते वेगळ्याचं नजरेने पाहत होते. काही तरी गुलुगुलु एखाद्या कबुतरासारखी बोलत होते. त्यांच्या चेहऱ्यावरचे हावभाव विखारीच दिसले. मला तर असे कळले की राजे आणि पटवारी यांनी निजामी अधिकाऱ्यांना आणि रजाकांराना तुमच्याबद्दल भलतेसलते सांगितले.''

हे ऐकून अप्पासाहेब भलतेच कडाडले आणि म्हणाले,

''हे काय अर्जुन! तू अशा बाजारबुणग्यांचे चाळे पाहून मुकाट्याने आलासच कसा? आताच्या आता माणसं सोबत घे आणि पेठवडजला जा. त्यांच्या मुसक्या आवळ आणि त्यांना आमच्यासमोर पेश कर!''

तसा अर्जुना थोडा गडबडला. हे काम भलतेच अंगलट आले की काय? राजे म्हणजे काही साधासुधा माणूस नाही. एकदम बेरकी आणि पटवारी तर तिरक्या चालीत चालणार एखाद्या चावक्या घोड्यासारखा. त्यातल्या त्यात राजे म्हणजे कोणे एकेकाळचे खरेच राजे आणि नाईकसाहेबांचे आप्तस्वकीय. त्यांना जेरबंद करायचं... पण अप्पासाहेबांचा आदेश शिरसावंद्य. अप्पासाहेबांनी सांगितलेलं न ऐकणे हे एकदम गैर...! अशा विचारात अर्जुन सोनकांबळे बैठकीच्या बाहेर पडला. तो विचार करीतच पेठवडजला गेला. पटवारी आणि राजे यांना भेटले. त्यांनी हो नाही म्हणत एकदाचा कल्हाळीस येण्यास होकार दिला. अर्जुनाचा जीव भांड्यात पडला.

***

काही वेळातच राजे आणि पटवारी घोड्यावरून कल्हाळीकडे दौडले. पटवाऱ्याचा घोडाही तिरक्याच चालीने टकटक करीत चालला होता. तर राजे यांचा घोडा खिंकाळत, फुरफुर करत एखाद्या बेरक्या चालीनं चालत होता. काही वेळातच दोघेही कल्हाळीस येऊन पोहोचले. त्यांना पाहाताच अप्पासाहेब हसले आणि म्हणाले,

''यावं यावं राजासाब!''

आपली बाराबंदी सांभाळत राजे म्हणाले,

''आम्ही येणारच होतो पण आपलाच सांगावा आला म्हणून आम्ही आल्यापावली निघालो. म्हटलं काही महत्त्वाचं काम?''

अप्पासाहेब मिश्कीलपणे हसले आणि म्हणाले,

''तसं फार महत्त्वाचं काम नव्हे परंतु आम्ही जे काही राजकारण करतो त्यास

आपला वडीलकीच्या हक्काने आणि पटवारीसाहेबांचा शासकीय हक्कानं दुवा मागतो!''

मनात नसूनही अप्पासाहेबांनी पटवाऱ्याला शाब्दिक मोठेपणा बहाल केला आणि राजे म्हणाले,

''त्यात एवढं काय नाईकसाहेब! आम्ही का परकी माणसं? आपण तर नात्यागोत्यातली, रक्ताची माणसं! आम्ही दुवा देणार नाही तर कोण देणार? असे परक्यासारखे का बोलता?''

अप्पासाहेब हसले आणि म्हणाले,

''नाही म्हटलं, आम्हास तसा सुगावा लागला!''

राजे गोरेमोरे होत म्हणाले,

''कोणता सुगावा?''

''सध्या आपण आमच्या कारभाराकडे संकुचित नजरेने पाहता, पटवाऱ्यासंगे गुलुगुलु बोलता हे कळल्यावरून प्रत्यक्ष शहानिशा करावी म्हटलं!''

राजे एकदम हात जोडत म्हणाले,

''हरे राम राम! हा सांगावा त्या अर्जुन सोनकांबळेचाच असेल! नाईकसाहेब, आम्ही जरूर गुलुगुलु बोललो असेल हे खरे, पण आपल्या विरुद्ध नव्हे. आम्ही जे काही बोलणे केले ते आपल्या भल्याचेच होते. आम्ही खुद्द बोलण्यासाठी येणारचं होतो पण आपणच बोलावणं पाठवलं हे बरे वाटले. या उप्पर आपली मर्जी!''

''तसे नव्हे राजेसाब, आपण वयानं मोठे, मानाने मोठे, काही चुकलं सवरलं तर आम्हास सांगण्याचा आपला अधिकार तो. मग अजून आम्हास कसे काय सांगत नाहीत याचेच नवल वाटते!''

राजे पोटभरून गदागदा हसले आणि म्हणाले,

''नाईकसाहेब, जरा सबुरीने घ्या. आम्ही काय सांगणार होतो, आपण केलेली युद्धाची तयारी ही कशासाठी?''

''निजाम हा आपला दुश्मन आहे. बापजाद्यापासून या हरामी औलादीनं मराठी दौलतीला विरोध केला आहे. हा काळसर्प कधी कुणाला चावा घेईल याचा भरोसा नसल्यामुळं हे लागलेलं ग्रहण आम्ही दूर करण्यासाठी आणि मराठी दौलतीला वाचविण्यासाठी हे उचललेलं पाऊल!''

राजे पुन्हा हसले आणि म्हणाले,

''माझ्या डोईवरचे केस, मिशा आणि कल्ले उन्हात फिरून नाही पिकले, कित्येक उन्हाळे पावसाळे पाहिलेत मी. म्हणून सांगतो, तुम्हाला हा निजामाचा विरोध परवडणारा नाही!''

“खरं आहे तुमचं, परंतु हा निजाम करून करून करेल तरी काय? नुसतं कुत्र्यासारखं भ्वॉऽ करण्याला काय अर्थ?”

“तसं नव्हे नाईकसाहेब! कासीम रजवी कमी समजू नका!”

“आम्ही कुठं कमी समजतो? तो नंबर एकचा लावकलिंगा, असे कळीचे नारद कितीही उलटले तरी या अप्पासाहेबांवर परिणाम होणार नाही. कोण भितो अशा कांद्याला? राजासाब, कांद्याला बिस्मील्ला कशाला?”

राजे गंभीरपणे हसले आणि म्हणाले,

“निजामाशी वैर परवडणारं नाही अप्पासाहेब, कारण तो स्वत: राजाधिराज आहे!”

“अहो नुसता राजाधिराज नव्हे, आम्ही तर म्हणतो, तो राजाधिराजांचा राजराजेश्वर आहे!”

“खरं बोललात नाईकसाहेब! त्यासाठीच आम्ही म्हणतो निजामीसत्तेला आव्हाण देणे हे तुमचे आमचे काम नव्हे, हे एक प्रकारे शिवधनुष्यच समजा. उचललं तर ठीक अन्यथा उरावर घेऊन मरायचीच वेळी. वाड्याचा एक एक बुरुज त्याच्या तोफांनी ढासळू लागला म्हणजे कळेल निजामी सत्ता काय असते ती! आठवा नाईकसाहेब आठवा... काय झालं मराठी दौलतीचं? शनिवारवाडा बेचिराख केला होता याच निजामाने. असे वेड्यासारखे डोक्यात खूळ घेऊन बसलात तर... हरे राम राम... पुढचं न बोललेलचं बरं. पुढच्यास ठेस मागचा शहाणा एवढेच म्हणावे वाटते! कोणीतरी मायचा पूत जन्म घेईलच आणि ही जुलमी राजेशाही उलथून लावील. तो पर्यंत धीर धरावाच लागेल. भगवान श्रीकृष्णांनी कुरुक्षेत्रावर अर्जुनाला केलेल्या उपदेशाप्रमाणे, *संभवामी युगे युगे...!*”

अप्पासाहेब कावरेबावरे झाले. थोडा राग आणि संतापही अनावर झाला. त्यांच्यातील चीडही एकवटली गेली. ते रागातच म्हणाले,

“वा, राजासाहेब वा! शिवाजी जन्मावा तर शेजारच्या घरी. अहो आता भगवान गौतम बुद्धांच्या तत्वज्ञानानुसार आपणासच प्रकाशमान व्हावं लागेल. त्यासाठीच अत्त दीप भव या उक्तीप्रमाणेच कार्य करावं लागेल. अन्यथा काही खरं नाही राजासाब, तुम्ही म्हणता ते सर्व खरं असलं तरी पण मराठी दौलतीला काळिमा फासणारे तुम्ही आम्हीच होतोत ना? आमच्यातील गद्दारी भोवली. लाचारीने उचल खाल्ली. आणि हुजरेगिरी वाढली त्यामुळेच मराठी दौलत लयाला गेली. परंतु याच गोष्टीचा सूड उगविण्यासाठी आम्ही बलिदान करण्यास तयार आहोत. त्यासाठी फक्त वडिलकीच्या हक्कानं आपला दुवा मागतो आहोत!”

काळजीच्या सुरात राजे म्हणाले,

"पण आपली जहागिरी? तुमच्या अशा विद्रोहानं जहागिरी राहील काय?"

"तिचं काय असणार? जहागिरी राहिली काय आणि गेली काय? जहागिरी...
हं! कोणाची जहागीर? कसली जहागीर? आम्ही आता अशा कित्येक जहागिर्‍या
पायदळी तुडवण्यास सिद्ध झालो आहोत. त्यासाठी फक्त आपला दुवा मागतो
आहोत!"

"नाईकसाहेब! हे सारं खरं असलं तरी पानिपताची लढाई आठवा. काय
झालं मराठशाहीचं? तसं तुम्हीही हकनाक मरू नका आणि गोरगरीबही मारू नका!
येणारा काळ तुम्हाला माफ करणार नाही!"

नाराजी व्यक्त करीत अप्पासाहेब म्हणाले,

"बस्सं करा राजासाब! ही भलतीच भीती दाखवू नका. जोपर्यंत आपले
मतभेद मिटणार नाहीत तो पर्यंत मराठशाहीच्या पानिपताची मालिका अखंड चालू
राहील. एकदाच नव्हे तर हजारदा पानिपत घडेल. याच पराभवाचा वचपा काढावयाचा
असेल तर तुम्ही आम्ही दुश्मनी विसरून एक झालं पाहिजे!"

अप्पासाहेब निर्वाणीचं बोलले. त्यावर कुठलीही प्रतिक्रिया न देता आपल्या
जाडजूड मिशावरून हात फिरवित राजे उठले आणि चालू लागले. वास्तविक त्यांची
अंगकांती रागाने लालबुंद झाली होती तर बाजूला बसलेला पटवारी जाग्यावरच
एखाद्या नागासारखा जिभल्या चाटीत चाटीत म्हणाला,

"सरकार, येतो आम्ही. आम्ही नोकर माणसं! तुमच्या राजकारणातलं आम्हास
काही कळलं तर देवाशपथ!"

"ठीक आहे. हा अप्पासाहेब आता स्वातंत्र्यासाठी प्राण द्यायलाही तयार
आहे, अजूनही आमच्या मराठी मनात ज्वालामुखी खदखदतो आहे. ज्या दिवशी तो
भडकेल त्या दिवशी मराठ्यांची धग आणि रग काय असते ते जगाला कळेल.
पानिपतावरचा सुद्धा एक एक मुडदा ज्या दिवशी उठून लढेल त्या दिवशी कळेल,
मराठ्यांच्या कबरीही काय असतात त्या?

चालता चालता गर्रकन मागे वळून राजे म्हणाले,

"बहोत खूब! नाईकसाहेब, तुम्ही मराठ्यांचा जरूर राजा व्हा, पण निजामाशी
युद्ध म्हणजे लुटुपुटीचे युद्ध नसेल याची जाणीव ठेवा. नुसती हुल्लडबाजी अंगलट येते!"

"हं... समजलो आम्ही, काय समजायचे ते समजलो. आम्ही एक इशारा
करतो. आम्हीही कुणाची हुल्लडबाजी खपवून घेणार नाही. तसा कुणी प्रयत्नही करू
नये. केला तर नतीजा बुरा होईल!"

''खरं आहे... हे असंच असतं. आम्ही तुमची सेवा केली, केस पांढऱ्याचे पिवळे केले, आता फेडा आमचे पांग आणि आमच्यावरच संशय घेऊन करा आमचीच खांडोळी!''

असे म्हणून राजे व पटवारी बैठकीबाहेर पडले. त्यांनी घोड्यावर मांड घेतली, लगामाला बांधलेला गोंड्याचा गुच्छ हाती घेऊन घोडा उडविला आणि पांढऱ्या मातीची धूळ उडवीत जाणारे राजे आणि पटवारी दिसेनासे झाले. बराच वेळ अप्पासाहेब त्यांच्या पाठमोऱ्या आकृतीकडे पहात होते, आकृती विरत होती आणि अप्पासाहेब स्वगतच म्हणाले,

''हं... भ्याड कुठचे! नंबर एकचे लफंगे! एकदाच काय, हजारदा निजाम बुडवायला हा अप्पासाहेब आता सिद्ध आहे. मराठ्यांनी मराठ्यांच्या घरात राहून केलेला द्रोह म्हणजे मराठे हे न ओळखण्याइतके आम्ही नासमजदार नाही!''

दात-ओठ खात अप्पासाहेब पुन्हा स्वगत म्हणाले,

''सावरा, स्वत:ला सावरा! अन्यथा तुमची काही धडगत नाही. माझ्या मातीशी आणि माझ्याशी कुणी गद्दारी करू धजेल तर खुले आम कत्तल. चला अप्पासाहेब चला, हे असंच चालणार!''

असे म्हणत अप्पासाहेब बैठकीतून उठले. सायंकाळ होत आली होती. पश्चिम मावळत होती. अप्पासाहेब विचाराच्या तंद्रीतच वाड्यात चालू लागले. कितीतरी वेळ ते चालतच होते... चालतच होते...

इतक्यात पाठीमागून आवाज आला.

''अप्पाराव ठैरो!''

गरकन पाठीमागे वळून अप्पासाहेब म्हणाले, ''कौन है आप?''

''मै हूँ अब्दुल रज्जाक हाशमी, रजाकार सेना का मुखीया।''

''अच्छा! तो तू हैं अब्दुल रज्जाक? कहो, क्या कहना चाहते हो?''

''ये जो झंडा आपने लगाया है ये झंडा सीधे तरीके निकालते की हम निकाले?''

''तेरी इतनी हिम्मत? सीधी बात कर, नही तो यही फूँक देंगे।''

अप्पासाहेबांच्या या धमकीने अब्दल रज्जाक चवताळला. त्याने रिवाल्व्हरला हात घातला. त्याला क्षणाचीही उसंत मिळू न देता विजेच्या चपळाईने अप्पासाहेबांनीही आपले रिवाल्व्हर हाती घेतले आणि क्षणाचाही विलंब न लावता थडालऽ थडालऽ थडालऽ अशा तीन गोळ्या त्याच्या छाताडात घातल्या. तसा अब्दुल रज्जाक 'या अल्ला' करीत जागेवरच कोसळला. त्याचे प्रेत एका काळ्या घोड्यावर ठेवून रामजी सोनकांबळे मार्फत मुखेड पोलीस स्टेशनकडे रवाना केले. घोड्यावरचे प्रेत पाहताच

पोलीस स्टेशनमध्ये एकच गोंधळ उडाला. त्यामुळे हिंदू वर्गासाठी जमावबंदीचे फर्मान सुटले. तर दुसरीकडे रजाकारांच्या गुप्त मसलतींना उत आला. आता रात्र बरीच झाली होती. त्यामुळे अप्पासाहेब अगदी शांत चित्ताने आपल्या महाली निघून गेले.

−0−0−0−

दहा

पहाट व्हायला आणखी काही अवधी होता. काळोख मी म्हणत होता. अद्याप कोंबड्यांनी बांग दिली नव्हती. साधारणत: पहाटेचे तीन वाजले असावेत. कल्हाळी गाढ झोपत होती. पहाटेची सारखझोप! आणि अशा साखरझोपेच्या वेळी वाड्याच्या मुख्य प्रवेशद्वाराची साखळी खटखट अशी वाजली. अर्धवट झोपेत असलेल्या पहारेकऱ्यांची झोप पुरती चाळवली. कशाचा आवाज येतो म्हणून तो कानोसा घेऊ लागला. तोच पुन्हा साखळीचा खटखट आवाज झाला. आता मात्र पहारेकऱ्याची झोप पूर्णपणे उडाली. त्याने दरडावणीच्या सुरात आवाज दिला,

''कोण आहे रे!''

मात्र त्याच्या आवाजाला प्रतिसाद मिळाला नाही. पुन्हा साखळी वाजवण्याचा आवाज आला. हातात काठी घेऊन पहारेकरी मुख्य प्रवेश द्वाराच्या जवळ आला, दरवाजाला असलेल्या गुप्त छिद्रातून बाहेर अंधारात पाहात म्हणाला,

''कोण आहे रे बाहेर? बोलत का नाही? येऊ का बाहेर?''

यावेळी मात्र मात्रा बरोबर लागू पडली.

''शुऽ ऽ मोठ्याने आवाज करू नकोस, हळू बोल, कवाड काढ आधी!''

या आवाजाने पहारेकरी बावचळला. त्याने पुन्हा गुप्त छिद्रातून बाहेर पहाण्याचा प्रयत्न केला, मात्र काळ्याकुट्ट अंधारात त्याला काहीच दिसले नाही. पुन्हा त्याने डोळे चोळत बाहेर पाहाण्याचा प्रयत्न केला. यावेळी त्याला दाराजवळ एक काळी मानवी सावली दिसली. तसं त्याच्या काळजात धस्स झालं. बाहेर कोण असावं याचा विचार करत तो थांबला. दार उघडावं का नाही, या द्विधा मनस्थितीत तो सापडला. भुताखेतांच्या संशयानं तो गर्भगळीत झाला. आठवतील त्या देवांची नावे घेण्यास त्याने सुरुवात केली. साखळी परत वाजली. आता मात्र त्याने इतर पहारेकऱ्यांना आवाज देऊन उठवलं तसे सर्व पहारेकरी आपआपल्या काठ्या सावरीत दरवाज्याजवळ

आले, त्यातील एकाने गुप्त छिद्रातून पाहिले आणि म्हणाला,

"अरे मूर्खा, दार उघड. हा तर लक्ष्मण पेंटर आहे."

हळूच दार उघडण्यात आलं. तसा पेंटर आत आला. त्याच्या हातात जाडजूड कागदांचे बंडल होते. त्याला आत घेऊन दार परत कडेकोट बंद करण्यात आलं. पेंटर तेथे न थांबता सरळ आत वाड्याकडे गेला आणि अप्पासाहेबांना हाका मारु लागला.

"मालक, अहो मालक! मी लक्ष्मण पेंटर!"

झोपेत असलेल्या अप्पासाहेबांच्या कानावर त्या हाका गेल्या. त्यामुळे अप्पासाहेब उठले आणि बाहेर येऊन म्हणाले,

"काय पेंटर, एवढ्या रात्री काय काम काढले, सर्व ठीक तरं आहे ना?"

"रात्रं नव्ह मालक, आता पहाट झाली आहे. आधी बैठकीत चला, एक महत्त्वाचे काम आहे!"

अप्पासाहेबांनी पायात कोल्हापुरी चप्पल घातली, अंगावर एक शाल घेतली आणि पेंटरसोबत ते बैठकीकडे चालू लागले. बैठकीत एक दिवा मिणमिणत होता. त्याचा अंधूक प्रकाश सगळ्या बैठकभर पसरला होता. बैठकीत येताच पेंटरने हातातील पुडके अप्पासाहेबांच्या हाती दिले. जाडजूड असे पुडके अप्पासाहेबांनी सोडले. त्या कागदाच्या पुडक्यात काही हँडबिलं, परिपत्रकं होती. दिव्याच्या मंद प्रकाशातच त्यातील एक कागद वाचण्यास सुरुवात केली. त्यावर लिहिले होते,

निजाम संस्थान भारतात विलीन न होता स्वतंत्र राहावे यासाठी काशीनाथ वैद्य, गणपतलाल बुरकुल, रामकृष्णराव, सिराजअल हसन तिरभेजी, विनायक विद्यालंकार, श्रीधर वामन नाईक, फत्तेअली खान, रामचंद्र अंतु, लक्ष्मीनारायण कन्हेरीवाल, सय्यद आलम, रवी नारायण रेड्डी, जनार्दन देसाई, कुकेरी हनुमंतराव, जी.जे. रामाचारी, एम.आर. पाटील, हरीलाल वाघमारे आदी हिंदू मुस्लीम नेत्यांनी पत्रक काढून निजामाला पाठिंबा जाहीर केला होता. पत्रक वाचतांना अप्पासाहेब अस्वस्थ होत गेले. रागाने त्यांचा चेहरा विदीर्ण होत गेला. न कळतच ते दातओठ खाऊ लागले. अस्वस्थपणातच ते पेंटरला म्हणाले,

"पेंटर!"

त्यांच्या चेहऱ्यावरील बदलत जाणारे भाव निरखत पेंटर म्हणाले,

"जी मालक!"

"अरे, अशा श्रीमंत, व्यापारी, जमीनदार, सावकार लोकांनी आपआपले हितसंबंध सांभाळण्यासाठी निजामाला पाठिंबा जाहीर केला तर एक वर्षच काय,

अनेक वर्ष तसाच करार राहील. उलट पाठिंबा देणाऱ्यात आणखी नव्यांची भर पडेल. सध्या या यादीत पेठवडजच्या राजासाहेबांचं नाव दिसत नाही पण आम्हाला नक्की खात्री आहे, हा राजेसाहेब एक ना एक दिवस नक्कीच निजामाला उघड उघड पाठिंबा देईल. सापाच्या अवलादीला दूध पाजलं तरी ते उलटून चावणारचं!''

पोटतिडकीने अप्पासाहेब बोलत होते. बोलता बोलताच त्यांनी दुसरे एक परिपत्रक काढले. हे पत्रक स्टेट काँग्रेसच्या वतीने प्रसारीत करण्यात आले होते.

या पत्रकात लिहिले होते, १ ऑगस्ट ते ३० सप्टेंबर या काळात संस्थानात सभा घेणे, प्रभातफेऱ्या काढणे, मिरवुणका काढणे, झेंडावंदन करणे, कायद्याचा भंग करून स्वत:ला अटक करून घेणे, ऑक्टोबर ते नोव्हेंबर या काळात रेल्वेचे रुळ उखडणे, तारा तोडणे, सरकारी मालमत्तेची तोडफोड करणे, रस्ते व पूल उखळणे, जंगल सत्याग्रह करणे, ग्रामपंचायती व किसानदलांची स्थापना करणे, सरकारशी संबंध तोडणे, लेव्ही वसुलीस नकार देणे, पाटील पटवाऱ्यांचे राजीनामे घेणे, शेतसारा न भरणे, निजामाचे अस्तित्व झुगारून देणे, गाव मुक्त करणे, सरकारशी दोन हात करणे, विद्यालये व महाविद्यालये बंद पाडणे...

अशा प्रकारचा कृती आराखडा देऊन धाराशीव, सोलापूर, मनमाड, संभाजीनगर, अहमदनगर, वाशीम, बीड, परभणी, उमरखेड, देऊळगाव राजा, खेर्डा, पाथरडी, डोंगरकिन्ही, बालमटाकळी, मिरजगाव, कडा, आऊळगाव, बार्शी, गोंडगांव, चिंचोली, वाघोली, आंबेजवळगा, कोंडेगाव, सूर्यगाव, एरंडगाव, तुस्ती, सोडेगाव, कोलताटाकळी, पातोडा, लोणी, व्याड, धानोरा, शेंबाळपिंप्री, शेंदुर्णी, अगुळगाव, टोका इत्यादी सरहद्दीवर सशस्त्र कॅम्प सुरू केल्याची माहिती दर्शविली होती. तसेच तेथील कॅम्पप्रमुखांची यादीही दिली होती.

शेंबाळपिंप्री येथील कॅम्पप्रमुख दिपाजी पाटील, दगड धानोरा येथे बापूराव शिंदे, व्याड येथे चंद्रकांत पाटील, लोणी येथे प्रभाकर वाईकर, उमरखेड येथे श्यामराव बोधणकर व शंकरराव चव्हाण, सोलापूर येथे फुलचंद गांधी, राघवेंद्र दिवाण, विमलचंद गांधी, बाबासाहेब परांजपे, विश्वंभर हाराळकर इ. ची नेमणूक करण्यात आली होती.

तिसरे पत्रक निजामाचे होते. त्यात होतं, प्रजेचा अमानुष छळ करणे, बलात्कार करणे, अत्याचार करणे, खून पाडणे, लूटमार करणे, जाळपोळ करणे, भारतीय मंत्री मंडळाविरुद्ध कट कारस्थान रचणे, अविश्वास व्यक्त करणे, सरकारी कार्यालयांचा ताबा घेणे, प्रत्यक्ष कृती करणे, उस्मान अली जिंदाबाद, भारतीय सरकार मुर्दाबाद असे नारे देणे, हिंदू अधिकाऱ्यांना पदावरून कमी करून त्यांचा काटा काढणे,

काँग्रेसच्या नेत्यांवर पाळत ठेवून काटा काढणे, सत्ता इत्तेहादूल मुस्लीम लीगच्या हाती देणे, लष्करी बळाचा वापर करणे, रजाकारी केंद्रांची स्थापना करणे असा कृतीआराखडा देऊन बामणी, शिरडशहापूर, वापटी, आजेगांव, आसेगांव, वस्सा, जवळा बाजार, कदंबनगरी इत्यादी ठिकाणी रजाकार केंद्रे स्थापन करण्यात आली होती.

या पत्रकातील विषारी मजकूर वाचून अप्पासाहेब विषण्ण झाले. त्यांच्या तळपायातील आग मस्तकात गेली. त्यांच्या मनातील सूडाची भावना बळावली. ते पेंटरला म्हणाले,

''लक्ष्मण, आजपासून तुझ्यावर मोठी जोखीम आम्ही टाकणार आहोत. पार पाडशील ना? ''

''हे काय विचारणं झालं मालक? तुम्ही काहीही सांगा! हा पेंटर जीव धोक्यात घालून तुम्ही सांगितलेले काम पार पाडण्यास मागे पुढे पाहणार नाही.''

पेंटरच्या या सडेतोड आणि प्रामाणिक उत्तराने अप्पासाहेब भारावले आणि म्हणाले,

''तसं नाही पेंटर, आताच पाहिले ना निजामाचे कटकारस्थान! त्यामुळे आता आपल्याला आणखी सावध राहावे लागणार आहे. म्हणूनच म्हणतो जोखीम मोठी आहे. आजच तू बाहेरगावी जा आणि गुप्त पद्धतीने ही सर्व पत्रके काळजीपूर्वक वाट. तसेच निजामी पोलीस आणि रजाकाराच्या हालचालींवर आणि कारवायांवर काळजीपूर्वक लक्ष ठेव. त्यांची कोणतीही संशयास्पद हालचाल, बित्तंबातमी आम्हास कळली पाहिजे!''

''जी मालक!''

असे म्हणून लक्ष्मण पेंटर बाहेर पडला तसा बाबू नावाचा एक तरुण बैठकीत आला. त्याने आपल्यासोबत मराठवाडा साप्ताहिकाचा अंक आणला होता. अंक पाहताच अप्पासाहेबांचा चेहरा उजळला. त्यांनी अंक हातात घेतला. आता चांगलंच उजाडलं होतं. चिमण्या पाखरांचा किलबिलाट चालू होता. अप्पासाहेबांनी मुखप्रक्षालन केले. तेवढ्यात वाड्यातून चहा आला. चहाचा कप तोंडाला लावत अप्पासाहेब बाबुला म्हणाले,

''अरे, बाबू. बस चहा घे थोडा!''

''नाही जी, मी चहा पीत नाही. येतो मी!''

असे म्हणत बाबू बाहेर पडला. चहा पीत पीत अप्पासाहेब अंकातील बातम्या वाचू लागले. त्यात बातम्या होत्या :

* गोरखगांव येथे वामन निकाळजे या महार व्यक्तीने फडकविला मारोती मंदिरावर तिरंगा. शिवणा अजिंठा येथे सदाशिव जगताप यांनी फडकविला तिरंगा. पानवडोद बु. मध्ये गांधी चौकात फडकला तिरंगा. भोकरदन कोर्टाकडून तेरा जण पडले हर्सूल कारागृहात. यात गोविंद इखनकर, बाबुराव इखनकर, गंगाराम मानकर, लक्ष्मण सखाराम खेसर आणि भिकाजी सखाराम खेसर,जगन वानखेडे, जयवंतराव दौड, गणपत दौड, नारायण वैद्य, साहेबराव जयस्वाल, रामचंद्र दौड, गोपाळ शिंपी, कमल नारायण जयस्वाल यांचा समावेश.

* पोलीसांच्या गोळीबारात संभाजी कांबळे धारातीर्थी. बोरगांव माडीचे सरपंच गोळीबारात जखमी. हनमंतराव मोरे वैकुंठास. लक्ष्मण बळेंनी मांडली रजाकारांशी झुंज व पत्करले हौतात्म्य.

* स्टेट कॉंग्रेसने फुंकले रणशिंग. विनायकराव चारठाणकर, गंगाप्रसाद अग्रवाल यांचा झंझावात सुरू. निवघा येथे तणाव. गोळीबारात व्यंकट आनंदा भंडारे, बळीराम लक्ष्मण सरोदे, विश्वनाथ गोपाळ कांबळे, संभाजी कांबळे, हिरामण चांदबा पवार, नरबा गंगाराम पवार, महादू बापुजी पवार, संभा पुरभा एडके ठार!

* कदंबनगरीत रजाकारांचा हैदोस. अनेक ठार. नाना पाटील, दत्तराव मारोतराव जाधव, उमाजी विठोबा वानखेडे एका झुंजीत ठार. सदा संभा महार, संभाजी हौसाजी, रामा सुरवसे, येडबा तुकाराम थोरात, इसा संभा थोरात, गणपती जळबा मांग, चंदा सागनाक मांग, गोविंदा रामा महार पडले धारातीर्थी.

ध्येयधुंद दिपाजी पाटलांनी केला गाडीबोरीच्या नाक्यावर हल्ला. जुलमी नाकेदार व पाच रोहीले पाठवले यमसदनी. दाती येथे झाडे तोडून केला अबकारी कायद्याचा भंग. वापटी शिवारात पांडूजी बाबाराव, शंकरलाल व मोहनलाल हे आले कामी. बालाअप्पा, लक्ष्मण धनसिंग राठोड, आनंदा राठोड, जलप्पा तोंडले, किशन दगडू, संपती श्रीहरी, मोलाजी मल्हारी, लक्ष्मण भुजा, गणोजी मालोजी, लक्ष्मण कान्होजी शेळके, कोंडीबा दमन्ना, गणपती राघोजी, नारायण पांडे, उमाजी विठोबा, जिवनाजी साखरे, गोविंद विठोबा, शिवराम इरबाजी बेलथकर हेही ठार. किसनराव हनमंतराव गोळी लागून जखमी.

* गुलबर्गा येथील रजाकारी अधिवेशनात कासीम रजवी 'दक्षिणेचा सच्चा दोस्त' या पुरस्काराने सन्मानित. गल्लीबोळात रजाकार संघटनेची स्थापना. राऊळगावी पोलिसांचा अंदाधुंद गोळीबार. शंकरराव श्यामराव जाधव धारातीर्थी.

* संभाजीनगरात काढली विद्यार्थ्यांनी प्रभातफेरी. विद्यार्थ्यांवर लाठीहल्ला. अनेक विद्यार्थी जखमी. मडगावच्या हल्ल्यात दोन रजाकार ठार. रजाकार केंद्रांवर

हल्ले. वाहतूकही ठप्प. आसेगांव बाजारात घातला रोहील्यांनी धुमाकूळ. सखाराम काशीराम देशमुख व श्यामराव पवार यांच्याकडून दोन रोहील्यांना कंठस्नान.

✳ भागानगरीत थोर देशभक्त तसेच उर्दू दैनिकाचे संपादक शोयबउल्ला खान यांचा खून. निजामाने वाढविले सैन्य. १३ हजार ६६० वरुन २२ हजार ३९३ पर्यंत झाली वाढ.

ह्या सर्व बातम्या वाचून अप्पासाहेब अस्वस्थ झाले. ते उठत असतानाच तुकाराम बेलाडे यांनी बैठकीत प्रवेश केला. त्यांना पहाताच अप्पासाहेब म्हणाले,

"कारभारी, संस्थानात रजाकारांच्या जुलमात वाढ झाली आहे. सर्वसामान्यांचे जगणे अवघड झाले आहे. गोरगरीबांना आता कोणी वाली उरला नाही. पावसानं झोडपलं आणि राजानं मारलं तर कैफीयत कुणाकडे करायची अशी परिस्थिती निर्माण झाली आहे. तुम्ही आताच्या आता गावोगाव दवंडी देण्याच्या सूचना करा. आपल्या जहागिरीतील लोकांना हल्लेखोरांपासून बचाव करण्यासाठी सावध राहण्याच्या सूचना द्या!"

"जी मालक!"

असे म्हणून बेलाडे आले तसे बाहेर गेले. अप्पासाहेबांचे अजून स्नान व्हायचे होते. ते उठले आणि वाड्यात निघून गेले.

✳✳✳

वाड्यासमोर लोकांची गर्दी झाली होती. बैठकीतही लोकांची दाटी झाली होती. आज कारणच तसं खास होतं. आतापर्यंत कल्हाळीकरांनी न पाहिलेल्या दोन गोष्टी आज कल्हाळीत आल्या होत्या. सर्वांनाच त्याचं अप्रूप वाटत होतं. रावसाहेबांनी फटफटी व रेडीओ खरेदी करून आणला होता. इतके दिवस वाड्यासमोर घोडा पहायची सवय असलेल्या कल्हाळीकरांना आज फटफटीसारखे वाहन पहावयास मिळत होते. त्यामुळे फटफटीभोवती पोराटोरां सोबत जाणत्यांनीही कोंडाळे केले होते. काळ्याभोर रंगाची ती फटफटी उन्हात चकाकत होती. तिच्यावरुन नजर हटत नव्हती. एखादं उनाड पोरगं हळूच तिला हात लावून पाहण्याचा प्रयत्न करीत होतं. तर त्याला अन्य लोक हात न लावण्याविषयी बजावत होते. फटफटी चालते कशी, कशावर चालते, आपल्याला चालवता येईल का? घोड्याप्रमाणे लगाम असतो का? थांबवायचे असेल तर काय करतात? असे अनेक प्रश्न उपस्थितांच्या मनात घोंगावत होते.

बैठकीतही यापेक्षा वेगळी परिस्थिती नव्हती. एवढ्याश्या दिसणाऱ्या त्या डबड्यातून आवाज कसा येतो? यात माणसं कोठं बसतात? गाणे कसे वाजत

असेल? असे अनेक प्रश्न बैठकीत बसणाऱ्यांना पडले होते. बैठकीत रेडीओ सुरू होता. अप्पासाहेबांसह अनेक जण बसले होते. रेडीओवर कुंदनलाल सहगलचे एक गाणे सुरू होते. सर्वजण गाणे ऐकण्यात तल्लीन झाले होते. रेडीओ कसा चालवायचा याचे कुणालाच ज्ञान नव्हते. सहज म्हणून माणिका कहाळेकरांनी रेडीओच्या एका बटनाला हात लावला, हात लावल्याबरोबर गाणे बंद झाले आणि रेडीओवर बातम्या ऐकू येऊ लागल्या. बातमी होती नथुराम गोडसेंनी महात्मा गांधी यांचा गोळ्या घालून निर्घृण खून केल्याची. महात्मा गांधींच्या हत्येमुळे सर्व देशभर दुःखाचे वातावरण निर्माण झाले. खुनाच्या या खळबळजनक बातमीमुळे बैठकीत खळबळ उडाली. अप्पासाहेब म्हणाले,

"माणिका, हे का व्हावं? अरे ज्या महात्म्यानं देश स्वतंत्र होण्यासाठी आपल्या आयुष्याचा होम केला, त्याच महात्म्याला अशा रीतीने मरण यावे हे चांगलं झालं नाही. असंच चाललं तर देशामध्ये अराजक माजायला वेळ लागणार नाही!"

अप्पासाहेबांच्या या उद्‌गारावर चिंता व्यक्त करीत माणिका कहाळेकर म्हणाले,

"खरं आहे मालक!"

"महात्मा गांधींना अशा प्रकारे मारायला नको होतं. ज्या राष्ट्रपित्याने अहिंसेच्या बळावर या देशाच्या शत्रूला सळो की पळो करून सोडून अखेर देश सोडावयास लावला होता त्यालाच शेवटी माथेफिरूच्या गोळीला बळी पडावे लागले. यापेक्षा देशाचे मोठे दुर्दैव तरी कोणते? अरे माणिका, जर आपल्याला एखाद्याचे विचार पटले नाही तर त्याला विचारानेच उत्तर द्यायचे असते. समोरचा जर निशस्त्र असेल तर त्याच्यावर गोळ्या झाडणे भ्याडपणाचे लक्षण आहे!"

ही चर्चा चालू असतानाच एकदाच मराठवाडा साप्ताहिकाचे चार अंक बाबूने आणून दिले. अप्पासाहेब अंक हाती घेऊन बातम्या वाचू लागले.

* निजामाने वाढविले आणखी सैन्य. २२ हजार ३९३ वरून ४२ हजार सैन्य. सोबत २ लाख निमलष्करी दल कायम.

* पाथरडच्या नदीत चकमक. बाजीराव हारजी पवार यांचा डावा हात निकामी. गणेशराव किसनराव कदम रुईधानोरा हे बालबाल बचावले.

* उमरी बँकेवर दरोडा. २० लाख ६३ हजार ७२९ रुपये पळविले. रोखपाल गिरगांवकर व रखवालदार ठार. २० वर्षाचा मुलगा दत्तात्र्यय देवीदास उत्तरवार शहीद. गणपत उमाजी, ईश्वर वामन, विश्वासराव वामनराव शिंदे पडले धारातीर्थी.

* बँक लुटीतील सहभागी साहेबराव देशमुख बारडकर, नागनाथ परांजपे,

देवीदास गिरगांवकर, दिगंबर उत्तरवार, ईश्वर शहाणे, शंकरलाल शर्मा, तोष्णीवाल, मुगाजी कोंडाजी सावते, गंगाराम महादू यांच्या मागावर निघाले पोलीस.

* रोकड पळविण्यात गोरठ्याचे भाऊराव विठोबा फुलारी या गाडीवानाचा समावेश. दिगंबर विठोबा फुलारी यांना घेतले ताब्यात. इतर गाडीवांनाचा शोध सुरू. मुदखेड येथील रजाकारासोबत चकमकीत आनंदा मच्छा राठोड व धर्मसिंग राठोड मृत्यूमुखी. कोंडीबा चनेवार, बुद्धाजी अमृता, नारायण सखाराम मांडे, तुकाराम बामणाजी भाग्यवंत, गणपत राघोजी सूर्यवंशी हे सरहद्दीवर ठार. जिवबा व गोविंद विठोबा यांचे तलवारीने केले तुकडे.

* पाच तास चाललेल्या झुंजीत बारा जण ठार. मुळेकर ग्यानबा दत्ता, मुळेकर गोविंद दत्ता, मुळेकर दत्ता हौसाजी, मुळेकर नारायण दत्ता, बोदेकर गंगाराम ग्यानबा, घोगरे अमृता दिपाजी, देशमुख काशीबा जळबा, दत्ता शिवराम देशमुख, महादू विश्वनाथ करडखेडे, रावजी कामाजी, कोष्टी मारुती, डोरले दशरथ यांचा समावेश.

* धाराशीव जिल्ह्यात श्रीधर वर्तक व राऊळ गावी श्यामराव जाधव शहीद. मडगावच्या हल्ल्यात राजेश्वरराव गोपाळराव ठार. नारायण जयराम गोळ्यांच्या वर्षावात ठार. जनार्दन मामा नागपूरकर व राक्षसभुवनकर आले कामी.

* बिलोलीचे आमीन जयदी यांनी केला अर्जापूर सभेवर गोळीबार. अनेक ठार तर अनेक जखमी. मृतांमध्ये श्रीनिवार मुगळीकर, गोपाळराव मुगळीकर, राजेश्वर मुगळीकर, संतय्या महार व संताजी रुखमाजी ठार. बाळूबाई गंगुवाल यांनाही वीरमरण. मुदखेडमध्ये प्रभुराव नारायण केसरी यांच्यावर गोळीबार.

* कोलता पिंपळगावावर रजाकारांचा हल्ला. दाजीबा मस्के यांना टिपले तर योगीराज बोनारीकर हेही ठार. दगडूजी मोरे गुलबर्ग्यात ठार.

* फर्दापूर तालुक्यात रजाकारांचा नंगानाच. हरीलाल जयस्वाल, तुळशीराम जयस्वाल, दगडू गलांडे यांना वीरमरण. सोयगांव पेटले. विश्वनाथ कालीदास, राजहंस जरांडी ठार.

* एकनाथ महाराजांचे पैठण पेटले. तालुक्यात रजाकारांचा धुमाकूळ. जगन्नाथ सखाराम भालेराव, रामचंद्र महादू बोरकर हातघाईच्या लढाईत ठार.

अशा एक नव्हे अनेक बातम्या वाचून अप्पासाहेबांनी दुसरा अंक वाचण्यास घेतला. त्यातही पुढील प्रमाणे बातम्या होत्या.

* कंधारात माजला अंधार. कंधार आग ओकू लागले. लोह्याचे पंडीत किशनराव, बळवंतराव लक्ष्मण नळगे, माणिक काळे, गुणाजी कदम, गोविंद सांगळे,

रामराव पांडूरंग हे आले कामी. टेळकीत तुफान गोळीबार. रघुनाथ हंबर्डे, ज्योतीराव लक्ष्मण, भिकाजी तुळशीराम, धोंडिबा भिकाजी काळे हे समोरासमोर झालेल्या लढाईत ठार. गुणाजी कदम, रामराव पांडुरंग, गोविंद सांगळे, मोतीराम लक्ष्मण, भिकाजी तुळशीराम, धोंडीबा काळे हे झाले काळाआड. बहाद्दरपुऱ्यात आले मारोती वंजे कामी. पाटनूर येथे जंगल सत्याग्रह. तोडली सागवान, मोह आणि सिंधीची झाडे. लहान, बारड, नागेली, चाभरा या गावांवर पोलिसांचे हल्ले.

* हणेगावात शिवराम लोहाराचा खून. तर शरणआप्पा महादाप्पा पटणे, निळकंठ सगणअप्पा यांच्यावर घातल्या गोळ्या. भोकरमध्ये बाबा भोजी यांचा खून. देगलूरात पेटाजी नागन्ना ठार.

* हदगावात मठाधीपतीवर हल्ला. महंत दादागिरी रावगिरी, विठ्ठल हनमंतराव कुलकर्णी, रामचंद्र दिवाणी, गोकर्णपुरी खुशालपुरी वीरगतीस प्राप्त. कोळीत बापुराव पटवारी ठार. कोळी येथील रजाकार केंद्रावर प्रचंड हल्ले. डोरली येथेही हल्ला. गणपतराव उमाजी आमृते, झंवर, वामन शिंदे, संभाजी लक्ष्मण कांबळे, हरी तुकाराम समोरासमोर झालेल्या हल्ल्यात ठार.

* गांधीवादी नेते ठार. माधवराव हावगीकर एकलारे वीरगतीस प्राप्त. किणी येथेही रजाकारांचा हैदोस. भोजन्ना चणेवार, रावबा भोजी वीरगतीस प्राप्त.

इत्यादी बातम्या वाचून अप्पासाहेबांनी तिसरा अंक हाती घेतला.

* धाराशीव जिल्ह्यात हाहाकार. विश्वनाथ भिसे, नरहरी लोहकरे, शंकर श्यामराव जाधव, राम सुभान सूर्यवंशी, कृष्णा लक्ष्मण क्षीरसागर, श्यामलाल, श्रीनिवास धोंडोपंत कुलकर्णी, कडप्पा गुरुदप्पा हे आले कामी.

* बीडमध्ये रजाकारांचा हैदोस. जिल्ह्यात देवराव पाटील उगलमुगले, देवराव अडसूळ, असराजी बाजीराव खोड, लक्ष्मण मारुती कुंभार, बापूराव धोंडिबा राख, काशीनाथ नारायण गव्हाणे, काशीनाथ किशन सोनार, नथु गणोजी गाडेकर, रामभाऊ नारायण कळसकर, खाशाबा बाबुजी निमसे, हरीभाऊ दगडू जगताप, नामदेव ग्यानदेव सानप, विश्वनाथ गोपाळ कांबळे, गुणाजी बापाजी सानप, दगडू नंदलाल संचेती, बाबुराव धोंडीराम, उमाजी लिंबाजी हे विविध घटनांत ठार.

* पाथरीही पेटली. तालुक्यात नारायण रघुनाथ खारकर, बलभीम रघुनाथ खारकर, अच्युत त्र्यंबक कुलकर्णी, साहेबराव विठ्ठलराव चव्हाण, नागोजी गुंडाजी चव्हाण, चंपती संतोबा चव्हाण, मालनबाई जोशी, शकुंतला दत्तात्रय जोशी, गुणाजी गंडोजी चव्हाण, पांडूजी खंडूजी चव्हाण, मोहनलाल मुलचंद्र मुखऱ्या, शंकरलाल मुलचंद्र मुखऱ्या, बाबाराव भुजंगराव शिंदे हे विविध घटनांत ठार.

* हिंगोलीही पेटली. रामचंद्र शंकर पाटील शहीद. वामन विठोबा घुगे यांचा पराक्रम. दोन रजाकारांना घातले कंठस्नान. जिंतूरमध्ये धुमाकूळ. तोलाराम जयराम चव्हाण, रामकृष्ण जोशी, छबाराव देशपांडे, विठ्ठलराव अप्पाराव, लक्ष्मण सदाशिव वाईकर वीरगतीस. चंदुसिंग नाईक, अलसिंग लेमा व लखमा नाईक यांची प्रेते तळ्यात तर गणोजी राघोजी खुपसे, पुंजाजी भवानजी खुपसे यांची प्रेते टांगली झाडाला. गावागावात सुरू झाले दमनसत्र. रक्तलांछित घटनांनी गाठला कळस. गावेच्या गावे पडू लागली ओस.

* नंदीग्रामध्ये दंगा. लखासिंग मेघासिंग, गणपत कवाणकर, किशन चंदासिंग बैस, लक्ष्मीबाई बालाजी भायेकर ठार. मुखेडमध्ये दंगा. ज्ञानोबा मालू, लखा राठोड आले कामी. किनवटमध्येही हाणामारी. पुंजाजी भवाणजी ठार. बिलोलीत संताजी रुखमाजी आले कामी. पाथरडमध्येही भडकली आग. हरी तुकाराम मृत्यूमुखी.

* पाटनुरात काळोख. संभाजी नखाते मृत्यूमुखी. वाघीत भीमराव वाघीकर ठार.

* धानोरा पेटला. दगड धानोरा येथे रजाकारांवर हल्ले. संतुक पांडे, शंकर धानोरकर, माधव पांडे, कोंडीबा पाटील, किशन पांडे, देवीदास पांडे, शंकर मानकरी, नामदेव पाटील, भीमराव मिटकरी, शंकर कल्याणे शहीद. धानोऱ्यात सांडू सखाराम वाघ यांना ठार करून शीर टांगले वेशीवर.

* वालुरवर सालार जाफरखान पठाण याच्या तुकडीचा हल्ला. ग्यानोबा कदम ठार तर तुकाराम कदम यांचे हात केले कलम. शेवटी तुकारामही गतप्राण. वालूरवर चारीदिशांनी हल्ले. जोराचा प्रतिकार. ज्ञानोबा ढगे कोसळला. मसन्ना धनगर यांना जाळले. सदाशिव ढगे, गंगाराम श्रीपती, गणपती ढगे, निवृत्ती जानवळे यांनी परतविले हल्ले.

* पाथरवाला गाव हादरले. आंबादास पाटील यांच्या कुटुंबातील पाच व्यक्ती ठार. विठ्ठलराव काटकर, उद्धवगिरी, सोमाजी गायकवाड, तुकाराम कोळपे, आसराजी जाधव, देवराव उगलमुगले, योगाजी राऊत यांनी केले पठाणांचे शिरकाण.

* गावोगावी वाढले रजाकारांचे पथ संचलन. राजा रात्र वैऱ्याची आहे. जागा रहा!

इत्यादी बातम्या वाचून अप्पासाहेब अस्वस्थ झाले. रावसाहेब खांद्याला बंदुकीच्या गोळ्यांची माळ व बंदूक अडकवून फटफटीवरुन गावाबाहेर फेरी मारून परत आले. इतक्यात अर्जुन सोनकांबळे आला, त्यांला उद्देशून अप्पासाहेब म्हणाले,

''काय अर्जुना, काय खबर आणली?''

१५५ / काळोखातील अग्निशिखा

अर्जुन किंचितसा काळजीच्या सुरात म्हणाला,

"खबरा तर खूप हायेत जी. दिवस कसं पेटलं बगा. बगाव तिकडं हाणामारी, हिरवा चुडा लय फुटला बगा!"

"पेटू दे, अर्जुना पेटू दे! आता निजामाची पायली भरली आहे. त्याला उलथायला किती वेळ?"

"खरं हाय मालक. मी आजच हदगावाहून आलो. हरीहरराव सोनुलेंना मानलं बुवा!"

"कसं काय अर्जुना?"

अर्जुना हसला आणि म्हणाला,

"मालक, अनंतराव भालेराव आणि रघुनाथ देशपांडे रांजणीकर यांना सोनुलेनच वाचवलं!"

"ते कसं काय अर्जुना?"

"आता कसं काय म्हणजे काय? अहो, हे दोघेजण उमरखेड कॅम्पवरुन वाळकी येथे येत असतांना यांना पकडण्यासाठी रजाकार व पोलीस दबा धरून बसले होते. आणि हे सारं हरीहरराव सोनुले यांनी पाहिलं म्हणून त्यांनी ह्या दोघांनाही हदगावला परत आणले अन्यथा हे मारलेच गेले असते!"

"खरं आहे अर्जुना, दैव बलवत्तर आहे असचं म्हणावं लागेल!"

"अहो, एवढचं नव्हे तर मालक, यांची स्थिती काही औरच होती बघा!"

"कशी काय अर्जुना?"

अर्जुना मोठ्याने खोऽ खोऽऽ हसला आणि म्हणाला,

"अहो मालक, सोनुलेनं नुसंत वाचवलं नाही तर त्यांना हदगावला आणून शेतात जेवू खाऊ घालण्याच्या तयारीत असताना शेताला पोलिसांचा अन रजाकारांचा गराडा पडला. गोळ्यांवर गोळ्या सुरू झाल्या. यावेळी रांजणीकरसाब लयच घाबरलं बघा!"

"कसे काय घाबरले?"

"अहो, कसे काय म्हणजे? बोलनंच बंद झालं की. जशी काय पायाखालची जमीनच सरकून भूकंप झाला!"

"मग फारच घाबरले असतील?"

"अहो, फार म्हणजे काय? लयीच घाबरले जी. काळच तसा आला होता जी!"

"काळ आला होता पण वेळ आली नव्हती. अर्जुना, पण यावेळी भालेरावांचे

कसं काय?''

''अहो, त्यांचं काय घेऊन बसला मालक? अहो, ते बी नुसतं तापानं फणफणत होतं!''

''मग पुढं काय झालं?''

''अजून पुढं काय होणार? रांजणीकरसाबच्या अंगावर नुसता काटा व्हता बगा!''

''अर्जुना, तू हे सर्व डोळ्यांनी पाहिलं?''

''अहो, पाहिलं नव्हं, त्यांच्या संगतीच होतो की. डोळ्यात चिंता अन अंगात कंप. अहो, सारखं ते देवा, देवा करू लागले होते बघा. बरं झालं सोनुलेच्या माणसांनी रजाकाराचा प्रतिकार केला म्हणून रजाकार पळून गेलं मग मात्र हरीहररावांनी जेऊ खाऊ घालून माधवराव वाघमारे या चांभाराच्या घरी लपवून ठेवलं म्हणून बरं झालं!''

''हे सगळं खरं सांगतोस अर्जुना?''

''अहो, माझं खरं वाटत नसंल तर शहारे गुरजींना विचारा. त्यांनीही सहकार्य केलचं की. अहो, दुसऱ्या दिवशी अनंतरावांना बारडमार्गे नंदीग्रामला पाठवून बोधनकरांच्या घरी त्यांच्या तापावर उपचार करून नाशिकला पाठवून दिलं बघा! खरचं मालक, चांभारानं आसरा दिला नसता अन सोनुलेनं धोका सांगितला नसता तर खरचं काय झालं असतं जी!''

''दुसरे काय होणार, मारले जाणार! बरं अर्जुना, आणखी काय काय माहिती आणली?''

''मालक, आता लोकांना अटक होत आहे बघा!''

''कुणाकुणाला अटक झाली?''

''जांबचा हनुमंता साधु गायकवाड याला अटक करून गुलबर्ग्याला डांबून ठेवलं बघा, तर लातूरचा कोंडिबा जयराम टेकाळेही अटकेत आहे!''

''त्यांना कशासाठी अटक केली?''

''आता कशासाठी अटक केली? अहो, लातूरला रजाकारांनी दलित वस्तीवर हल्ला केला म्हणून! ''

''हल्ला करणारे रजाकार आणि अटक होणारे दलित, असे कसे?''

''तेच तर आहे मालक या राज्यात! चोर सोडून संन्याशाला सुळावर चढविण्याचा प्रकार झाला.''

''बरं, ह्या हल्ल्यात काही गैरप्रकार तर झाला नाही ना?''

“गैरप्रकार झाला असता पण रेवण वाघमारे, रामा वाघमारे, इस्लाम घोडके, बाबु गायकवाड, मोला गायकवाड यांनी रजाकारांना काठ्या कुऱ्हाडींनी झडकून काढलं बघा! तवा रजाकार लंगोटीला पाय लावून पळाले.”

“उगीच्या उगी दलित वस्तीवर हल्ला करण्याचे कारण काय? या मागे काही निश्चितच पूर्व नियोजित कट कारस्थान असले पाहिजे.”

“अहो, कटकारस्थान कशाचं काय? रजाकारांची आणि पोलिसांची माहिती तेथील दलित लोक अप्पाराव मलसेठी आणि आप्पाराव पाटील कौळखेडकर यांच्या टोळीस देत होते. म्हणून हे रजाकार चिडले आणि त्यांनी हल्ला केला. एवढचं नव्हं तर मालक, शिनगरवाडी आन हरडफ येथेही दलितांनी झुंज दिली बगा. किनवटात तर घोटी येथे गोमाजी विठोबा देठे व रामा गणपती ठमके हे वीर जायबंदी झाले पण नंदीग्रामतल्या आंबेडकरनगरचा ग्यानू जोंधळे यालाही मानलं बुवा. त्यानं तर दिवसाढवळ्या नंदीग्रामातच रोहील्यांना आडवा पडेस्तोर ठोकला बगा.”

“व्वा अर्जुना, तू बरीच माहिती आणली, अजून कुठला कुठला प्रकार माहिती झाला?”

यावर अर्जुना थोडा हसला आणि स्तब्ध होऊन म्हणाला,

“लयी माहिती आणली जी. वाळकी येथे मुगाजी रावते, तुकाराम गायकवाड, विरश्वनाथ कानिंदे यांनी वाळकीच्या मन्सूरखानाचा फडशा पाडला तर धाराशीवास सरुळा बुद्रुक चा एकनाथ कठारे आणि अंबादास कठारे यांनी शेरण्या नावाच्या रजाकारास सरळ अल्लातालाकडे पाठविला. तुळजापुरात अपसिंग येथील गंग्या महारानेही कडवी झुंज दिली. संस्थानात लयीच जाळपोळ आन कापाकापी होऊन राहिली!”

इतक्यात माधवराव मरेवाड, तुकाराम वाघमारे, माणिका कहाळेकर, मारोती गड्डमवाड, गुंडाजी सोनकांबळे, रामजी सोनकांबळे धावत पळत घामाघूम होऊन आले. तुकाराम वाघमारे म्हणाले,

“मालक, मालक... घात झाला! पोलीस येत आहेत.”

अप्पासाहेब म्हणाले,

“कुठे आहेत पोलीस?”

“डोंगरउतारावरून उतरतायेत!”

लगेच अप्पासाहेब ताडकन उठले, त्यांच्या संगती भगवंतराव नाईक उर्फ नानासाहेब नाईक, रावसाहेब नाईक, अण्णासाहेब नाईक हेही बाहेर पडले. ते तडक ब्रह्मदेवाच्या पाराजवळ आले. पोलीस अहिस्तेकदम घोडदळावरून डोंगरमाथा उतरत होते. आमीनाचा घोडा दुडक्या चालीनं डोंगर उतरत होता. त्याचे तीक्ष्ण डोळे

कल्हाळीकडे भिडले होते. त्यांना पाहून अप्पासाहेब म्हणाले,

''मर्द हो! आता रजाकाराचे आणि निजामाच्या पोलीसाचे काळे ढग घोंगावत आहेत. आम्हास आजपर्यंत बऱ्याच वेळा बोलावणं आलं. तिरंगाध्वज उतरविण्यासाठी प्रयत्नही झाले. परंतु आम्ही डगमगलो नाही आणि डगमगणारही नाही. त्यासाठी आता आपणांस गप्प बसून चालणार नाही. सर्वांनाच शस्त्रे उचलावी लागणार आहेत. काढा त्या तलवारी आणि घ्या हाती बंदुका. जे होईल ते पाहू पुढे!''

तुकाराम वाघमारे म्हणाले,

''मालक, नुसता इशारा करा. हा तुकाराम न्हावी एखाद्या विद्युल्लतेप्रमाणे सर्व भावांना संगती घेऊन कडाडत, नाचत, गर्जत, थैमान घालत येईल तर नाव सांगणार नाही.''

''खरं आहे तुकाराम. आपण डोंगरी माणसं. आपलं मूळ आणि कूळ म्हणजेच डोंगर. पण आता हे नाव बदलावं लागेल. आता आपल्या प्रत्येकाचं रणांगण म्हणजेच मूळ असेल. आणि रणांगण म्हणजेच कूळ असेल. त्यासाठी आता या पोलिसांची रसद तोडा. त्यांना लुटा, मारा, बेचिराख करा, पहिल्याच झटक्यात दहशत बसवा!''

'शिव हर हर महादेव' गर्जना गर्जली. लाठ्या-काठ्या, भाले बरच्या, बंदुका सरसावल्या. आणि आमीन नदीजवळ आला तसा बंदुकीच्या गोळ्यांचा वर्षाव सुरू झाला तसा पोलीसांनीही प्रतिकार सुरू केला. गोळागोळीस प्रारंभ झाला. आमीन एखाद्या चवताळलेल्या नागीणीसारखा शस्त्रास्त्रासह जागेवरच डोलू लागला. मारो, काटो, तोडो, फूक दो असे सारखे शब्द बाहेर पडू लागले. पोलीस शिपायांनी भयंकर गोळागोळीस प्रारंभ केला. त्यामुळे छोटेखानी असलेले नदीचं पात्र भांबावून गेलं. काही काळ पाण्याची धार खंडीत झाली. चोहीकडे धुराचा कल्लोळ माजला. गोळ्या सुईसप करू लागल्या. तसा गावकऱ्यांनाही जोश चढला. हां हां म्हणात सारा गाव लाठ्या काठ्या, गोफणी, गुल्हेर घेऊन मैदानात उतरला. ब्रह्मदेवाच्या साक्षीनं निजामी पोलिसांचं मस्तक फोडू लागल्या. अनेक पोलीस रक्तबंबाळ होऊन घायाळ होऊ लागले. चांगलीच चकमक उडाली. बाबा वडजे भयंकर सूडाने पेटून उठला. खवळलेल्या नागासारखा अरे हुशार हो म्हणत गरगर गोफण फिरवू लागला.

पोलिसांचाही प्रतिकार तोडीस तोड आरंभला गेला. परंतु कल्हाळी हे गाव टेकाड माथ्यावर असल्यामुळे आणि पोलीस टेकडीच्या पायथ्याशी असल्यामुळे केलेला प्रतिकार यशस्वी होत नव्हता. त्यामुळे पोलिसांनी आपला मोर्चा लिंबाच्या झाडावर वळवला. झाडावरून गोळागोळी होऊ लागली. एकमेकीस गोळ्या छेदू

लागल्या. भयंकर रणकल्लोळ उडाला.

इतक्यात एक गोळी बाबा वडजे यांना चाटून गेली. तसे ते बालबाल बचावले. दिवस मावळतीला झुकत होता. पोलीस झाडावरून खाली येऊ लागले. तशी एक गोळी आमीनाच्या अंगावर गेली. एकच कल्लोळ उडाला. प्रचंड एल्गार गर्जला. तसा आमीन हादरला. सर्वच्या सर्व पोलीस घामाने ओलेचिंब झाले होते. नानासाहेब नाईक यांची गोळी चुकविण्याच्या नादात आमीन घोडीवरून खाली कोसळला. तसा स्वत:ला सावरीत परत घोडीवर मांड घेतली आणि आपल्या शिपायांसह आल्या रस्त्याने माघार फिरत उधळू लागला.

पहिल्याच दणक्यात कल्हाळीने मर्द मराठ्यांचे स्वरूप दाखविले. तशी अप्पासाहेबांनी लागलीच बैठक बोलावली. अनेक जण बैठकीत आले. बैठकीत अप्पासाहेबांनी चिकाळा, कांडली, रोहीपिंपळगावं येथे माणसं रवाना केली. इतक्यात बैठकीत बापूसाहेब नाईक आले आणि म्हणाले,

"अप्पासाहेब, दिवस ठीक दिसत नाहीत. आता संस्थानात हेरगिरी करण्यासाठी आपली काही माणसं नियुक्त करा!"

"हेरगिरीसाठी हेर का?"

"होय हेरच! यात तापसी, बैरागी, मुंडी या वेशात फिरण्यासाठी न्हावी, वैद्य, ज्योतिषी ही मंडळी चांगली. कारण हेर हे संस्थानिकांचे हजार डोळे असतात. यात न्हावी, परीट, जंगम, गोसावी हेही चालतील!"

"ठीक!"

असे म्हणून अप्पासाहेब बळीमहाराजांना म्हणाले,

"महाराज!"

"जी!"

"तुम्हावर आणि महादाअप्पावर एक मोठी जबाबदारी !"

"कोणती जी?"

"काम तसं सोपं पण जिवावरचं!"

"सांगा की!"

"तुम्ही सर्वांनी मिळून हजार वाटांनी हजार गावात वेगवेगळे वेश परिधान करून जा. रजाकारांच्या आणि पोलिसांच्या हालचालीवर करडी नजर ठेवून इकडे कळवत जा!"

"जी!"

असे म्हणून बळीमहाराज व महादाअप्पा मठपती जंगम बाहेर पडले. तसे

बळीमहाराज भगवी कफणी अंगावर परिधान करून गावोगावी ज्योतिषी म्हणून फिरू लागले तर महादाअप्पा यांनी आपला संशय येऊ नये म्हणून सिंहगर्जनेसारखा मोठ्याने शंख फुंकीत गावात प्रवेश करण्यास प्रारंभ केला.

तुकाराम वाघमारेंनी वेगवेगळ्या गावात जाऊन आपला हजामत करण्याचा व्यवसाय रस्त्यावर थाटला. भलेबुरे लोक गिऱ्हाईक होऊन येऊ लागले. तेथे चवदार आणि गरमागरम चर्चा रंगू लागल्या. तशा एक नाही अनेक बाबी अप्पासाहेबांना कल्हाळीतच समजण्यास प्रारंभ झाला.

***

दुसरा दिवस उजाडला. अप्पासाहेब आपल्या साथीदारांसह बैठकीत गुलाबी रंगाच्या गालिच्यावर स्थानापन्न झाले होते. इतक्यात अप्पासाहेबांनी निरोप दिल्यावरून वामनराव देशमुख, बापूराव देशमुख चिकाळेकर, नारायणराव देशमुख कांडलीकर व एकनाथराव शिंदे रोहीपिंपळगावकर हे येऊन बैठकीत दाखल झाले. रामराम, नमस्कार झडले. वामनराव देशमुख आपला जरीपटका सांभाळत म्हणाले,

‘‘बोला नाईकसाहेब! काय काम काढलं?’’

‘‘तसं विशेष काम नाही परंतु आम्हास आमीनाचं सारखं बोलावणं येत आहे, त्यासाठी आपला विचार?’’

‘‘कशापाई बोलावितो तो?’’

‘‘तसं कारण समजू शकलं नाही. पण ध्वज उतरविण्याबाबतच बोलावत असावा!’’

‘‘आपण काय विचार केला?’’

‘‘ध्वज उतरावयाचा नाही!’’

‘‘शाब्बास, नका उतरवू! पण निजाम दगलबाज आहे. सोबतीला कासीम रजवी धोकेबाज आहे. शक्यतो भेट टाळा!’’

‘‘होय! आम्हीही असाच विचार करत होतो कारण संभाजीराजांना जसं हाल करून मारलं तसा आम्हासही धोका झाला तर?’’

‘‘अगदी खरं आहे तुमचं. त्याची धाड केव्हा कोसळेल याचा नेम नाही त्यासाठी तुम्हास जागरूक राहवं लागेल.’’

यावर बैठकीत एकदम हास्याचा भडका उडाला. आणि हसत हसतच अप्पासाहेब म्हणाले,

‘‘धाड कोसळेल? अहो, कालच धाड कोसळली. पण आमच्या बहाद्दरांनी निजामी पोलिसांना कल्हाळीचं पाणी पहिल्याच झटक्यात दाखविलं!’’

तसे नाराजीच्या सुरात वामनराव देशमुख म्हणाले,

"अरंरंऽ... वाईट केलं. निजामी पोलिसांची जात नंबर एकची बेरकी. नाईकसाहेब कशाला डिवचून सोडलं? सापाला ठेचून मारावच लागतं. आता त्यांचे घोडे उधळतील. मृत्युशय्याही थरथरेल. नंबर एकची बाटगी जात, निव्वळ लफंगे!"

"करून करून काय करतील?'

"अप्पासाहेब, तसं नव्हे, सर्व विचारांतीच घ्यावं लागेल."

"मामासाहेब, आम्ही पूर्ण विचार केला. हा निजाम एखाद्या दर्ग्यात फकिरी करण्याच्या लायकीचा, पण रंकाचा राव झाला. हा एखाद्या दर्ग्यातच शोभेल. त्याठी आम्हाला त्याच्यावर हुकूमत ठेवावीच लागेल. वेळ प्रसंगी आम्ही आमच्या जीवाची कुर्बानी देऊ!"

"हुकूमत जरूर ठेवा, त्याच्यावरच नव्हे तर वाहत्या वाऱ्यावर, पाण्यावर सुद्धा ठेवा. पण जीवनात कठीण प्रसंग येतच असतात. त्यावेळी मोठी जोखीम उचलावी लागते!"

"मामासाहेब, ज्या दिवशी आम्ही लेव्ही वसुली बंद केली आणि तिरंगा ध्वज गढीवर फडकाविला त्याच दिवशी हा निजाम एक ना एक दिवस आमच्यावर उलटणार हे जाणलो होतो आम्ही!"

"खरं आहे नाईकसाहेब. चौथाई आणि सरदेशमुखीच्या नावाखाली ही चालविलेली लूट कुठतरी थांबवलीच पाहीजे. परंतु रजवीसारखे नमकहराम, रजाकारासारखे पाजी आणि निजामासारखे गद्दार वेळीच मारता आले तर ठीक. अन्यथा मराठ्यांच्या माना खाटकाच्या लक्ष्य होतील. त्यासाठी भल्याबुऱ्या लोकांचा आश्रय लागतो."

"मामासाहेब, तुमचं सगळं खरं आहे. आम्ही काल परवाच भागानगरीत जाऊन बिंदूसाहेबांची भेट घेतली. ते सुद्धा प्रतिकार करा असेच म्हणतात. त्यावरून यात काही तथ्य असलं पाहिजे!"

पुन्हा पोलीस येत असल्याचा निरोप आला तशी सर्व मंडळी उठली आणि पोलीस ज्या मार्गाने येत आहेत त्या मार्गाकडे वळली. मराठशाहीचा शिव हर हर गर्जला, 'जय भवानी- जय शिवाजी' अशी वादळी गर्जना करून पोलिसांचा पाठलाग सुरू झाला. धडाड धूम असे आवाज उठू लागले. पोलिसांनी जोरकस हल्ला चढविला. बदला घेण्याचे विचार थैमान घालू लागले. तशी त्यांनी तयारीही केली. त्यामुळेच त्यांनी आल्या आल्याच गावातील गोरगरिबांच्या घराला आगी लावल्या. दिसेल त्याला वारेमाप झोडपण्यास प्रारंभ केला. त्यामुळे सारा गाव एखाद्या सागरासारखा

खवळला.

आर या पार या भावनेतून तुफान दगडफेकीस प्रारंभ झाला. घरादारावरून दगडगोटे कोसळू लागले. बायांनी लाल मिरचीची पूड उधळण्यास सुरुवात केली. तशा लाठ्याकाठ्या एकमेकांवर सपसप पडू लागल्या. एकच दंडुकेशाही माजली. 'आई गंऽ, मेलो मेलोऽ... अरे देवाऽ वाचवा!' अशा करुण किंकाळ्या साद घालू लागल्या. तरी एकीकडे पोलिसांबरोबर युवकांनी रणकंदन माजविले. पेटलेल्या घरादारांचा धूर आकाशाला भिडू लागला. धुराचे लोटच्या लोट निघू लागले. त्यामुळे कुणी कुणालाही दिसत नव्हते.

फक्त अंदाजानेच झडकाझडकी सुरू झाली. दणादण काठ्यांचा आवाज येत होता. लोक धावतच एकमेकांना ठोकत होते. अखेर पोलिसांचा हाही हल्ला अयशस्वी होऊ लागला. त्यामुळे झाकली मूठ सव्वालाखाची म्हणून पोलिसांनी माघार घेतली. तसे पोलीस सैरावैरा पळू लागले. पुन्हा सर्व मंडळी बैठकीत आली. एकनाथराव शिंदे आपला पांढरा पटका सावरीत म्हणाले,

"अप्पासाहेब! एक गोष्ट सांगावीशी वाटते. तसा अंतिम निर्णय तुम्हीच घ्यायचाय!"

"बोला काका, संकोच करू नका!"

"सध्याची आणीबाणीची परिस्थिती पाहून असं वाटतंय, सध्या गाव सोडलेलं बरं! अहो असे वारंवार निजामी पोलिसांचे हल्ले होत राहिले तर कसं व्हायचं?"

"गाव सोडून कसं चालेल काकासाहेब? आगीशी लगीन करायचं म्हटल्यावर धगेशी जवळीक करावीच लागेल! शेकोटी जोजवावीच लागेल!"

"ठीक आहे, किमान गावातील बाया पोरं तरी बाहेरगावी पाठवा, पुरुष मंडळीची काही काळजी नाही आणि आता दिवस काही बरे दिसत नाहीत!"

"तुमचं बरोबर आहे काका, पण या सर्वांना कुठे हलवावं? तुमचा या संदर्भात काय विचार आहे?"

"मराठवाड्याबाहेर कुठंही!"

"पण कुठे?"

"विदर्भात!"

"पण अम्मा जातील का?"

"जावंच लागेल, दुसरा पर्याय नाही! आम्ही त्यांना वस्तुस्थितीची जाणीव करून देऊ, त्यांच्याही लक्षात ही गोष्ट आली असेलच!"

यावर बैठकीत चर्चा होऊन विदर्भ हा निजामाच्या सरहद्दीत येत नसल्यामुळे

वास्तव्यासाठी पुसद तालुक्यातील सवना हे गाव निवडण्यात आले. सर्वात पुढे बापूसाहेब नाईक, वामनराव देशमुख, नारायणराव देशमुख यांना पाठवावयाचे ठरले. ठरल्याप्रमाणे हे तिघेही विदर्भाकडे रवाना झाले. उमरखेड येथील कॅम्पकडे एकनाथराव शिंदे रवाना झाले.

काही वेळातच वाड्यासमोर गाड्या सजल्या. भगवंतराव नाईक यांच्यावर बोळका येथे थांबून बोळकेकर संग्राम देशमुख, रामचंद्र देशमुख यांच्या मार्फत अप्पाराव पाटील कौळखेडकर यांना मधस्थी करून नरसिंग पहिलवान चाकूरकर यांची भेट घेण्याची जबाबदारी टाकण्यात आली. काही वेळातच सर्वांना बैलगाडीत बसविण्यात आलं. यात श्रीमती अहिल्याबाई, सौ. कृष्णाबाई बापूसाहेब, भगवंतराव बापूसाहेब, दादासाहेब बापूसाहेब, कु. शशीकला बापूसाहेब, सौ. रुक्मिणी अप्पासाहेब, सौ. पार्वती अप्पासाहेब, कु. इंदिरा अप्पासाहेब, अण्णासाहेब अप्पासाहेब, कु.चंद्रकला अप्पासाहेब, आंबादास अप्पासाहेब, कु. सुदामती अप्पासाहेब, किशनराव अप्पासाहेब, सौ. कलावती रावसाहेब, बालासाहेब रावसाहेब, कु. कमलबाई रावसाहेब, कु. विमलबाई रावसाहेब इत्यादींना बसवून त्यांच्यासोबत रावसाहेब नाईक, फक्रुद्दीन मास्तर, बाबा लमाणी, गणपत स्वयंपाकी इत्यादी निघाले.

प्रत्येकाच्या सोबत सिलबंद हत्यार देण्यात आलं. प्रसंग वाईट आलाच तर आपल्याच स्त्रियांना गोळ्या घालून ठार करण्याचे आदेश सुटले.

यावेळी आम्मा म्हणाल्या,

‘‘अप्पासाहेब!’’

‘‘जी आम्मा!’’

‘‘सर्व गावकरी मंडळींशी व वडीलधाऱ्यांची चर्चा करून काय तो निर्णय घ्यावा. शक्यतो पोलिसांच्या हाती पडू नका. प्रसंग कसाही येवो, राजे शिवछत्रपतींना स्मरून नियोजन करा. आणि प्रत्येक वेळी आम्हाला कळवत चला! आम्हाला तुमची काळजी वाटते.’’

‘‘जी अम्मा!’’

असे म्हणून अप्पासाहेबांनी त्यांचे वाकून दर्शन घेतले. तशा बैलगाड्या उधळल्या. कल्हाळी मागे पडली. बोळक्याच्या दिशेने घुंगरमाळा खळाखळा वाजवीत हिऱ्या पाऱ्याची बैलजोडी व इतर गाड्या धावत होत्या. वाटेत लागणाऱ्या गावात नाईकांच्या गाड्या आल्या असे लोक म्हणत.

बोळका येथे भगवंतराव नाईकांना सोडून चहापाणी घेऊन बैलगाड्या घोडे माळेगावच्या दिशेने भरधाव धावू लागल्या. कुठल्याही परिस्थितीत मराठवाड्याच्या

हद्दीबाहेर पडणं भाग होतं. उन्हातान्हाची पर्वा न करता बैलगाड्या हाकारल्या जात होत्या. खडखडाट उडाला. कुठे काळी तर कुठे पांढरी, तांबडी, खडकाळ माती उडवीत बैलजोड्या दोन पायांवर होऊन एखाद्या हरणासारख्या धावू लागल्या.

आता थोड्याच वेळात दिसू लागले ते घोडे माळेगांव. खंडोबाचं तीर्थक्षेत्र. खंडोबारायाचं दर्शन घेऊन बैलगाड्या पिंगळीमार्गे दारूकावनातील औंढा नागनाथच्या दिशेने उधळल्या. मजल दरमजल करीत मुक्कामाखाली दारूकावनातील औंढा नागनाथच्या रस्त्यावर आल्या.

अहिल्याबाई होळकरांनी जीर्णोद्धार केलेल्या मंदिराचा कळस दूर अंतरावरूनही दिसत होता. तशा हळूहळू बैलगाड्या सायंकाळी दारूकावनात येऊन दाखल झाल्या. नागनाथाची यात्रा भरली होती. वासुदेव, गोंधळी, वाघे खाशा पोशाखात सज्ज उभे होते. गळ्यात कवड्याची माळ आणि रंगीबेरंगी झगे, डोई मयूरपंखी टोप, हातात डफ तुणतुणे, टाळ आणि खंजीर, खंजीराला खुळखुळा लावलेला. टटकऽ टटकऽ अशा निनादात वाद्य वाजवत गात होते.

कवळा कवळा बेल संबा वाहीन तुला
औंढ्याच्या नागनाथा दर्शन दे मला
यात्रा भरती शिवरात्रीला
साधु संत येती देवा तुझ्या दर्शना
टटकऽ टटकऽ टटकऽ

तालासुरात तल्लीन होऊन गात होते. गीत संपताच चाल बदलून दुसरे गीत गात होते.

श्रावण महिन्यात डम डम डमरु वाजतोया
डम डम डमरु वाजतोया महादेव तपाला बसतोया
टटकऽ टटकऽ टटकऽ

असे कितीतरी लोक पारंपरिक भक्तीगीते गात होते. यात्रा खचाखच भरली होती. रात्रीचे दहा वाजत आले होते. बैलगाडीतील सर्वांनी मंदिराकडे धाव घेतली. मंदिरात मशाली पेटविल्या, रथाला सजविण्यात आले. रथाच्या मागच्या पुढच्या मशाली वाऱ्यावर फरफरत होत्या. इतक्यात शंख फुंकला गेला. हर हर महादेव! नागनाथ महाराज की जय! अशी गर्जना करून पुन्हा एकदा दीर्घ शंख फुंकला गेला. आणि रथाची पहिली परिक्रमा सुरू झाली. असंख्य भाविक भक्तांनी प्रसादाची उधळण करीत रथ ओढला गेला. तोच यात्रेत बॉम्बस्फोट झाला. त्यामुळे यात्रेतील घाबरलेल्या लोकांनी मंदिराकडे धाव घेतली. माणसं एकमेकांवर आदळू लागली.

श्वास गुदमरून गेला.

इतक्यात रथाची दुसरी परिक्रमा पूर्ण झाली आणि तिसऱ्या परिक्रमेस प्रारंभ झाला. तसा मंदिरातच धडाडऽऽ धूम, धडाड ऽऽ धूमऽ, धडाडधूमऽऽ असा तीन वेळा आवाज गर्जला. तसा मंदिराचा परिसर काळ्याकुट्ट धुराने माखून गेला त्यामुळे कोणी कोणालाही दिसेनासे झाले. एकच धावपळ उडाली आणि एकच पळापळी आरंभली गेला. यात कितीतरी म्हातारे कोतारे, लहान लहानं बालकं, स्त्रिया पटापट पडू लागल्या. त्यामुळे लहान बालकांचे चीत्कार ऐकू येऊ लागले. एकच आक्रोश कोंदून गेला.

या बॉम्ब स्फोटात रामचंद्र पाठक, रंगनाथ पाठक, रंगनाथ सुरवाडकर, गणपत ऋषी हे धारातीर्थी पडले. यात गणपत ग्यानोजी घुगे सेलसुरेकर हे छर्रा लागून जबर जखमी झाले. पण मराठ्यांच्या रक्तारक्तात आणि रोमारोमात क्रांती भिनलेली.

या तीन हुतात्म्यांना श्रद्धांजली वाहून पुन्हा शंख फुंकला गेला. शिव हर हर महादेव, छत्रपती शिवाजी महाराज की जय, अशी गर्जना करून रथ ओढल्या गेला. रथाची चौथी व पाचवी परिक्रमा पूर्ण करण्यात आली. पण तीन सौभाग्यवतींचा हिरवा चुडा खळकन फुटून, भाळावरील कुंकुमतिलक उधळून गेली!

अशाही परिस्थितीत देवदर्शन करून रातोरात गाड्या हिंगोली, वाशीम मार्गे पुसदकडे रवाना झाल्या. मराठवाड्याची हद्द लवकरच पार करून विदर्भात प्रवेश करावयाचा होता. अफाट वेगाने बैलगाड्या दौडविल्या. तशा पहाटे पहाटेच्या अंधूक प्रकाशात आणि गार वातावरणात पुसद येथील गोदाजी मुखरे यांच्या शेतात जाऊन पोहोचल्या.

मराठवाड्याची हद्द संपून विदर्भात पोहोचताच सर्वांना हायसे वाटले व जीव भांड्यात पडला. पुसद येथे थोडी विश्रांती घेऊन बैलगाड्या संथपणे आता सवण्याकडे जाऊ लागल्या व आरामात देसाईराव देशमुख यांच्या गढीवर जाऊन पोहोचल्या आणि इकडे कल्हाळीत बळीमहाराज, तुकाराम वाघमारे, महादाअप्पा मठपती जंगम घाईघाईने आले. अप्पासाहेब बैठकीत बोलत बसले होते. त्यांना पाहाताच महादाअप्पा म्हणाले,

''जय जय अलख निरंजन!''

अप्पासाहेब थोडं कावरं बावरं पाहात म्हणाले,

''काय अप्पा, गांजा चढलेली दिसते?''

महादाप्पा मोठ्याने खळखळून हसले आणि मिशीवर बोटे फिरवत म्हणाले,

''तसं नाही जी बापू! आम्हा एक गुप्त बातमी कळाली म्हणून आम्ही तिघेही

धावत पळत आलो. आपणांस मारण्याचा फार मोठा कट शिजतो आहे. तेव्हा मालकांना वेळीच कळवलेलं बरं म्हणून आलो!''

''अस्सं का?''

''व्हयं जी बापू''

''तो कसा काय?''

''आपला बंदोबस्त करण्याचा प्रस्ताव पोलिसांकरवी भागानगरीला गेला जी!''

''असं कशावरून म्हणता?''

''नंदीग्रामात समजलं बापू. आम्ही एका होटलात खिचडी भजे खात बसलो होतो अन जवळच्याच टेबलावर अमृताआप्पा नावाचा पोलीस शिपाई आन इतर लोक चहा पीत बोलत बसले होते. ते मी सर्व बारीकीनं ऐकलं अन् बळीमहाराज, वाघमारे यांना कळविलो, तसे आम्ही तिघेही धावतच आलो!''

अप्पासाहेबांनी आश्चर्यचकित होऊन तुकाराम वाघमारे आणि बळीमहाराज यांच्याकडे पाहात खूण केली तसे दोघांनीही खरे असल्याचे संकेत दिले. अप्पासाहेब हरे राम! म्हणत अस्वस्थपणे उठले व वाड्यात गेले. त्यांच्या पाठोपाठ तुकाराम वाघमारे, बळीमहाराज आणि महादाप्पा धीमे पावलं टाकत होते...

-0-0-0-

अकरा

भागानगरी संस्थानाचा प्रत्येक महिना गरमागरमीचा जात होता. चोहोबाजूस संकटेच संकटे कोसळत होती. त्यामुळे प्रचंड दहशत पसरली होती. दगडफेक नित्याचीच झाली होती. तशा कत्तलीही सुरू झाल्या होत्या. कुठे जाळपोळ तर कुठे दंगे आणि बलात्काराच्या घटना घडत होत्या. त्यामुळे गावेच्या गावे बेचिराख होत होती. आरोळ्या, किंकाळ्या, आतंकवाद थैमान घालत होता.

गावे लुटली जात होती. तशी झोडपलीही जात होती. एखाद्या कर्दळीसारखी सपासप छाटली जात होती. कापली जात होती. रक्ताचा महापूर वाहत होता. तोड, फोड, झोड अशा आरोळ्या नित्याच्या उठत होत्या. रजाकाराचे घोडे उधळत उसळत दौडत होते. मातीचे धूलीकण गगनाला भिडत होते. घोड्यांच्या टापांनी आसमंत दणाणून जाऊ लागले. मुलीबाळी राजरोसपणे पळविल्या जाऊ लागल्या. तसा सामूहिक बलात्कार आरंभला जाऊ लागला. त्यामुळे बलात्काराच्या रांगा उंच उंच शिगेला पोहचू लागल्या.

तसे गायीगुरांचे हंबरणे बंद झाले. पूर्व-पश्चिम-दक्षिण-उत्तर या चारही दिशा तडकल्या. लोक रानोमाळ सैरावैरा पळू लागले. सगळीकडे प्रचंड भीती थैमाण घालू लागली. अल्ला हो अकबरच्या आवाजाने दिशा बधिर झाल्या. मार, फेक, दे, हाण, फाड, पाड, अडव, बडव, झोडप इत्यादी शब्द घुमू लागले. भूसुरूंग पेटले. एक घोंगावत येणारं अटळ युद्ध दिसू लागलं, एक रणसंग्राम!

काळ महासंग्रामच्या दिशेने धावू लागला. रजाकारांच्या झुंडीच्या झुंडी एखाद्या वादळासारख्या घोंगावू लागल्या. युद्धाचा घोंगाट उडाला. रोहील्यांनी गावोगावी बस्तान मांडले. त्यामुळे सर्वसामान्यांची नाकेबंदी सुरू झाली. रजाकाराचे अड्डेच्या अड्डे डोलू लागले आणि अश्वथात्म्याच्या जखमेसारखी मराठवाड्याची जखम भळाभळा वाहू लागली.

त्यामुळे संस्थानात एकच धरपकड सुरू झाली. आणि एकच कापाकापी सुरू झाली. उरलेसुरले बंदी. कारागृहे तुडुंब भरुन वाहू लागली. एक पराकोटीचा अन्याय सुरू झाला. अन्यायाचं सत्र आरंभलं गेलं. तसं तोंड उघडणं बंद झालं. आणि हा हा म्हणता युद्धाची ठिणगी पडली. जिवाचा भरोसा उरला नाही. जिवंत राहण्याच्या आशा मावळून गेल्या. प्रत्येकाच्या डोळ्यापुढे एक मृत्यू दिसू लागला. एक अटळ मृत्यू आणि तितकाच सत्यही.

तुफान हाणामारीला प्रारंभ झाला. जागोजाग तुंबळ युद्ध सुरू झालं. गावोगावी टोळी युद्धाला सुरुवात झाली. बंदुकींचा खडखडाट उडाला. गोळ्यांची बम्बारी सुरू झाली. त्यामुळे तरुणांचे रक्त वाहू लागले. आशेचा तारा तुटला. दिसेल त्याला ओढा आणि जाग्यावरच गाडा हे सत्र सुरू झाले. झाडाझडती फुलून आली. संस्थानात काळ्याकुट्ट अंधारासारखी भीती फुलून आली. धरणी ढसाढसा रडू लागली. काळाकभिन्न काळोख थरथरू लागला. बेमालूम आणि बेफाम कत्तली सुरू झाल्या. दिशा धाय मोकलून रडू लागल्या. काळ सोकावला तसा निजाम बोकाळला.

त्यामुळे संस्थानात मुडदे पडू लागले. त्यासोबत अफवांचे पीकही दाटून आले. गावागावात दरोडेखोर आले आहेत... त्यांची उंची पाच ते साडेपाच फूट असून दाढी राखलेली आहे. ...ते गंभीर स्वरूपाचे गुन्हेगार असून भोंदूबाबाही आहेत... त्यांच्या जवळ शस्त्र अस्त्र... चमचमत्या आधुनिक तलवारी... कट्यारी... बिचवे... वाघनखं... पिस्तुलं... खंजीर... आहेत... तरी सर्वांनी घरादाराचे दरवाजे, खिडक्या बंद करूनच झोपावे व सतत सतर्क राहावे. अन्यथा तो आपले संपूर्ण घर खाली करील. रक्तपातही होईल... मोठा उत्पात घडेल... अशा कितीतरी अफवा पसरल्या. त्यामुळे अफवांचं पीक फुलून आलं.

यावेळी नाईकसाहेब बैठकीत बसले होते. त्यांच्या हातात साप्ताहिक मराठवाडा होता. प्रत्येक बातमी नजरेखालून घालत होते. यात पहिल्या पानावर काही मुख्य बातम्या होत्या...

* निजामाकडून कराराचा भंग! आक्रमणाची धमकी. निजामानेही केली युद्धाची जय्यत तयारी. अखेर युद्ध! धर्मयुद्ध!! जिहाद!!! जगभरातील मुस्लीम देश पेटले. निजामाचे प्रतिपादन. भारत सार्वमताचा आग्रह धरणार असेल तर भागानगरीचा प्रश्न तलवारीच्या पात्याने सोडवू. निजामाचा खुलासा.

* भारताने दिली संभाव्य पोलीस कारवाईची सूचना. भारतीय डोगरा रेजिमेंट सज्ज. मुख्य संचालक ले.जन.महाराज राजेंद्रसिंहजी सदर्न कमांडर यांनी ऑपरेशन पोलोचे नियंत्रण व नियमन तथा मार्गदर्शक म्हणून सूत्रे स्वीकारली.

* सशस्त्र दलाचे कमांडर मेजर जनरल जयंतीनाथ चौधरी हे सोलापूर विभागाचे बनले प्रमुख. मद्रास विभागाचे प्रमुख बनले कमांडर मेजन जनरल ए. ए. सुंद्री, कमांडर ब्रिगेडिअर शिवदत्त सिंह हे मध्यप्रांत व वऱ्हाडचे प्रमुख. एअर व्हाईस मार्शल मुखर्जी यांनी हवाई दलाची सूत्रे स्वीकारली.

* भारतीय सैन्य पुण्यापासून ७० कि.मी. दौंड येथे पोहोचले. पहिली डिव्हीजन अहमदनगर येथे धडकली.

वरील सर्व बातम्या वाचून अप्पासाहेबांनी वर्तमानपत्राचे पान बदलले. तसे भारतीय लष्कराचा प्रतिकार करण्यासाठी निजामाने केलेली व्यूहरचना प्रसिद्ध झाली होती. ती अशी :

* उत्तर विभागत म्हणजेच संभाजीनगर, परभणी, नंदीग्राम, आदिलाबाद, निजामाबाद या विभागात उतरला कमांडब्रिगेडिअर तौफीक अली. पूर्व विभागत म्हणजेच नलगोंडा, वरंगल, करीमनगर मध्ये उतरला ब्रिगेडिअर मोहंदम हुसेन खान. दक्षिण विभागत म्हणजे गुलबर्गा, रायचूर, महेबूबनगर मध्ये उतरला ले.कर्नल अलीम अहमद. पश्चिम विभागात म्हणजे बिदर, धाराशीव, बीड मध्ये उतरला ब्रिगेडिअर सईदी खईब अहमद.

वरील बातम्या थोडावेळ वाचून अप्पासाहेब थोडावेळ स्तब्ध झाले. इतक्यात माणिका कहाळेकर आपल्या मिशीला पीळ भरत बैठकीत आले आणि म्हणाले,

''मालक, आज काय छापून आलं पेपरात?''

''आता दुसरे काय? युद्ध आणि युद्धच!''

''मग?''

''आता मग काय? आपल्यालाही तयारीला लागावं लागेल. आपली माणसं बोलवा. शक्य असेल तर गावोगावचे प्रमुखही बोलवा. शक्य नसेल तर किमान गावोगावी खलिते पाठवा.''

''जी!''

''जा. कामाला लागा!''

''जी! जी!''

असे म्हणून माणिका कहाळेकर बाहेर पडला तसे वामनराव देशमुख, एकनाथराव शिंदे आले. त्यांना पाहून अप्पासाहेब म्हणाले,

''काय मामाश्री? काय निरोप आहे?''

वामनराव आनंदाच्या भरात खूश होऊन म्हणाले,

''आम्ही सवण्याहून उमरखेड कॅम्पला गेलो. जयवंतराव वायफणेकर,

विठ्ठलराव देशमुख बारडकर, राजाराम देशमुख बारडकर, साहेबराव देशमुख बारडकर, चांदबा पाटील निवघेकर, सखाराम पाटील येळीकर इत्यादी नावारूपास आलेल्या क्रांतिकारकांची भेट घेऊन दोन रायफलची व बंदुकांची मंजुरात घेतली. आणि शेंबाळपिंप्री कॅम्पला जाऊन दिपाजी पाटील यांची भेट घेऊन सरळ कल्हाळीस आलो!''

विचार तंद्रीतच अप्पासाहेब म्हणाले,

''दोन रायफलची मंजुरात घेतली पण कधी मिळणार शस्त्रसाठा?''

वामनराव देशमुख खळखळून हसले आणि आपला लालबुंद जरीपटका नीटनेटका करीत म्हणाले,

''काळजी नसावी. सोबतच घेऊन आलोय!''

असे म्हणून त्यांनी दोन नवेकोरी हत्यारं अप्पासाहेबांच्या समोर ठेवली तसा अप्पासाहेबांचा चेहरा उजळला. ते म्हणाले,

''आणि बंदुका कुठे आहेत?''

''त्या सुरक्षित आहेत. वाड्यातच पाठवून दिल्या आहेत.''

इतक्यात माणिका कहाळेकरासोबत गावातील गाजलेली पण नावाजलेली काही माणसं आली. त्यांना पाहून अप्पासाहेब म्हणाले,

''माणिका, हे घे शस्त्र! खास तुझ्याचसाठी.''

जिभल्या चाटीत माणिका कहाळेकरने एक रायफल उचलली व तसा तो दोन पावलं मागं सरकत म्हणाला,

''धन्यवाद मालक! आता येऊ द्या त्या निजाम्याला. चांगलाच इंगा दावीन तरच नावाचा माणिका म्हणा मला!''

''शाब्बास! हीच अपेक्षा होती मला तुझ्याकडून!''

असे म्हणून अप्पासाहेब माधवराव मरेवाडकडे पाहून म्हणाले,

''जमादार, असे पाहता काय? अहो उचला एक हत्यार. या हत्याराचा मान तुमचाच. आता तुम्हास देवगडजवळचा सिंधुदुर्ग लढवायचा आहे नव्हं. नाहीतरी तुम्ही सिंधुदुर्गावरचे कोळी!''

''जी मालक!''

असे म्हणून माधवराव मरेवाडने रायफल उचलली. तशी एक एक हत्यारं वाटप होऊ लागली. परंतु माणसांची संख्या वाढत चालल्यामुळे बैठकीतील सर्व मंडळी उठली व बागाच्या ओट्यावर स्थानापन्न झाली. तशी खऱ्याखुऱ्या ग्रामसभेला प्रारंभ झाला. अप्पासाहेब म्हणाले,

''मर्दांनो! माझ्या शिवभक्तांनो! आज आपण चर्चा करण्यासाठी जमलो आहोत. सध्या संस्थानात युद्धजन्य परिस्थिती निर्माण झाली आहे. गावोगावी रजाकारांचे आणि निजामी पोलिसांचे हल्ले होत आहेत. तरी सर्वांना एकच विनंती की घरातील बाया, पोरं तूर्त हलवा. त्यांना परगावी सुरक्षित ठिकाणी पाठवून द्या. आपण पुरुष मंडळी शत्रूचा समाचार घेऊ. हे करीत असताना धोका होऊ नये म्हणून गावातील बायापोरं तूर्त हलविणे इष्ट!

''मित्रहो, आज आपण डोंगरी सेना उभी करत आहोत. क्रांतिसिंह नाना पाटील यांच्या तुफानसेने सारखी. नव्हे नव्हे, सुभाषबाबूंच्या आझाद हिंद सेनेसारखी. पण आमची सेना वेळ पाहून उचल खाणारी सेना असेल. वचने देऊन वचने तोडणारी सेना असेल. अभय देऊन अभयघात करणारी सेना असेल. त्यासाठी सर्वांनी सजग राहणे आवश्यक आहे. वेळ प्रसंगी आमचा निशस्त्र माणूससुद्धा शत्रूवर तुटून पडेल. त्याच्या अंगी दहा हत्तीचे बळ एकवटलेले असेल.

''आजमितीला आमचे हेर चार दिशेला पांगले आहेत. भारतीय सेना व निजामसेना आमने सामने उतरल्या आहेत. कल्हाळीवर हल्ला होण्याची शक्यता आपल्या हेरांनी वर्तवली आहे. बळीमहाराजांनी झंझावात सुरू केला आहे.

''अर्थातच त्यांनी भविष्य पाहण्याचा कारखाना खोलला आहे. ते गावोगावी फिरून भविष्य पाहणार... हस्तरेषा पाहणार... कपाळरेषा पाहणार... ललाटरेषा पाहणार... भविष्य पहा... भविष्य... असे म्हणत सावध पवित्रा घेतला आहे. त्यामुळे मुलखावरची खडा न खडा माहिती आमच्या पर्यंत पोहोचत आहे.

''मर्द हो! उमरखेड येथील कॉंग्रेसच्या लढाऊ कॅम्पकडून दोन रायफली आणि काही बंदुका मिळालेल्या आहेत. त्यात वाढ करण्यासाठी सोलापूर येथील कॉंग्रेसच्या कॅम्पकडून आणखी काही शस्त्र व दारूगोळा, हातबॉम्ब उपलब्ध करण्यासाठी आम्ही लवकरच सोलापूरला जाणार आहोत.

''ज्याप्रमाणे शिवरायांनी तोरणागड जिंकून उज्वल यशाची परंपरा निर्माण केली त्याप्रमाणे आपणही निर्माण करू. सातऱ्यात नाना पाटलांनी पत्री सरकार स्थापन केल्याप्रमाणे आपणही नंदीग्राम ताब्यात घेऊ.''

हे करीत असताना प्रथम कुंटुर पोलीस स्टेशन जिंकू. कारण तेथील आमचे मामा मोहनराव देशमुख यांनी सर्वतोपरी साहाय्य करण्याची तयारी दर्शविली आहे. त्यामुळे आपल्या शस्त्रास्त्रात वाढ करण्यासाठी लगेच मुखेड पोलीस स्टेशनवर चाल करून कंधार पोलीस स्टेशनही जिंकू. नंदीग्रामवर चाल करीत असताना वाटेतील सोनखेड पोलीस स्टेशन ताब्यात घेऊन वीर हुतात्म्यांची सक्रिय शिकवण देणाऱ्या

महान क्रांतीवीर हुतात्मा गोविंदसिंहजीच्या कृपाप्रसादाने प्राणप्रणाने लढू. एक तर नंदीग्राम राज्य निर्माण करू अन्यथा स्टेट काँग्रेसच्या स्वाधीन करू. पण कुठल्याही परिस्थितीत नंदीग्राम स्वतंत्र ठेवू.

"हे राज्य असेल रंजल्या गांजल्यांचे, माता भगिनींचे. त्यासाठी आम्हाला हवं आहे आत्मिक बळ, आम्हाला हवी आहे तीव्र इच्छा, आम्हाला हवे आहे साहस, आम्हास हवा आहे पराक्रम, त्यासाठी जीवाची बाजी लावल्याशिवाय विजय शक्य होणार नाही."

एवढ्यात समुदायातून घोषणा गर्जल्या,

"शक्य आहे... शक्य आहे...!"

पुन्हा अप्पासाहेब म्हणाले,

"थांबा, थांबा माझ्या बंधूंनो! निजामी सत्ता हाकलून लावण्यासाठी आम्हाला हवा आहे सर्वस्वाचा त्याग, आम्हाला हवे आहे लोकसंघटन, आम्हाला हवी आहे लोकशक्ती, आम्हाला हवं आहे लोकांसाठी लोकांनी निर्माण केलेलं राज्य. बोला, मान्य आहे का?" यावेळी सर्वांनीच होऽ होऽ चे उद्गार काढले.

पुन्हा अप्पासाहेब म्हणाले,

"मर्द हो, राष्ट्रभक्ती हीच खरी एकात्मतेची श्रद्धास्थान असते आणि युद्ध हेच तारुण्याचे तीर्थस्थान असते. बोला, मान्य आहे का?"

सर्वजण म्हणाले,

"मान्य आहे... मान्य आहे!"

"अस्तित्वासाठी युद्ध करणं हा मराठ्यांचा खरा धर्म आहे आणि मराठा हा अखेरच्या अंतापर्यंत मराठाच असतो असे आमचे मत आहे. बोला, मान्य आहे का?"

सर्वजण म्हणाले,

"मान्य आहे... मान्य आहे!"

"अन्याय हीच क्रांतीची जननी असते आणि अन्यायातच क्रांतीची खरी बीजे असतात. बोला, मान्य आहे का?"

सर्वजण म्हणाले,

"मान्य आहे... मान्य आहे."

"मित्र हो! युद्धप्रसंगीच शत्रूला दोन हात ललकारतात आणि ज्यांच्यात पुरुषार्थ आहे त्यांचेच दोन हात शिवशिवतात. त्यामुळे सळसळणाऱ्या रक्तातच वीरश्री संचारत असते आणि शौर्यशाली परंपरेतच खरं अस्तित्व असतं. बोला...

असं अस्तित्व निर्माण करावयाचं आहे काय?''

सर्वजण म्हणाले,

''हो... करावयाचं आहे...!''

''मर्द हो! सैन्य एकसंघ असेल तर चांदा ते बांदा जाता येईल. परंतु हरहुन्नरी राजा व प्रजा असेल तर कन्याकुमारी ते तुंगभद्रेपर्यंत राज्य विस्तारता येईल हे शिवरायांनी दाखवून दिले आहे आणि आपणही त्याच वाटेचे वाटसरु आहेत. बोला... या वाटेने मार्गक्रमण करावयाचे आहे का?''

सर्वजण म्हणाले,

''हो... हो... त्याच वाटेने जायचे आहे!''

''मित्र हो! तुमच्या जिगरबाज हिमतीला खऱ्या अर्थाने आमचा सलाम. आपणास हे करण्यासाठी मानसिक तयारीसह बलिदानाचीही परंपरा उज्वल करावी लागणार आहे. त्यासाठी आपणांस आता घरादारावर तुळशीपत्रे ठेवून पुढील वाटचालीस प्रारंभ करावयाचा आहे. त्यासाठी आम्ही आमचे कारभारी तुकाराम बेलाडे यांना भागानगरी येथे जाऊन हालहवाल पाहण्यासाठी आजच पाठवत आहोत.''

एवढ्यात तुकाराम बेलाडे उठले आणि अंगावरचे उपरणे सावरत म्हणाले,

''जी मालक! मी आजच भागानगरीत जाऊन माहिती घेतो. काळजी नसावी!''

असे म्हणून भरभर पावले टाकीत तुकाराम बेलाडे भागानगरीस जाण्यासाठी आपल्या घराकडे निघून गेले. धोंडिबा पंदाडे आपल्या पांढऱ्या शुभ्र गालमिशांवरून हात फिरवत म्हणाले,

''मालक, आपणांस एक विनंती. गावातील बायापोरांना फार लांबून पाणी आणावं लागतं. त्यासाठी गावाशेजारी एखादी विहीर बांधायला पाहिजे!''

''वा! फारच सुंदर कल्पना. मित्र हो! आजच गावाशेजारी एकच काय दोन विहीरीवजा आड बांधण्याचे आम्ही जाहीर करतो व सर्वांना विनंती की, अजून काही सूचना असतील तर त्या जरूर कळवाव्यात!''

नागनाथ वडजे उठले व जोराची शिंक देत तोंडावर हात ठेवत म्हणाले,

''मालक, गावात ब्रह्मदेव आहे, मारुती आहे, परंतु त्यांना मंदिर नाही ना ओटाही नाही. आपण कर्मकांड मानत नाही परंतु मंदिर बांधले तर गावातील लेकीबाळींची लग्न मंदिरात लावता येतील, मारोती, इर या देवस्थानचे ओटे बांधून पूर्ण केले तर गावच्या सौंदर्यात भर पडेल!''

अप्पासाहेब हसले आणि म्हणाले, ''खरं आहे. आम्ही कर्मकांड मानत नाही परंतु गावच्या सुखसोयी विचारात घेऊन आजच मंदिरे आणि ओटे उभे करण्याचे

आश्वासन देतो.''

असे म्हणून वाड्यासमोरील लोकसभा संपली. शेवटी चिकाळेकर व रोहीपिंपळगावकर यांना निरोप देण्यात आला.

***

दुसरा दिवस उजाडला. गावच्या शेजारी दगडी चिरे घोळण्याचे काम मोठ्या प्रमाणात सुरू झाले. तशी गिट्टीही फोडून तयार होत होती. शेकडो हात कामावर व्यस्त असल्याचे दिसत होते. गावच्या शेजारी एक आठमाही वाहणारी नदी होती, तिच्या शेजारीच दोन विहिरीचे खोदकाम सुरू झाले. तर काही अंतरावर घाणीचा बैल चुन्याचे घाणे करकर वाजवित फिरत होता. फटाफट गिट्टी फुटून ढिगावर ढीग जमत होते.

संस्थानात भारतीय सेना व निजामी सेना आपआपले अस्तित्व आजमावण्यासाठी अगदी आमने सामने उतरल्या होत्या. आता काहीतरी वाटाघाटी होतील अशी सर्वच राजकीय संघटनेसह सर्वसामान्यांनाही आशा वाटत होती. पावसाळा जवळ येत होता. त्यामुळे कल्हाळी येथील शेतकरी शेतीचा उदीम करण्यात मग्न झाला. शेतीची नांगरणी, वखरणी इत्यादी कामे पूर्ण झाली परंतु अप्पासाहेबांनी घेतलेल्या ग्रामसभेचे बिंग फुटले आणि ही बातमी नारायणराव राजे व गंगाधर कुलकर्णी यांच्या मार्फत भागानगरी येथे जाऊन पोहोचली.

आजपर्यंत अप्पासाहेबांनी या दोघांनाही अनेक वेळा समज दिली होती परंतु या दोघात काही फरक पडत नव्हता. कुत्र्याची शेपटी वाकडी ती वाकडी म्हणतात ते काहीच खोटे नाही. यावेळी त्या दोघांनी नाईकांचे कुटुंब केव्हा व कुठे हलविले इथपासून ते युद्धापर्यंतचा सर्व वृत्तांत निजामी अधिकाऱ्यांना दिला.

त्यामुळे अप्पासाहेबांच्या सहनशीलतेची मर्यादा संपली. अप्पासाहेबांनी विहिरीचे खोदकाम, चुन्याचा घाणा, बांधकामासाठी वाहतूक केलेली वाळू, ओट्यांच्या बांधकामासाठी लागणारी दगडी चिरे यांची जातीने पाहणी करून मारोती गड्डमवाड यांना उद्देशून म्हणाले,

''जमादार, वाळू वाहतुकीसाठी किती गाढवे लावली?''

''पन्नासेक लावली मालक!''

''ठीक आहे. परंतु अजून एक काम!''

''कोणते जी?''

''आता आमच्या सहनशीलतेची मर्यादा संपली. आमचा शिरस्ता आता दाखवलाच पाहिजे. त्यासाठी राजे आणि हरामखोर पटवारी यांना अखेरची अद्दल

आजच घडवा. त्यासाठी तुम्ही ताबडतोब माणसं घेऊन पेठवडजला जा!''

''जी मालक!''

''पण एक लक्षात ठेवा, शिवाजीमहाराजांना जसे गुप्त शत्रू होते तसे आपणासंही हे दोघेही!''

''होय मालक!''

''काठ्या कुऱ्हाडी घेऊन जा!''

''जी मालक!''

''नुसत्या काठ्या कुऱ्हाडीच नव्हे तर लाठ्याकाठ्या आणि बंदुकाही घेऊन जा!''

''जी!''

असे म्हणून मारोती गड्डमवाड डोळ्यावरचा चष्मा धोतीच्या चाळाने पुसत भराभरा पावलं टाकीत निघून गेले. तसे अप्पासाहेब बैठकीत येऊन स्थानापन्न झाले. राजेंना आणि पटवाऱ्याला खलास करण्याचे फर्मान सुटले. त्यामुळे गोविंदराव खंदारे, अमृता वडजे, लक्ष्णम वडजे, माणिका कहाळेकर, माधवराव मरेवाड, तुकाराम वाघमारे, देवराव दुधवाड, जयराम मरेवाड, पुंडलीक वडजे, लिंगोजी वाघमारे इत्यादींसह मारोती गड्डमवाड यांनी लाठ्याकाठ्या, कुऱ्हाडी, बंदुका घेऊन दिवसाढवळ्या पेठवडज गाठले.

कल्हाळीची माणसं शस्त्रास्त्रासह गावात येताच पेठवडजकरांनी आपआपल्या घरादारांची कवाडे, खिडक्या धडाधड बंद केली. ही माणसं पटवाऱ्याच्या घरात घुसली. पटवारी माणसांना पाहून पळायला लागला. परंतु पळून पळून पळणार तरी कुठं आणि किती?

इतक्यात एकाएकीच बंदुका सरसावल्या. धडाडऽधूम असा बार होताच हा भूदेव रक्ताच्या थारोळ्यात पडला आणि राम नाम सत्य है म्हणत भव्य आणि दिव्य विमानात बसून वैकुंठास गेला.

आता राजेच्या वाड्यावर चाल करण्यात आली. परंतु नारायण राजे पळून जाण्यात यशस्वी झाले कारण त्यांना पटवाऱ्यावर हल्ला झाल्याची कुणकुण आधीच लागली होती. मारोती गड्डमवाडने आपल्या साथीदारांना राजेच्या शोधार्थ पाठविले पण ते हात हलवत परतले.

ही मोहीम अर्धवट फत्ते करून माणसं कल्हाळीकडं वळली. आता सायंकाळ झाली होती. काळोख पसरत होता. अप्पासाहेब बैठकीतच बसले होते. एका बाजूला मिणमिणता दिवा तेवत होता. काळोखात प्रकाशदेखील चांगलाच फाकला होता.

एवढ्यात माणिका कहाळेकरसह पेठवडजला गेलेले पथक येऊन दाखल झालं. अप्पासाहेब म्हणाले,

"काय माणिका? झाली का मोहीम फत्ते?"

"जी मालक! पटवारी मारला गेला पण राजासाब तेवढा पळाला!"

"जाऊ द्या. दैव बलवत्तर. जाऊन जाऊन जाईल कोठे? पाहू एक दिवस... पण पटवाऱ्याच्या घरात काही सोनं नाणं?"

"काहीच मिळालं नाही मालक, सगळा ठणठणाट!"

"अरे वा, लेव्ही वसुलीच्या नावाखाली केलेली लुट कोठे गेली?"

मध्येच गोविंद खंदारे म्हणाले,

"कुठे जाईल, पाव्हण्या रावण्याच्या घरी!"

"ते कसं शक्य?"

"शक्य नसाय काय झालं. बेनक सांगवीच्या पांड्याच्या घरी!"

"हा कोण पांडा त्यांस दाखवा कल्हाळीचा दांडा!"

"तो निजामाचा हस्तकच मालक!"

"ठीक आहे. आता आरं ला कारं म्हणा. निजामी हस्तकांना लूटा आणि त्यांची मस्तकं मारा!"

"जी मालक, पण आपल्याला लोक दरोडेखोर म्हणतील!"

"म्हणू द्या, अवश्य म्हणू द्या. ही मालमत्ता काही त्यांच्या बापाची नाही. सर्वसामान्याची केलेली लूट वसूल करण्यासाठी शिवरायांचेच तंत्र वापरावे लागेल. आठवा, महाराजांचा इतिहास आठवा. त्यांनी एकदा नव्हे तर दोनदा सुरत लुटली. इंग्रज टोपीकरांना हिसका दाखविला आणि स्वकीयांची परतफेड केली तसा तुम्हीही रातोरात सांगवीचा पांडा लुटा. नुसता पांडाच नव्हे तर तमाम निजामाचे हस्तक लुटा आणि त्यांची मस्तकं मारा."

"पण या लुटीचं काय करायचं?"

"खंदारे, ही तुम्हावर जोखीम. मुद्देमालाचा हिशोब ठेवा. ज्या ज्या शेतकऱ्याकडून सक्तीची लेव्ही वसुली झाली अशांना परत करा. गोरगरिबांना वाटा!"

इतक्यात बैठकीत गोविंद वडजे आले. त्यांना पाहून अप्पासाहेब पुन्हा म्हणाले,

"गोविंदराव, तुम्ही पण आजच्या मोहीमेवर जा!"

"जी मालक, पण...!"

"आता पण नाही फिन नाही. लूटमार म्हणजे लूटमार!"

"अरे बापरे! म्हणजे दरोडा?"

"होय... होय... दरोडाच. इथून तिथून निजामी हस्तकांची लूटमार. पण गोविंदराव, तुम्ही भलतेच भणभण करता त्यामुळे तुमचे नावही लोकांनी भणभणेच ठेवले. त्यामुळे थोडे सबुरीने घ्या!"

"जी मालक!"

असे म्हणून सर्वांनी बैठक सोडली. आता चांगलाच काळोख पसरला होता. एखाद्या आमवस्येसारखा. हां हां म्हणता चाकू, बरचे, कुकरी, गुप्ती यासारखे शस्त्रे लवलवू लागली. घोड्याची फुरफुर वाढली. सर्वांनी मस्तकी काळेभिल्ल रुमाल बांधले आणि घोड्यावर मांड घेतली. तसं घोडदळ सैरभैर धावत सुटलं. तसं फेसाळलही. घामाघूम झालेलं घोडदळ बेनकसांगवीच्या पायाशी आलं.

आता आकाशात एक चांदणी लुकलुकत होती. सारा गाव निद्राधीन झाला होता. अधूनमधून टिटवीच्या तेवढा आवाज कानी पडत होता. तर खालकडच्या गल्लीत एक कुत्रं भेसूर रडत होतं. गावात देशपांडेचा चिरेबंदी वाडा एखाद्या डोंगरासारखा निश्चल उभा होता. दगडी कोरीव चिरेबंदी वाड्याच्या देवळीत एक पणती फडफडत होती. आणि घोडदळाचं पथक आपल्या सूक्ष्म नजरेनं वाड्याचा एक एक चिरा न्याहळत होतं. इतक्यात तुकाराम वाघमारे आपल्या साथीदारास म्हणाले,

"त्यो बघ लोखंडी कडी!"

मोठ्याने गोविंद वडजे म्हणाले,

"कुठं रं...!"

"आरं हाळू बोल... मोठ्यानं बोंबलतोस काय? जिथे तिथं तुझी भणभणी!"

"व्हयं रं, विसरलोच की. आपण डाका टाकायला आलो ते!"

"हं... चूप बस!"

असं म्हणून तुकाराम वाघमारे जमिनीवर वाकला तसे त्याच्या पाठीवर एकाएकाने लोखंडी कडीचा आधार घेऊन देशपांडेच्या वाड्यात उतरले. दोघं तिघं बाहेर थांबले. वाड्यात भल्यामोठ्या ओसरीत एक कंदिल मिणमिणत होता.

जवळच लोखंडी तिजोरी एखाद्या हत्तीसारखी ठाण मांडून बसली होती. तसे सर्वांनी हातात चाकू, सुरा, आणि लाठ्या काठ्या घेऊन कार्यभागास सुरुवात केली. तसा एक डब्बा खाडकन जमिनीवर आदळला. या आवाजासरशी बामन आणि त्याचं कुटुंब जागं झालं. प्रतिकार करणार एवढ्यात पुंडलिक वडजे यांनी त्यांच्या पायाच्या फेंडरीवर सपकन काठीचा वार केला तसा बामन ठोऽ ठोऽ करीत तळघरात पळाला.

अंधारातच एकाने तलवारीचा वार केला तशी एक करुण किंकाळी फुटली.

यात एक बाई जाग्यावरच कटली. तसा रक्ताचा लोंढा पसरला. रक्त कारंज्या थैमान घालू लागल्या आणि एकाने तिजोरीच्या किल्ल्या मागितल्या.

तश्या क्षणात तिजोरीच्या किल्ल्या मिळाल्या. वाड्यातील तिजोरी फुटली. सोनं, चांदी, दागदागिने, मणीमंगळसूत्र आणि रोकड लुटली गेली. अनेक चांदीचे नाणेही मिळाले. लुटीचा कार्यभार संपताच सर्वांनी बाहेर येऊन मोठ्याने गर्जना केली,

''अप्पासाहेब नाईकांचा जय हो!''

असे म्हणून सर्वांनी बेनकसांगवीचा निरोप घेतला. सर्वांनी घोडदळास टाच दिली. तसं घोडदळ सैरभैर उधळलं आणि पहाटेच्या थंडगार वातावरणात गरमागरम धक्कांतिका सांगण्यासाठी अंधूक अंधूक प्रकाशात कल्हाळीस आलं. अप्पासाहेब बैठकीत जागीच होते. त्यांना पाहून हसले आणि म्हणाले,

''झाली मोहीम फत्ते?''

एक जण म्हणाला,

''झाली जी, पण बाई कटली!''

''अरंरं... निष्पाप बाया मारू नका. पुरुष जितके कापता येतील तितके कापा. आणि हो, रोज एका एका निजाम हस्तकास लुटा!''

''जी!''

''ठीक आहे. खंदारे सर्व लूट तुम्हाजवळच ठेवा. उद्या गोरगरीबांना वाटा. यावे आपण!''

''जी!''

असं म्हणून सर्वजण निघून गेले आणि चोहीकडे अफवा पसरली की नाईकसाहेबांनी पटवाऱ्यास मारले तर दुसरी अफवा अशी पसरली की नाईकसाहेबच मारले गेले. ही अफवा खेड्यापाडयात हां हां म्हणता पसरली.

***

हलक्या फुलक्या पावसाला प्रांरभ झाला. आकाशात ढग गडगडत होते. मोसमी वारे वहात होते. चातक पक्षी पावसाची वाट पहात होता. अधूनमधून वावटळी गिरक्या घेत होत्या. कुठे कुठे हलक्या ते मध्यम स्वरूपाचा पाऊस पडत होता.

खेड्यापाड्यात रामायण महाभारतासारख्या पोथ्या लावण्याची तयारी होत होती. शेतकरी बी भरणाची तयारी करून पेरणीस सज्ज झाला होता. आणि मृग नक्षत्र उजाडले. सगळीकडे पावसाची धुवाधार वृष्टी झाली. तप्त जमीन थंडावली. मृदगंध

दरवळत होता. थंड हवेच्या गिरक्या फिरक्या घेत होता. कोकीळपक्षी आनंदाने गात होता. पाखरे किलबिलाट करीत होते. मोर थुईथुई नाचत होते. सगळीकडे पेरणीस सुरूवात झाली होती. तसा बळीराजा आनंदून गेला आणि कल्हाळीचे अप्पासाहेब नाईक मारले गेल्याची बातमी बोळका येथील देशमुखांच्या वाड्यात जाऊन धडकली.

तशी माणसं कावरी बावरी होऊन एकमेकांच्या तोंडाकडे पाहू लागली. काय झालं आणि कसं झालं? हे काहीच समजतं नव्हतं. परंतु नाईकसाहेब मारले गेल्याची खात्रीलायक बातमी पोहोचली होती. भगवंतराव नाईक बोळका येथेच होते. वाड्यातील ग्यानोबा जमादारास उद्देशून म्हणाले,

''जमादार!''

खोबणीत गेलेले खोल डोळे उघडझाप करीत ग्यानोबा जमादार म्हणाले,

''जी बापू!''

''तुम्ही कल्हाळीस जाऊन पत्र देऊन या!''

''जी बापू!''

यावेळी भगवंतराव नाईकांनी उर्दूतून असलेलं उघड ठेवायचं एक पत्र लिहिले. पत्र लिहणं झाल्यावर नंतर ते ग्यानोबा जमादार यांच्या हवाली करून अस्सल मराठीतले दुसरे गुप्त पत्र लिहीले. पत्र श्रीमान तीर्थस्वरूप चुलत्यांच्या नावे म्हणजेच अप्पासाहेबांच्या नावे होते. उर्दूतील पत्र एका मुस्लिमाने दुसऱ्या मुस्लिमास पाठविल्याचे खोटे पत्र होय. भगवंतराव म्हणाले,

''जमादार!''

''जी बापू!''

''जर वाटेत कोणी अडविले तर हे दुसरे पत्र दाखवा!''

''जी बापू!''

असे म्हणून त्यांनी सुरकुत्या पडलेल्या थरथरत्या हाताने दोन्ही पत्र घेतले. गुप्त पत्र डोईवरच्या पटक्यात बांधून ठेवले तर दुसरे पत्र तंबाखूच्या चंचीत ठेवून तळहाती तंबाखूची पूड घेऊन तंबाखूचुना मळीत ग्यानोबा जमादार निघून गेले.

योगायोगाने प्रवासात कुठलीच अडचण न येता म्हातारा कल्हाळीस सुखरूप पोहोचला आणि दोन्ही पत्रे अप्पासाहेब नाईक यांच्या स्वाधीन केली. या दोन्ही पत्रांपैकी खोटे असलेले उर्दू पत्र, त्याचे हिंदीत भाषांतर असे :

शरीफ!

हम सब खैरीयत से रहकर आपकी खैरीयत नेक मतलब. यहा के किसी खास काम के लिए मै बोलका गाव को आने के बाद कुछ यहा मुकाम हुआ। आप

मुल्क या मालीक के वफादाराना खिदमत में रजाकार बनकर फर्ज अदा जरुर करते होंगे।

हमने भी यहा अपने मुस्लीम जमात अच्छी तरह काम करने के लिए तैय्यार की है। और कुछ दिनों के बाद आपकी मुलाकात के लिए जरुर आ रहा हू। आपके गाव के मत्तेदार खिलाफत मे कुछ कर रहे है ऐसा मालूम हुआ।

लेकीन आप डरना नही। अंदरुनी तरीकत से मजबुत रहे। अल्लाह ताला मदत करेंगे। खैर ग्यानोबा जमादार को भेज रहा हू। वो अपने भरोसे का आदमी है।

आपका

शेरखान लालखान पठाण

ह.मु.बोलका

ता.कंधार जि.नंदीग्राम

खरे पत्र असे :

ॐ

रा.रा.काकांस साष्टांग दंडवत नमस्कार. वि.वि.

मी बोळका येथे आहे. चाकुरकर नरसिंग पहेलवान यांना अजून भेटणे झाले नाही. कारण ते कौळखेडकर अप्पाराव पाटलांकडे असून गावी येण्याचा दिवस लक्षात घेऊन आमचे मामा श्री संग्रामजी देशमुख यांच्यासोबत भेट घेणे आहे.

इकडे अशी अफवा आली की, पेठवडजच्या पटवाऱ्यास नाईकांनी मारले तर दुसरी अशी बातमी की, नाईकसाहेबच मारले गेले. खरे कोणते?

यामुळे मी काळजीत आहे. ग्यानोबा जमादार या कोळी म्हाताऱ्यास पाठवत आहे. जरुर कळवा. मी हुशारीने वागत आहे. सतत पिस्तूल जवळ ठेवून आहे. प्रसंग आलाच तर एक घेऊन मग मी मरेन. काळजी करू नये.

आपला

भ.बा.नाईक

या पत्राच्या उत्तरी अप्पासाहेबानी खालील प्रकारे उत्तर दिले.

चि.भगवंतराव उर्फ नानासाहेब,

यांस अनेक आशीर्वाद.

तुझे पत्र मिळाले. ते मी वाचले. पेठवडजच्या गंगाधर कुलकर्णी पटवाऱ्यास आपल्या कल्हाळीच्या माणसांनी मारले हे खरे आहे. नारायणरावास दैवाने वाचविले. मी सुखरूप आहे. काळजी करू नये. तुझी वाट पहात आहे. मग पुढील योजना

ठरेल. मुंतेजम पोलीसावर आपण केलेल्या गोळीबाराची कार्यवाही झाली. त्यात तुझेही नाव आहे. काळजी घ्यावी.

आपला

अप्पासाहेब नाईक

कल्हाळी ता. कंधार जि. नंदीग्राङ्क

कल्हाळीहून गेलेले तुकाराम बेलाडे भागानगरीला जाऊन पोहोचले होते. भागानगरीत एका भयाण नाट्याला सुरुवात झाली होती. या नाटकाचं नाव होतं कल्हाळी. या नाटकाचे नायक होते, अप्पासाहेब. तीन हजार रजाकार कल्हाळीच्या दिशेने सापाच्या गतीने सरकत होते. निजाम सेना निघाली. चालली पण कुठे? मराठवाड्याच्या दिशेने. असफीया घराण्याचा पिवळा ध्वज फडकावत अफाट सेना एका मामुली गावाच्या बंदोबस्तासाठी संथपणे पुढे सरकत होती.

आता मात्र अगदी गुप्तपणे रजाकार सेना सरकत होती. वाटेतील गावावर हल्ला करीत एक शाही फौज शाही पद्धतीनेच अगदी शिस्तबद्ध प्रथमतःच सरकत होती. इतकी अफाट फौज एकाही गावावर चाल करून गेली नव्हती. पण मामुली पाच सातशे लोक वस्ती असलेल्या गावावर निघाली.

कारण निजाम सरकारलाही अप्पासाहेबांचा बेडरपणा माहीत होता. यावेळी भागानगरीत कंधार येथील मीरमोहीयोद्दीन अलीखान हा इत्तेहादूलचा सक्रिय नेता निजामाजवळ होता. तो कोटबाजार येथील असल्याकारणाने अप्पासाहेबांना चांगले ओळखत होता. अप्पासाहेबांनाही आपले संस्थान सिलबंद केले होते.

संस्थानातील प्रत्येक गावात धोक्यापासून सावध राहा असा इशारा दिला होता. जागरूक राहण्याचे इशारे सोडले गेले होते. कल्हाळी. धर्मापुरी, बारुळ, मरवाळी, पेठवडज, आंबुलगा, सटवाई दिग्रस, येथील गढीत कडक बंदोबस्त लावून दारूगोळा सिलबंद करण्यात आला होता. सतर्क राहण्याचे फर्मान सुटले होते. प्रत्येक गढीवर रात्रपाळीसाठी काही आगाऊ माणसांची नेमणूक करून प्रत्येक तासाला घंटा वाजविण्याचे आदेश सुटले होते. त्यानुसार प्रत्येक गढीवर प्रत्येक तासाला अरे हुशार हो... रात्रीचे दहा वाजले...' 'अरे हुशार हो... रात्रीचे अकरा वाजले' असा सावध संदेश सोडला जात होता. रात्रंदिवस खडा पहारा करून 'अरे हुशार हो' चा सावध संदेश पहारेकरी देत होते.

भागानगरीतील कल्हाळी नाट्याचा प्रकार पाहून बेलाडे क्षणभर स्तंभित झाले. तसा त्यांना दरदरून घामही फुटला. घामाघूम झालेले बेलाडेंनी आपला घाम उपरण्याने पुसला आणि लागलीच त्यांनी परत कल्हाळीस जाण्याची तयारी केली व भागानगरीला

निरोप दिला.

* * *

कल्हाळीवर सूर्यकिरणं फाकली होती. गावातील मंदिरांचं, विहिरीचं बांधकाम जवळ जवळ पूर्ण होत आलं होतं. गावातील प्रत्येक माणसाच्या चेहऱ्यावर एक प्रकारची खुशीची लहर दिसत होती. त्याला कारणही तसचं होतं. नव्याने खोदण्यात आलेल्या गावातील दोन्ही विहिरींना जिवंत पाण्याचे झरे लागले होते.

आता गावातील बाया बापड्यांना पाण्यासाठी दगदग सहन करावयाची गरज नव्हती. पाणी मुबलक लागल्यामुळे लगेच विहिरींचे बांधकाम करण्याचीही योजना आखली गेली. त्यामुळे योजनेनुसार चुनखडीत विहिरीचे बांधकाम सुरू झाले. त्याच बरोबर गावात अन्य ठिकाणी सुरू असलेल्या मंदिराचे तसेच ओट्याचे बांधकामही बांधून पूर्ण झालं होतं. एवढे प्रचंड प्रमाणात बांधकाम होऊनही बरेच दगडी चिरे उरले होते, ते तसेच पडून होते.

नव्या बांधकामामुळे कल्हाळीचं वैभव वाढलं होतं. गावाला नवी झळाळी प्राप्त झाल्याचे दिसत होते. अप्पासाहेबांसह कितीतरी तरुण मंडळी गावातील बांधकामाची पाहणी करीत फेरफटका मारत होते. त्यांनी प्रथम इराचा पार, विठ्ठल रखुमाई मंदिर पाहिले. सर्व बांधकाम पाहून अप्पासाहेब मनोमन खूश झाले आणि अर्जुन सोनकांबळेला उद्देशून म्हणाले,

''काय अर्जुना, आता कशी काय दिसते आपली कल्हाळी?''

''बांधकामामुळे खूपच सुंदर दिसते मालक! यात काही शंका नाही पण माझ्या मनात एक विचार येत आहे!''

''कोणता अर्जुना?''

''या उरलेल्या चिऱ्यांचे काय करायचं मालक? असेच पडून राहिले तर वाया जातील!''

''तूच सांग अर्जुना, या चिऱ्यांचं काय करायचं? ऐकू दे तुझेही विचार. पण आमच्या मते पेठवडजसारखीच बारव बांधण्याचे आहे पण काय करणार आपली कल्हाळी पडली उंच टेकड माथ्यावर. त्यामुळे पाणी लागणं शक्य नाही. सध्या गावाशेजारीच पिण्याच्या पाण्याचा बंदोबस्त आहे. पण तुझेही विचार कळू दे!''

''मालक, मला वाटतं या उरलेल्या चिऱ्यांपासून गावाला एक भव्य वेस बांधू या तसेच एक धर्मशाळा आणि मरीआईचं मंदिरही बांधून काढलं तर खूप चांगले होईल मालक!''

''वा अर्जुना, दाद द्यावी लागेल तुझ्या कल्पकतेला! तू खूप फिरल्यामुळे

तुला बऱ्याच नवीन गोष्टी पाहावयास मिळतात. त्यातून तुझ्या मनात हा वेस बांधण्याचा विचार आलेला दिसतोय. बरोबर आहे तुझं. त्यामुळे चिरेही वाया जाणार नाही शिवाय गावाचं वैभव वाढेल यात शंका नाही.''

या दोघांचे संभाषण पूर्ण होत नाही तोच शुभस्य शीघ्रम या न्यायाने त्यांनी गवंड्यांना गावाला वेस बांधण्याचे आदेश दिले. वेशीची जागाही ठरवून दिली. लगेच त्या जागेवर खोदकामास सुरुवात झाली. वेशीच्या बांधकामासोबतच धर्मशाळेचेही बांधकाम करण्यास सुरुवात झाली. गावातील या चालू असलेल्या बांधकामांमुळं एक प्रकारचे चैतन्य निर्माण होऊ लागले. आणि एके दिवशी अप्पासाहेब यशवंती घोडीवर मांड टाकून पेठवडजकडे दौडले. तसे काही वेळातच पेठवडज आले. गढीतील बंदोबस्त लावून त्यांनी नारायणराव राजे व पुतणे सदाशिवराव यांची भेट घेतली. अचानक अप्पासाहेबांना समोर पाहून राजे सटपटले. यावेळी अप्पासाहेब म्हणाले,

''राजासाब, आम्हाला का आमची माणसं मारण्याचा छंद! खूप वाईट वाटतं हो. पण अजून वेळ गेली नाही. त्यासाठी विचार करा.''

राजे म्हणाले,

''नाईकसाहेब, काहीतरी भलताच गैरसमज करून घेतलाय आपण!''

असे म्हणून त्यांनी बेलभंडारा उचलला आणि बेलभंडाऱ्याचा हात पुढे करीत म्हणाले,

''या बेल भंडाऱ्याची शपथ, आम्ही या पुढे तरी विरोध करणार नाहीत. तुकाराम महाराजांनी सांगितले आहे, मागे झाले पाहू नका, पुढे आहे जामीन तुका!''

अप्पासाहेब हसले आणि म्हणाले,

''आम्हास हीच अपेक्षा होती. कारण आम्ही श्रीमंतीचं प्रतीक असलेला मोत्याचा कंठा केव्हाच अव्हेरला परंतु भावभावकीच्या द्वेषातून आमचे पुतणे सदाशिवराव अद्याप मोत्याचा कंठा अव्हेरत नाहीत. आम्हास वाटतं की त्यांनी आमच्यासारखीच कवड्यांची माळ घालावी आणि तमाम कवडीकंगाल लोकांसाठी कार्य करावं!''

सदाशिवराव मिश्कीलपणे हसत म्हणाले,

''काका, तसं नव्हे. तुम्ही कवड्यांची माळ घेतली म्हणून का आम्ही घ्यावी. आम्ही मोत्यांचा कंठा वापरतो. आपणांस सहकार्य करीत नाही असे वाटत असेल तर कृपया गैरसमज काढावा. अशामुळे रक्ताची माणसं दूर जातात. आम्हावर पूर्ण विश्वास ठेवावा. आम्ही आपले मतभेद विसरून आपल्या संगती आहोत!''

सदाशिवराव नाईकांचे उत्तर ऐकून अप्पासाहेब सुखावले आणि म्हणाले,

"आपण मला आत्मिक धिटाई दिली त्यामुळे आता माझी हिंमत हजारपट वाढली आहे. तुमच्या ऋणातून कसा मुक्त होऊ?"

"काकासाहेब, घरच्या माणसांची ऋणाई नसते. ते कर्तव्यच असतं. आणि आम्ही आमचं कर्तव्य पार पाडू याबद्दल नि:शंक रहा!"

असे म्हणून सदाशिवरावांनी धीर दिला. त्यामुळे अप्पासाहेबांनी दोघांचेही आभार मानून आपला घोडा कल्हाळीकडे फेकला. कल्हाळी एक दोन हाकांच्या अंतरावर असतांनाच त्यांची घोडी यशवंती झोटींग्याच्या लवणीजवळ एकदम थांबली आणि खिंकाळू लागली. समोरचे दोन पाय उंच करून आदळू लागली. अप्पासाहेब गावाकडे हाकण्याचा प्रयत्न करीत होते. घोडी मागेमागे रेटत होती. अनेक वेळा टाच देऊन पाहिले, चाबकांचे फटकारेही दिले. तरीही घोडी काही पुढे जात नव्हती. शेवटी अप्पासाहेब खाली उतरले आणि म्हणाले,

"यशवंती, काय झालं गं? चल ना पुढे!"

घोडी एकसारखे अश्रू गाळू लागली. मानेनंच पुढं न जाण्याचा मान हलवून इशारा करीत होती. आजपर्यंत यशवंतीने असं एकदाही केलं नव्हतं. शेवटी अप्पासाहेब तिच्यावर स्वार होऊन तिला बळजबरीने कल्हाळीस आणले. तरीही घोडी रडत होती. अगदी काही न खाता पिता. जणू भागानगरीतून निघालेली निजामाची रजाकार सेना कल्हाळीच्या दिशेने येत असलेली तिला दिसत होती.

***

चलो कल्हाळी! चलो कल्हाळी !! चलो कल्हाळी !!!

कल्हाळीचा बंदोबस्त करण्यासाठी ३००० रजाकार सेना दिमतीला मुखेड पोलीस स्टेशनची ५०० पोलीसांची तुकडी. अशी एकूण ३५०० शिपायांची शाही तुकडी कल्हाळीकडे घोडदौड करीत होती. निघाली... रजाकार सेना कल्हाळीचा कायमचा कडेकोट बंदोबस्त करण्यासाठी निघाली. यात रजाकार व पोलीस, खाकी लष्करी शर्ट, पट्टा, काळी फेज टोपीवाले रजाकार नंग्या तलवारी, जंबिया, बंदुका, कुदळ, फावडे, थ्री नॉट थ्री, रायफल इ. घेऊन निघाली. यात रजाकार अधिकारीही सामील झाले होते. खाकी वर्दीवाले, भिन्न पदके, भिन्न बिल्ले लावलेले, हातात पिस्तूल, संगिनधारी बंदुका अशा शाही थाटात मार्गक्रमण करत होती. यांच्या साहाय्यास जालना येथील निजामाची १५०० जवानांची लष्करी तुकडीही निघालीच होती. असे एकून ५००० शिपायांची आणि कल्हाळीची गाठ होती. निजामाचा असफीया घराण्याचा शाही पिवळा ध्वज फडफडत होता. अप्पासाहेबांनी कल्हाळीस आल्या आल्या यशवंतीस पागेत रवाना करून वाड्यात एक फेरफटका टाकला. इतक्यात

माणिका कहाळेकर आला. त्याला पाहून अप्पासाहेब म्हणाले,

"माणिका!"

"जी मालक!"

"मुक्या जनावरांना सुद्धा भावभावना असतात!"

"त्या कशा काय?"

"आज आमची यशवंती रडली!"

"यशवंत रडली! ते शक्य नाही मालक!"

"चल पाहू!"

असे म्हणून अप्पासाहेब आणि कहाळेकर घोड्यांच्या तबेल्याकडे गेले. अप्पासाहेबांनी यशवंतीची ओठाळी उजव्या हाताने हळूच उचलून तिच्या भालाचे चुंबन घेतले. अजूनही घोडी रडतच होती. हे पाहून कहाळेकर म्हणाले,

"खरं आहे मालक! काही अपशकुन तर नसेल!"

अप्पासाहेब हसले आणि म्हणाले,

"हं... खुळचट भावना. यशवंतीचं काही दुखत असेल. असे वाईट विचार आणू नये मनात. चल माणिका, आपण बांधकामाकडे जाऊ!"

दोघेही वाड्याबाहेर पडले. बांधकाम प्रगतीपथावर आलं होतं. अप्पासाहेब बांधकामाचा एक एक चिरा आपल्या सूक्ष्म नजरेतून पहात होते आणि इतक्यात भागानगरीहून निघालेले तुकाराम बेलाडे घाईगडबडीने आले आणि म्हणाले,

"मालक! मालक! घात झाला. रजाकार कल्हाळीवर निघाले!"

"काय? कल्हाळीवर निघाले?"

आपला घाम पुसत बेलाडे म्हणाले,

"हो मालक! खात्रीलायक बातमी!"

"कारभारी, बातमी खरी असली तरी या तुकडीचा प्रमुख कोण?"

"मालक, मुखेडच्या आमीनावर जबाबदारी टाकली आहे!"

"टाकू द्या. अगोदर दोन वेळा मार खाल्ला. आता तिसऱ्यांदा झोडपून काढू. अन्यथा सरळ अल्लातालाकडे पाठवू. पण कारभारी, त्यांचं संख्याबळ किती असेल?"

"काय सांगू मालक? रजाकार तर खूप पण काही करून कल्हाळीला धडा शिकवा असे आदेश आहेत दस्तुरखुद्द निजामाचे अन कासीम रजवी वकीलाचे. त्यामुळे त्यांचे संख्याबळ थोडच कमी असणार?"

"ठीक आहे कारभारी. पण रजाकार कल्हाळीकडे निघाले का?"

"होय मालक, निघाले."

“निघाले तर आता कुठे असतील? त्यांना वाटेतच गाठून ठोकले तर?”

“कुठपर्यंत असतील हे सांगता येणार नाही पण उघड्यावर दोन हात केले तर धोका!”

“ठीक आहे कारभारी. रजाकार आले आले ह्या रोजच्याच बोंबा. नाही म्हटलं तरी चार आठ दिवस लागतील. तो पर्यंत आम्ही सोलापूर येथे जाऊन येतो. पाहू काही हातबॉम्ब मिळाले तर. किमान शस्त्रसाठा तरी आणू, पण तुम्ही गावासंगती सावध रहावे.”

“जी मालक!”

“ठीक आहे. काळजी नसावी. आम्ही बंदोबस्त करू. तुम्ही शत्रूच्या पाळतीवर रहा.”

“जी!”

असे म्हणून बेलाडे स्वत:च्या घराकडे गेले. तसे अप्पासाहेब व कहाळेकर बांधकामापासून निघाले ते थेट अमृता वडजे यांच्या घरी गेले. अप्पासाहेबांना अचानक आल्याचे पाहून अमृता वडजे थोडे गोंधळले आणि लागलीच त्यांच्या सामोरा जाऊन त्यांना म्हणाले,

“अचानक कुणीकडे मालक?”

“अचानक नव्हे, खास कामासाठी. आधी माडीवर चला पाहू!”

सर्वजण अमृता वडजे यांच्या माडीवर गेले. माडीत काळ्याशार रंगाच्या लोकरीची घोंगडी अंथरली होती. त्यावर सर्वजण विराजमान झाले तसे अप्पासाहेब कहाळेकरांना म्हणाले,

“माणिका, तू फटाफट माणसं बोलावं!”

“जी!”

असे म्हणून माणिका बाहेर पडला. तो पर्यंत अप्पासाहेबांनी एक कप गरम चहाची लज्जत चाखली. काही वेळातच अर्जुना सोनकांबळे, संभाजी सूर्यवंशी, सुभान सोनकांबळे, संभाजी दुधवाड, माधव मरेवाड, तुकाराम वाघमारे, देवराव दुधवाड, जयराम मरेवाड, एकनाथ शेळके, लक्ष्मण वडजे यासह कितीतरी आले.

यावेळी माधव मरेवाड यांना उद्देशून अप्पासाहेब म्हणाले,

“रजाकार गावावर हल्ला करण्याची शक्यता?”

कावरं बावरं होत मरेवाड म्हणाले,

“नाही जी, अशी अफवा रोजच पसरत्यात.”

“तसं नव्हे जमादार, ही बातमी तुकाराम बेलाडेंनी आणली. त्यामुळे ही

अफवा म्हणता येणार नाही!''

''मग काय करावं म्हणता?''

''काय करावं म्हणजे? युद्धाची तयारी करावी लागेल. त्यासाठी आम्ही उद्या सोलापूरला काँग्रेस कँपकडे जाऊ. हातबॉम्ब आणि दारूगोळा उपलब्ध करू!''

मांडीवर थाप मारीत माधव मरेवाड म्हणाले,

''ठीक आहे मालक. तुम्ही उद्या सोलापूरला जा. पण हा माधव मरेवाड रजाकाराचा मुकाबला करेल!''

''शाब्बास मरेवाड! तुम्ही एकट्याने नव्हे, सर्वांनी मिळून. पण आजच्या आज वाड्यात मिरचीची पूड, अन्न धान्य, पाणी, मीठ, दाळदाणा यांची व्यवस्था करा. अरे हो! मिरचीची पूड जास्तीत जास्त जमवा म्हणजे एका एका रजाकाराच्या डोळ्यात घालून ठोकता येईल.''

मध्येच पेंटर लक्ष्मण वडजे म्हणाला,

''खर आहे मालक म्हणतात ते. तुम्ही मिरचीची पूड आणा. मी काचकोरी आणीन. मग पाहू एका एका रजाकाराची गंमत!''

अप्पासाहेब म्हणाले,

''ठीक आहे. लवकर बाहेर पडा. सर्व व्यवस्था लावा. दारूगोळ्याला ऊन दाखवा.''

''जी!''

असे म्हणून सर्वजण बाहेर पडले. तसे गावातून मोठ्या प्रमाणात मिरचीची पूड व काचकोरी हां हां म्हणता जमा होऊ लागली. तर काही जणांनी पिण्याचे पाणी साठविण्यास प्रारंभ केला. घरोघरी धान्य दळण्याचे काम दिले गेले. तसे घरोघरी जात्याचे घरघरणे ऐकू येऊ लागले. तर अनेक मायमावल्या जात्यावरच्या. ओव्या गात दळत होत्या. अप्पासाहेबांनी बायकापोरांनी सुरक्षित स्थळी हलविण्याचे आदेश देऊनही काही गावकऱ्यांनी त्यात टाळाटाळ केली. बायका घरीच राहिल्या. त्याच आता दळण्याच्या कामी आल्या. आत गावातलं बांधकामही पूर्ण होत आलं होतं. अवघ्या दोन दिवसात वेस, मरीआई मंदिर, धर्मशाळा बांधून झाली होती. ते काम पाहात अप्पासाहेब आपल्या साथीदारांसह फिरत फिरत येऊन बैठकीत बसले आणि म्हणाले,

''माणिका!''

''जी मालक!''

''झाली का तयारी?''

"होय जी! दळण कांडण झालं. बक्कळ पीठ येऊन पडलं. तसं पाणीही भरलं!''

"ठीक आहे. दारूगोळ्यास ऊन दाखविलं?''

"होय जी, सर्व तयारी झाली!''

"मग आम्ही उद्या सोलापूरला जाऊन येऊ. तो पर्यंत धीरानं गाव सांभाळा. कल्हाळीला रजाकारांचा वेढा पडलाच तर इतर गढीवाल्यांकडे मदतीचा निरोप कळवा पण काही करून आमीन हा संपलाच पाहिजे. आणि हो! संभाजी सूर्यवंशी!''

"जी मालक!''

"आजच तू लोहारीचे हत्यारं वाड्यात आण!''

"कशापाई मालक?''

"पुढे बोलू नको. प्रसंगी लोखंडाच्याही गोळ्या तयार करून शत्रूवर झाडाव्या लागतील.''

"जी मालक!''

असे म्हणून लोहार बाहेर पडला. तशी संध्याकाळ होत आली होती. गावातील भजनी मंडळी विठ्ठल मंदिराकडे टाळ, पेटी, मृदंग घेऊन जात होती. हे पाहून अप्पासाहेब म्हणाले,

"माणिका, आम्ही देवभोळे नाही. मंदिर पूजाअर्चा करण्यासाठी उभारले नाही. आमचा उदात्त हेतू गोरगरिबांची लग्ने मंदिरात पार पडली पाहिजेत. धर्मशाळेत संगीताला चालना मिळाली पाहिजे, मंदिराच्या पारावर वृद्धांचं विश्रांतीस्थान झाले पाहिजे. ही आमची भावना, पण टाळ कुटीत बसले तर कसे होईल?''

माणिका हसला आणि म्हणाला,

"तसं नव्हं मालक! ही ही संगीतपूजाच!''

अप्पासाहेब खळखळून हसले आणि म्हणाले,

"व्वा माणिका वा! आज काल तुलाही संगीत कळाय लागलं!''

"जी!''

असे म्हणून सर्वजण उठले तसे वाड्यात गेले. वेळ खूप झाला होता. वाड्यातच सर्वांच्या जेवणाच्या पंगती बसल्या. मांडीला मांडी लावून दिलखुलास बातचित करीत जेवण संपले आणि अप्पासाहेब झोपण्यासाठी आपल्या महाली निघून गेले.

रात्र बरीच झाली होती. विठ्ठल रखुमाईच्या मंदिरातून भक्तिसूर आळविल्याचा गोड आवाज वाऱ्याच्या मंद लहरीबरोबर ऐकू येत होता. अधूनमधून जय विठ्ठल,

जय जय विठ्ठलचा गजर निनादत होता.

रामकृष्ण हरी, जय जय रामकृष्ण हरी
रुप पाहता लोचनी, सुख जाले वो साजणी
तो हा विठ्ठल बरवा तो हा माधव बरवा

भजनकरी भजनात तल्लीन झाले होते. टाळ, मृदंग निनादत होते. एक सूर एक ताल भक्तिरसात न्हाऊन निघत होता. विठ्ठलाचं रूपही साजरं गोजरं दिसत होतं. गळ्यात तुळशीहार माळा, अंगी कासेपितांबर, गळ्यात कौस्तुभ मणी असणाऱ्या विठ्ठलाच्या चरणी दंडवत घालत होते तर दुसऱ्या एका वारकऱ्याने चाल बदलून संतश्रेष्ठ तुकारामांचा अभंग गाईला.

रात्री दिवस आम्हा युद्धाचा प्रसंग
अंतर्बाह्य जग आणि मन ।
जीवा ही आगोज पडती आघात।
येऊनिया नित्य नित्य करी।
तुका म्हणे तुझ्या नामाचिया बळे।
अवघीयांचे काळे केले तोंड ।।

एक जण अभंगाचे निरूपण करीत होता. जय विठ्ठल जय जय विठ्ठलच्या तालावर अवघी कल्हाळी डुलत होती. हर्ष नाचत होता. कपाळी आबीर बुक्का लावलेली वारकरी मंडळी धोतीचा घोळ खोवून नर्तन करीत होते. मध्ये एक जण गर्जला,

'*पुंडलीका वरदे हारी विठ्ठल*' आणि दुसऱ्या अभंगास सुरुवात झाली. तसा टाळकऱ्यांनी ताल धरला आणि एकीकडे काळ गदागदा हसला. रात्र वैऱ्याची का वैरी रात्रीचा हे कल्हाळीकरांना समजतं नव्हतं, उमजत नव्हतं. सारा गाव शांतचित्ताने झोपत होता. वैरी क्षणाक्षणाने जवळ जवळ येत होता.

विठ्ठल रखुमाईच्या मंदिरात अभंगही तसाच छेडला जाणार होता. खरंच काय हा कळिकाळाचा महिमा. आता थोड्याच वेळात एका नव्या अभंगास प्रारंभ होणार होता. आणि तोही असेल एका रणचंडिकेचा!

त्यासाठी बोला, पुंडलिक वरदे हारी विठ्ठल, श्री ज्ञानदेव तुकाराम, पंढरीनाथ महाराज की जय...

आणि वारकऱ्यांनी अभंगास प्रारंभ केला.

मऊ मेणाहूनि आम्ही विष्णुदास। कठिण वज्रास भेदू ऐसे।
मायबापहूनि बहु मायावंत। करू घातपात शत्रूहूनि।

अमृत ते काय गोड आम्हापुढे। विष ते बापुडे कडू किती।
तुका म्हणे आम्ही अवघेचि गोड. ज्याचे पुरे कोड त्याचे परि।
पतिव्रतेची किर्ती वाखाणिता। सिंदळीच्या माथी तिडिक उठे।।
आमुचे हे आहे सहज बोलणे। नाही विचारुण केले कोणी।
अंगे उणे त्याच्या बैसे टाळक्यात। तेणे ठिगण्या बहु गाळीतसे।
तुका म्हणे आम्ही काय करणे त्यासी। ढका खवंदासी लागतसे।
जरी माझी कोणी कापितील मान। तरी नको आन वदो जिव्हे।।

हा अभंग चालू असतांना एक कर्कश किलकारी उठली. 'दिन दिन अल्लाहू अकबर' आणि दुसरा एक घाबरा घाबरा स्वर राऊळ भेदून गेला,

''आले आले...रजाकार आले... धावा धावा... रजाकार आले!''

तोच मृदंग ताडदिशी फुटला. अनेक टाळ निखळले, विठ्ठल रखुमाईच्या मंदिरातील पणती विझली. २९ जुलै १९४८ ची पहाट उजाडली होती. आणि पहाटे पहाटेच पूर्व-पश्चिम-दक्षिण-उत्तर या चारही दिशाकडून कल्हाळीकडे घोडेस्वार हातात बॅटऱ्या घेऊन सरसर धावत येत होते. वाड्यात असंख्य जण शांत झोपी गेलेले आणि पहारेकऱ्यांनी मोठ्याने एकच घंटा सारखा खणखण वाजविण्यास प्रारंभ केला. तसे वाड्यातील आणि गावातील सर्व लोक खडबडून जागे झाले. भजनी मंडळ वाड्याकडे धावलं.

माधव मरेवाड, माणिका कहाळेकर, संभाजी टोळ, लक्ष्मण वडजे यांनी गावात चक्कर मारुन लोकांना येणाऱ्या शत्रूची कल्पना दिली. तसे गावातील बायापोरांनी, म्हाताऱ्या कोताऱ्यांनी घाईघाईनी आपली जनावरे मोकळे सोडून घराबाहेर हाकलून लावले. घरादाराला कुलुपे ठोकून सर्वांनी वाड्याकडे धाव घेतली.

लक्ष्मण वडजे एक भलं मोठं रंगरंगोटीचं पोतं घेऊन वाड्यात परत आला. तसा वाडा ४००-५०० माणसांनी गजबजून गेला. पहाटे चार वाजता साऱ्या गावाला रजाकारांचा आणि निजामी पोलिसांचा गराडा पडला. एकच हल्ला करून गावाची नाकेबंदी करण्यात आली.

या गराड्याचे स्वरूप तिहेरी ठेवण्यात आले. गराडा गावकुशीच्या घरांचा आडोसा घेऊन, गढीच्या पायथ्याशी टप्प्याटप्प्याने. हे तिन्ही गराडे सभोवती आखीव व रेखीव असे उभे टाकले. गराड्यातून आत बाहेर मुंगीलाही प्रवेश करता येणार नाही अशी चोख काळजी घेण्यात आली. अशा रीतीने कल्हाळीच्या जहागीरदाराचा चोख बंदोबस्त करण्यात आला.

अप्पासाहेबांना जिवंत अथवा मृत पकडण्याचे फर्मान सुटले होते. यावर एक

विडाही ठेवण्यात आला होता. तसं फार मोठं बक्षीसही जाहीर करण्यात आलं होतं. त्यामुळे अप्पासाहेबांचा बंदोबस्त करण्यासाठी सर्वजण तयार झाले होते. तसा आतून बाहेरुन पेटून उठला होता. त्यामूळे अत्यंत धूर्ततेने पहाटे पहाटे साखरझोपेत गराडा घालण्यात आला होता. वाड्यात अन्न होतं. पण पिण्याच्या पाण्याची बारवं नव्हती. अनेक टाक्यातून पाण्याचा साठा केला होता. लक्ष्मण वडजे धावत पळत अप्पासाहेबांच्या महाली गेले आणि म्हणाले

"मालक! मालक! घात झाला!"

अप्पासाहेब म्हणाले,

"कोण लक्ष्मण? काय झालं?"

"मालक घात झाला! रजाकारांनी वेढलं!"

"ठीक आहे. किती असतील?"

"अहो, लयी हाईत जी. तीन चार हाजार. येऊन तर पाहा."

आपण बेसावध राहिलो, त्याचं हे फळ अप्पासाहेबांच्या लक्षात आलं. पण आता इलाज नव्हता. अप्पासाहेब हसले आणि उठले. क्षणभर महालातील मिणमिणत्या दिव्याकडे कटाक्ष टाकला. तसे बाहेर जाऊन बुरुजाच्या तटाला भिडले. अनेक रजाकार व निजामी पोलीस गावाला वेढा देऊन उभे होते. रजाकारांच्या अंगात घोळदार हिरव्या पठाणी, शेरवाणी दिसत होती. आकाश निरभ्र काळसर दिसत होतं. एकाएकीच आकाशातून एक लखलखणारा तेजपुंज तारा अप्पासाहेबांच्या दिशेने आला आणि आसमंतात जळून खाक झाला. तो अपशकुन वाटून माणसं घाबरली. मात्र अप्पासाहेब त्याकडे दुर्लक्ष करीत म्हणाले,

"मर्दानो! घाबरू नका. निजाम आमच्या स्वागताला येणार नाही तर दुसरे कोठे जाईल. आम्हासाठीच हा पहारा. खऱ्यानं आमचं पहाऱ्यातील जीवन. पण निजामास हे उशीरानं सुचलेलं शहाणपण. त्यामुळे मित्रांनो! आता याचंही स्वागत झालं पाहिजे. वाजवा... शहादाणे, डंके, नौबती, ताशे, डफ, तुताऱ्या, हलग्या, कर्णे, शंख, शिंगे, झांजे, बिगुल इत्यादी सर्व सर्व वाजवा!"

वाड्यातील सर्वांनीच चिलखते परिधान केली. बंदुका ठासून भरल्या गेल्या. गोफणी, गुलेर बाहेर पडले. अनेक मशाली पेटविल्या गेल्या. वाद्यांचा हलकल्लोळ उठाला. मशालीचा पोत वाऱ्यावर फरफरू लागला. अप्पासाहेबाच्या मुखातून कुलदेवता तुळजापूरवासीनी आई जगदंबा भवानी मातेला उद्देशून उद्‌गार बाहेर पडले.

उदो गं आंबे, उदो उदो, आई भवानी उदो उदो।
लगीन काढलंया बाई गं लगीन काढलंया।

कल्हाळीच्या मराठ्यांनी लगीन काढलंया।
आमचा मराठ्यांचा वाण. आमचा मराठीत प्राण।
हिंदुस्थानच्या पूर्णत्वाचं लगीन काढलंया।
आमचा युद्धाचा जागर, आमचा युद्धाचा आगर।
तुळजापूरचे आई भवानी, जागराला या।
वेरुळ अजिंठा ताईंनो, ओवाळणीला या।
शिवपुत्र शंभूराजे, पाठवणीला या।
वक्रतुंड महाकाय, गणराया या।
माहुरचे रेणुके, गुण गायाला या।
३३ कोटी देव देवतांनो, फुले उधळीत या।
पंढरीच्या विठूराया, अबीर बुक्क्यासह या।
साळकोजी या, माळकोजी या।
सारे सारे लतावेली, तुम्ही पण या।
लगीन काढलेया, बाई गं लगीन काढलंया।
कल्हाळीच्या मराठ्यांनी लगीन काढलेया।
आई भवानी उदो, उदो।

आणि पहाटे ठीक पाच वाजता युद्धास प्रारंभ झाला. गढीच्या बुरुजावरून खालून येणाऱ्या गोळीचे प्रत्युत्तर गोळीने सुरू झाले आणि तुफान गोफणगुंड्यांनी. रायफलीचा मुकाबला भरमार बंदुका घेऊ लागल्या. माधव मरेवाड हा तरणाबांड. जातीने कोळी. गोरापान. मध्यम उंचीचा आणि मध्यम बांध्याचा सारखा थयथय नाचू लागला. गोळ्यावर गोळ्या झाडू लागला. रजाकार सेनेला सारखा टिपू लागला. रजाकारांची फळीच्या फळी भरमार बंदुकीने कापू लागला.

अप्पासाहेबांचा जीवश्च कंठश्च मित्र असेलला माणिका कहाळेकर अविवाहीत मराठा. मध्यम उंचीचा. काळा सावळा. अक्षरश: शत्रूवर तुटून पडला. संभाजी टोळ. ऐन तारुण्यात पदार्पण केलेला. कवळा, अविवाहीत, काटक मराठा. काळा भिल्ल. मध्यम उंचीचा आणि मध्यम बांध्याचा गर्जत गोळ्यावर गोळ्या झाडू लागला. शत्रूची पहिली गोळी सू सू करीत आली. उजव्या खांद्यावर बसली. हा क्षणातच जायबंदी झाला. संभाजी टोळ यांचा उजवा खांदा बांधण्यात आला. टोळ जायबंदी झालेला पाहाताच ८० वर्षाचा म्हातारा धोंडीबा पंदाडे शत्रूवर चाल करून गेला तर त्याच्या साथीला जायबंदी झालेला टोळ अक्षरश: शत्रूवर तुटून पडला. सर्वांनाच स्फुरण चढलं. हे योद्धे एखाद्या अजस्र नागासारखे फणफणू लागले. हाणा, मारा,

कापा, तोडा, असे शब्द घुमू लागले. शिव हर हर महादेव, स्वामी रामानंद तीर्थ की जय, जय भवानी जय शिवाजी, येळकोट येळकोट जय मल्हार असे कितीतरी नारे दुमदुमू लागले.

तुकाराम वाघमारे जातीने न्हावी. गोरागोमटा. शत्रूची वस्तऱ्याने चप्पी करू लागला. अक्षरश: बिनपाण्याची व्हंडी होऊ लागली. याचाच सख्खा भाऊ लिंगोजी वाघमारे. काळा भिल्लं. सारखी बंदुक चालवू लागला. शकोजी सोनकांबळे जातीने महार. हाणा, मारा. फोडा, झोडा करीत रजाकारावर तुटून पडला. शेटीबा बनसोडे हाही जातीने महार, मध्यम उंचीचा, स्वभावाने अत्यंत कडक असलेला. तडक बंदूक चालवू लागला. धडाधडा बंदुकीच्या फैरी सुरू झाल्या.

पुंडलिक वडजे मर्द मराठा. एखाद्या पहाडासारखा धिप्पाड. शत्रूला नामोहरम करू लागला. देवराव दुधवाड जातीने कोळी. गोरागोमटा. जेमतेम उंचीचा आणि जेमतेम परिस्थितीतील. कशाचाच विचार न करता तुटून पडला. जयराम मरेवाड, माधव मरेवाडचा सख्खा भाऊ. सळसळणारं तरणंबांड रक्त. जय भवानी जय शिवाजी म्हणत एका खांद्यावर तिरंगा ध्वज तर दुसऱ्या खांद्यावर भगवा ध्वज घेऊन बेहोशपणे डोलू लागला.

गोविंद दुधवाड. लाजरं बुजरं व्यक्तिमत्त्व. बहाद्दर कोळी. निजाम सेनेवर तुटून पडला. मारोती वाघमारे. हाही तुकाराम वाघमारेचा सख्खा भाऊ. दिमाखात शत्रूची चप्पी करण्यासाठी पाणी लावू लागला. गोळ्यांची बंबारी सुरू झाली. दिवस मावळतीला जात होता. कल्हाळीचा एकही बहाद्दर एक इंच सुद्धा हटायला तयार नव्हता. बापूसाहेब नाईक व रावसाहेब नाईक हे दोन्ही सख्खे भाऊ हजर नसताना सुद्धा या लढ्याचे नेतृत्व अप्पासाहेब अगदी चोखपणे सांभाळत होते तर निजामाचे रजाकार सेनेचे नेतृत्व मुखेड पोलीस स्टेशनचा आमीन अहमदखान पठाण करीत होता.

मराठे हरत नव्हते म्हणून रजाकारांनी चिडून जाऊन दोन रॉकेलच्या टाक्या घेऊन रॉकेल मुख्य दारावर टाकून दार जाळण्याचा प्रयत्न चालू केला. परंतु वाड्याच्या बुरुजावरून तुफान गोळीबार करण्यात येत होता. पण केरोसीन काही पेट नव्हते. कारण टाक्यावर टिनपत्रे ठेवण्यात आली होती आणि अशाही परिस्थितीत रजाकारांनी मुख्य दाराजवळ रॉकेल आणलेच.

आता काही क्षणातच रॉकेल दारावर पडणार... महादरवाजा जळणार... त्यासोबत वाडा भडाभडा पेटणार... आणि वाड्यात रजाकारांचा प्रवेश होणार... एकच कत्तल आरंभली जाणार आणि निजामाचं स्वप्न पूर्ण होणार. इतक्यात हरहुन्नरी

पेंटर लक्ष्मण वडजे बहाद्दर मराठा याने स्वत:च्या जीवाची शिकस्त केली. मुख्य दरवाजाशी लांब पडून, दाराच्या खालच्या भागातून बंदुकीची नळी खुपसून गोळ्या झाडण्यास प्रारंभ केला.

त्यामुळे गाड्याजवळचे ५-५० रजाकार पटापटा मरू लागले. कितीतरी जाग्यावरच ठार झाले. टाक्या उलथल्या आणि रॉकेलनी पेट घेतला. आगडोंब उसळली आणि या आगीत ७-८ रजाकार जिवंत सापडले. चिरऽ चिरऽ चिरकू लागले. अग्निज्वाला अंगावर घेऊन धावू लागले. वाऱ्याने अग्नी भडकला आणि कैक क्षणातच पेटलेले रजाकार काळे निळे पडले. डोळ्यांची बुबुळं बाहेर आली. लालबुंद मांसाचा गोळा दिसू लागला आणि होतं नव्हतं रॉकेल जळून खाक झालं, परतु वाड्याचा महादरवाजा शाबूत होता.

त्यामुळे अहेमदखान पठाण चिडला. जाग्यावरच दणादण पाय आदळू लागला. संतापाने डोळे आग ओकू लागले. चेहरा धीरगंभीर बनला. नाकपुड्या फुसफुसू लागल्या. परंतु या युद्धात यश येत नव्हतं. मराठे हटत नव्हते. पहिल्याच धडक्यात कितीतरी रजाकार यमसदनी गेले म्हणून या अल्ला म्हणत त्याने डोक्याला हात लावला. आणि इकडे वाड्यात अप्पासाहेबांना स्वर्ग इतभर उरला. त्यांनी लक्ष्मण वडजेला अक्षरश: उचलून घेतले आणि म्हणू लागले,

"वा, लक्ष्मण वा! शाबास हं मर्दा! कमाल केलीस हं! आम्ही आता मागे हटणार नाही. निजामाला कुठल्याही परिस्थितीत मागे रेटू पण आम्ही मागे नाही हटू!"

या रजाकाराच्या सोबतीला साहाय्य करण्यासाठी जालना येथून निघालेली लष्करी जवानांची तुकडी कल्हाळीकडे कूच करीत होती परंतु अद्याप पोहोचली नव्हती. त्यामुळे अहमदखा पठाण चिंताक्रांत बनला. परंतु पराक्रमाची असीम हौस सर्वच रणांगणातील योद्धाच्या अंत:करणात सतत फुलू लागली. पंचमीच्या झोक्यासारख्या महत्त्वाकांक्षा उंच उंच चढू लागल्या. अल्लाहू अकबरचा आवाज घुमत होता. भयंकर आरोळ्या उठल्या. तलवारीची पाती झगमगू लागली. मराठ्यांची मनगटे ललकारण्यास आतुर झाली. छाताडे फुसफुसत होती. शत्रूवर उधळत, उसळत तूटून पडत होती. जखमी रजाकारांचा आक्रोश उठत होता. दिनऽ दिनऽ अल्लाहू अकबर अशा आरोळ्या उठत होत्या.

बालाघाटच्या दिशा आणि पर्वतरांगा तडकल्या. कानठाळ्या बसत होत्या. चिमणी पाखरे केव्हाचीच उडून गेली. कर्णपडदे बधिर झाली. महाभयंकर क्रूर कर्दनकाळ, हलकट कासीम रजवी याने अचानक झडप घालायला लावली होती.

अप्पासाहेबांना इतक्या लवकर ह्या रानटी आक्रमणाची झडप पडेल असे स्वप्नातही वाटले नव्हते. रजाकार सेना आलीच वाघासारखी झेप घेत घेत आणि भर जोशात कल्हाळीला धडकली. तशी धुमचक्री उसळली व काही अंशी कर्दळीसारखी सपासप छाटली गेली. क्षणार्धात पहिला दणका बसला. तुफानी वादळ अंगावर फुफाटत पडावं तशा बंदुकीच्या गोळ्या एखाद्या आग्यामोहळासारख्या पडू लागल्या. उल्का तुटून पडाव्यात तसा भास होत होता. मामुली मूठभर मराठ्यांनी आपल्या सैन्याची दे माय धरणी ठाय करून सोडलेले पाहून अहदमखान पठाण जाम भडकला.

खरोखरच कल्हाळीचे केवढे हे जबरदस्त काळीज. तीन साडेतीन हजार फौजेवर चाल करून जायला जातिवंत सिंहाचेच काळीज हवे. रजाकारांने पक्का निश्चय केला होता. कल्हाळी पाडायचीच. तोडायचीच, फाडायचीच, झोडायचीच. मारायचीच आणि लुटायचीच. कितीतरी हलकट विचार रजाकाराच्या मस्तकात नंगानाच घालू लागले. कल्हाळीवर सतत टिटवीचा कर्कश आवाज निनादू लागला.

दिवसा घुबडं घुमू लागली. रजाकाररूपी माजलेल्या डुकरांनी उच्छाद मांडला. कल्हाळीकरांनी तोडा, फोडा, झोडा आणि गाडा या कूटनीतीचा अवलंब केला. करू अथवा मरू या ध्येयाने प्रेरित होऊन पेटून उठले. दिवस रात्र एकमेकांवर हल्ल्याला आणि प्रतिहल्याला सुरुवात झाली. जणू काय महाभारतातील कर्ण व पांडवाचं युद्ध जुंपलं होतं. वादळी वाऱ्याची ललकार सुरू झाली होती. काय समजता कुणास डिवचता लढण्याची नाही तमा, धड शिर वेगळे तरी गर्जेल आमची जिव्हा! असे क्रांतीचे नारे दुमदुमू लागले होते. भरमार बंदुकीसोबत तुफान गोफणगुंड्यांचा मारा होऊ लागला. धडाधड बंदुकीच्या फैरी झडू लागल्या आणि वाड्यावर हिंदूस्थानीयांच्या जिवाभावाचा प्राणाहूनही प्रिय असलेला तिरंगा ध्वज मोठ्या हौसेने, डौलाने आणि अभिमानाने मान उंच करून गगनात फडफडत होता. याच तिरंगी ध्वजाला साक्ष ठेऊन प्रत्येक योद्धा राष्ट्रीय एकात्मतेच्या भावनेतून लढत होता.

युद्धाचा पहिला दिवस मावळून दिवेलागण झाली होती. पावसाळ्याचे दिवस होते. आकाशात काळे ढग दाटून आले होते. आकाश ढगाळून गेलं होतं. अंधाराचं साम्राज्य पसरलं होतं. तर कल्हाळीवर युद्धाचे काळेकुट्ट ढग घिरट्या घालत होते. अधूनमधून रिमझिम सरी कोसळत होत्या. तरीपण अस्तित्वासाठी लढत राहणं हे महत्त्वाचं होतं. युद्ध हेच प्रत्येकाचं सामाजिक कर्तव्य बनलं होतं.

एवढ्यात अप्पासाहेबांनी सरळ आमीन पठाण यावर गोळी घातली. कर्णकटू किंकाळी वातावरण छेदून गेली. ही गोळी आमीनाच्या टोपीला चाटून गेली. तो जोरात किंकाळला आणि अप्पासाहेबांनी लगेच दुसरी गोळी झाडली. आमीन ती

चुकवत एकदम खाली जमिनीवर बसत म्हणाला,

"अमृत अप्पा मुझे बचाओ."

हवालदार अमृताअप्पा एकदम हादरला व आपल्या छातीवर उजवा हात ठेवत म्हणाला,

"क्या हुवा साब?"

"आता कशाचं काय? अरे मराठे केव्हा मरणार? का आमचाच नंबर?"

"माफी हुजूर, परंतु आपली माणसं चिडखोरपणे लढतात. चिडखोर माणसं दुबळी असतात आणि निष्ठेतच पराक्रम असतो!"

"खरे आहे पण कोण म्हणतो निष्ठा नाही म्हणून?"

"माफी हुजूर! प्रबळ इच्छा असेल तरच आकाशही कवेत घेता येतं. आपली रजाकारसेना तर लाखमोलाची!"

"खामोश अमृता! रजाकारसेना लाखमोलाची नव्हे, निजामाचं तख्त लाखमोलाचं!"

"खरं आहे हुजूर! विवेक आणि सारासार बुद्धी असेल तरच उद्याचा दिवस आपला अन्यथा न बोललेलचं बरं!"

"कहो... अप्पा कहो!"

"हुजूर, लहान तोंडी मोठा घास. पण भव्य आणि दिव्य घडविण्यासाठी आत्मबल लागतं. त्यासाठी आपणाठाई जागरूकतेचा वनवा. अहो तुम्ही तर निजामाचं खरं वैभव. तुम्हासारख्याची प्रबळ इच्छा एकवटल्यावर कल्हळीस कितीसा वेळ?"

"खरं आहे अप्पा!"

"पण हुजूर, दम धरावा लागेल अन्यथा या वाड्याची काही औरच तऱ्हा!"

"कोणती अप्पा?"

"या वाड्यात काकनाई आहे. कोणे एके काळी याच वाड्यात काकनाई समोर मेंढी बळी दिली होती. तिचे मुंडके काकनाईसमोर नैवद्य म्हणून ठेवले होते पण दुसरे दिवशी तिथे मेंढीचे मुंडके नव्हते तर एक नव्हे, दोन नव्हे, तीन नव्हे साक्षात ३५ मानवी मुंडके आली अशी आख्यायिका आहे!"

"अबब! ऐसा नही हो सकता!"

"सच हुजूर!"

"अॅ...!"

"अँ नाही हं...!"

"ये नही हो सकता. ये क्या सैतान है?"

"हाँ हुजूर!"

"मूर्खा बंद कर हा तमाशा. अजून घोडा मैदान पुढेच आहे. शुक्राची चांदणी उजाडेपर्यंत या मोहिमेचा अंदाज येत नाही तोपर्यंत दम खावाच लागेल!"

"खरं आहे हुजूरपण आपल्या संगती इन मीन ३५०० शिपाई!"

"फिक्र मत करो। अपने शहेनशहाके पास ४२००० सैन्य और दो लाख निमलष्करी रजाकार दल इतना सैन्य है। और बुलायेंगे। साथही जालना कॅम्पसे मिलटरी आ रही है।"

आता पावसाने जोर धरला होता. सरीवर सरी कोसळत होत्या. विजांचा कडकडाट होत होता. मध्येच काही विजा लखलखून जात होत्या. तर काही विजा कडाडऽऽ कडऽऽ करीत दरी, खोरी घुमवून जात होत्या. धरणी हलल्याचा भास होत होता. तर जमीन काही वेळ थरथरत होती. अप्पासाहेब याच संधीची वाट पहात होते.

युद्ध काही प्रमाणात थंडावलं होतं. त्यामुळे अर्जुन सोनकांबळे, संभाजी गायकवाड, संभाजी सूर्यवशी, सुभान सोनकांबळे, रामराव पुटवाड, संभाजी दुधवाड, मारोतराव खडके, लक्ष्मण काटवटे, अमृता वडजे, बाळाजी देशमुख, गोविंद खंदारे, नागनाथ वडजे, शंकर वडजे, संभाजी वडजे यांना युद्धासाठी पाचारण करून युद्धावर असलेल्या योद्धयांना विश्रांतीसाठी बोलावून घेतले. कारण नव्या दमाने प्रतिकार करावयाचा होता. अधूनमधून किरकोळ स्वरूपात बंदुकीच्या गोळ्या एकमेकांवर झाडण्यात येत होत्या. सोडल्या जात होत्या. पावसामुळे थंड हवा सुटली होती. हवेत गारवा होता. पण एकाही योद्धयाला हुडहुडी भरली नव्हती. कारण जुलमी व अन्यायी लोकांबरोबर संघर्ष सुरू होता. एक एक योद्धा लढत होता. रात्र पळापळाने पुढे सरकत होती. क्रांतिकारक क्रांती घडवत होते आणि एका इतिहासाला जन्मही देत होते.

क्रांतिकारकच इतिहास घडवितात आणि माणूसच इतिहास असतो. जो मानवता विसरतो तो इतिहासही विसरतो. बऱ्याच मुक्तीसैनिकांचे रक्त उसळून येत होते. उसळ्या घेत होतं. प्रत्येक जण पेटून उठला होता. रान पेटलं होतं. तसं आभाळही फाटलं होतं. पेटलेले दिवस होते. प्रत्येक योद्धा आदेशाची वाट पहात होता. तर काहीच्या मते तलवारी घेऊन समोरासमोर युद्ध करावं असं वाटत होतं.

अप्पासाहेब वेगवेगळी चाल खेळत होते. वेगवेगळ्या तुकड्या तयार करून समरभूमीवर पाठवत होते. वेगवेगळे आराखडे मांडत होते. शत्रूवर कोणता व कसा फास टाकायचा याचा विचार करत होते. कधी प्याद्याची खेळी तर कधी वजीर, तर

कधी अडीच घराची घोड्याची चाल. युद्धावरून परत आलेले मुक्तीसैनिक आराम करीत होते. काहींची दोन हाते ललकारत होती. मनात नंग्या तलवारी एकमेकीस भिडत होत्या. घनघोर युद्ध दाटून आलं होतं. काळोख दाटून यावा तसा.

पावसाला थोडी उसंत मिळाली होती त्यामुळे टिकाव, कुदळ, फावडे, रजाकारी पथकाने वाडा पाडण्याचा प्रयत्न केला. परंतु हा वाडा थोडाच येऱ्या गबाळ्याचा होता. वाड्याचे ढेकूळसुद्धा पडत नव्हते. इतक्यात मुक्तीसैनिकाने वाड्यावरून हल्ला केला. अनेक रजाकार गारद झाले. त्यामुळे कुदळ, फावडे जाग्यावर ठेवून रजाकार लंगोटीला पाय लावून पळू लागले.

रात्र सुद्धा उलटण्याच्या मार्गावर होती. तरीपण निजामाच्या रजाकार सेनेला थोडेही यश प्राप्त झाले नव्हते. कल्हाळीचा एकही योद्धा धारातीर्थी पडला नव्हता. उलट निजामाचे अतोनात नुकसान झाले होते. अनेक रजाकार मारले गेले होते. गारद झाले होते. लाखमोलाचा दारूगोळा संपत चालला होता. दिवाळीला लहान मुले जसा लुटपुटीचा दारूगोळा उडवितात तसाच रजाकाराचा प्रकार झाला होता. साहस आणि पराक्रम पूर्णत: लोप पावलं होतं. मराठ्यांचा हल्ला झाला रे झाला की पळण्याशिवाय त्यांना काहीच दिसत नव्हते. एखाद्या भित्र्या भागूबाईसारखी गत झाली होती.

शूर होणं सोपं असतं पण सैनिक होणं अवघड आणि नामर्दांचा सैनिक होण्यापेक्षा एखाद्या अजस्र सिंहाची आयाळ खाजविणं कधीही बरं असतं!

रजाकारांनी चिडून जाऊन युद्धाला सुरुवात केली होती. त्यामुळे अफाट मनुष्यबळ असूनसुद्धा यश प्राप्त होत नव्हतं. पदरात काहीच पडत नव्हतं. भिकाऱ्याची झोळी रिकामी ती रिकामीच. उलट नाशही होत होता. प्रत्येक क्षण चिंता निर्माण करत होता. काही केले तरी मराठे हटत नव्हते. हारत नव्हते. मोठ्या जिद्दीने आणि चिवटपणे लढत होते.

रजाकारही जोरदार प्रतिकार करत होते. पण यश काही टप्प्यात येत नव्हते. युद्ध किती दिवस चालेल आणि शेवट काय होईल हे सांगता येत नव्हते. काय होणार ते भविष्यकाळच जाणो. पण काही का असेना निजामाची रजाकारसेना अविवेकबुद्धीतून लढत होती. झुंजत होती. पडत होती. हळूहळू उठत होती आणि एकदाची रात्र संपली.

चोहीकडे झुंजूमुंजू झालं होतं. युद्धाचा पहिला दिवस व पहिली रात्र संपून दुसरा दिवस उजाडला होता. कल्हाळी येथील युद्धास चोवीस तास ओलांडून गेले होते. परंतु अद्याप युद्धाचं चित्र स्पष्ट होत नव्हतं. अप्पासाहेब नाईक आज अगदी

आनंदात होते. त्यांच्या चेहऱ्यावरचं स्मित हास्य होते आणि आल्हाददायी आनंदही होता. एक प्रकारचे मधुर हास्य होतं. पहिल्या दिवशी त्यांचा माणूस दंडावर गोळी लागून जायबंदी झाला होता पण एकही धारातीर्थी पडला नव्हता. उलट जखमी अवस्थेत हात बांधून एकाच हाताने लढला होता. तर शत्रूचे कितीतरी कामी आले होते. यमसदनी गेले होते. अनेक जबर जखमी झाले होते काहीजण किरकोळ जखमीही झाले होते.

त्यामुळे अप्पासाहेब आनंदात होते. बाळाजी देशमुख सत्तर वर्षाचा म्हातारा असूनसुद्धा रात्रभर जागून पोटतिडकीने एखाद्या तरण्याबांड पोरासारखा लढला होता. तर अर्जुन सोनकांबळे शांत वृत्तीचा, गोरापान एखाद्या नाजूक फुलासारखा असूनसुद्धा एखाद्या दणकट व रागीट योद्ध्यासारखा लढला होता.

वरून शांत दिसणाऱ्या सागराच्या पोटात असंख्य खळबळी सुरू असतात. याचा प्रत्यय येत होता. संभाजी गायकवाड मजबूत बांध्याचा तर गोविंद खंदारे धिप्पाड, संभाजी सूर्यवंशी लोहार, सुभान सोनकांबळे मध्यम बांध्याचा, नागनाथ वडजे तरणाबांड, रामराव पुटवाड कोळी समाजाचा पोर, शंकर वडजे मध्यम बांध्याचा, संभाजी वडजे, संभाजी दुधवाड गोरागोमटा एखाद्या महाकाय पर्वतासारखा, अमृता वडजे धष्टपुष्ट बांध्याचा, उंचापुरा, सावळ्या वर्णाचा, मारोतराव खडके सडपातळ देहाचा, मर्द मराठा, तर लक्ष्मण काटवटे धिप्पाड तितकाच मजबूत, गोरागोमटा. हे शूरवीर अख्खी रात्र डोळ्यात तेल घालून लढले होते. या वीरांना सकाळी विश्रांती देऊन लढ्यावर दुसरी फळी तैनात करण्यात आली. या फळीत पुंडलिक देशमुख, नारायण शेळके, माणिका शेळके, रामराव शेळके, एकनाथ शेळके, मारोती वडजे, नागोबा वडजे, केरबा सोनकांबळे, मारोती सखरुचे इत्यादींना आघाडीवर पाठविण्यात आलं होतं. कल्हाळीचा एकही माणूस अद्याप पडला नसल्यामुळे अप्पासाहेबांना अक्षरश: आकाश हाती लागल्यासारखं वाटत होतं. अप्पासाहेब जबर महत्त्वाकांक्षा बाळगत होते.

निजामाचे पोलीस व रजाकार सेना एकसंघ लढा लढत होते तर अप्पासाहेब नाईक हे वेगवेगळी तुकडी गोळा करून शत्रूवर चाल करण्यासाठी पाठवत होते. त्यामुळे प्रत्येक वेळीचा हल्ला वेगळा जाणवत होता. पहिल्यापेक्षा दुसरा वेगळा तर दुसऱ्यापेक्षा तिसरा वेगळा. म्हणून नाईकांशी नेमकं कोणत्या पद्धतीनं लढायचं हेच काही रजाकारांना समजत नव्हतं. उमजत नव्हतं. त्यामुळे रजाकारांची द्विधा मनस्थिती होऊन त्रेधा उडाली होती. त्यामुळे जाम संतापून संतापाच्या भरात वेगवेगळे निर्णय घेऊन अप्पासाहेबांना नामोहराम करण्याचा केविलवाणा प्रयत्न करीत होता.

पण स्वत:च्या सैन्यावर विश्वास आणि निष्ठा न ठेवता अखेर चिडखोर बनून कल्हाळी एकदाची कशी पाडता येईल, कशी झोडता येईल, कशी फोडता येईल, कशी चिरडता येईल आणि कशी जाळता येईल याचे मनसुबे मांडत होता. काही जरी प्रयत्न केले तरी कल्हाळीच्या बाबतीत तिळमात्र यश येत नव्हतं. अद्याप कल्हाळीचा एकही योद्धा पडला नव्हता. त्यामुळे रात्रंदिवस संघर्ष चालूच होता.

एक संघर्ष ! तीव्र संघर्ष !! अखेर संघर्ष !!! पराकोटीचा संघर्ष !!!!...

खरे पाहता संस्थानातील संस्थानिकांच्या थोर घराण्याच्या जोरावरच या निजामाची ऐट चालली होती. पण धनदौलतीने अंध झालेल्या व सोबतीला असलेल्या नराधम कासीम रजवीसारखे नीच चांडाळचौकडीचा भरणा झाल्यानंतर जनतेने अशा रानटी सत्तापिपासू आणि रक्तपिपासू लोकांकडून कोणती यथार्थ अपेक्षा बाळगावी? धनदौलतीची देवता आपल्या खऱ्या देवतेला गिळून टाकते. हे निमाजाने पूर्णपणे विसरले होते.

परंतु अशा निजामासमोर कोण नांगी टाकणार? कारण मृत्यूशी दोन हात करायला जो मागेपुढे पहात नाही तोच खरा जातिवंत माणूस. माकडासारखी भेकड होऊन गप्प बसण्याइतकी कल्हाळीची माणसं दुबळी झालेली नव्हती. कल्हाळीच्या अबलांच्या हाती काकणं नव्हती तर कंगणं होती. म्हणून आबालवृद्धांसह कल्हाळीची माणसं लढ्यात उतरली होती. रजाकारांचा हल्ला एक भीषण व कुरूप होता म्हणून अशा बिनडोक जनावराच्या वागण्याला काही अर्थ उरलेला नव्हता. त्यामुळे त्या प्रबळ जनावरांशी दादागिरी करून दोन हात केल्याशिवाय हा सरळ मार्गावर येणारच नव्हता.

निजामाचा क्रूरपणा दिवसेंदिवस वाढत जाऊन याला दिशा उरलेली नव्हती. मस्तखोर जनावर म्हणून पाहिले असता सर्वात प्रबळ जनावर म्हणजे निजाम होय, हे न ओळखण्याइतकी कल्हाळीची जनता दुधखुळी नव्हती. जीवन म्हणजे सुखदु:खाच्या रेशीम धाग्यांनी विणलेले वस्त्र हेही तो विसरून गेला होता. जो मनुष्य धनदेवताचा पुजारी असतो तो सर्वात हलकट आणि हरामखोर असतो. अशा माणसापेक्षा वेश्यासुद्धा हजारपट चांगल्या असतात. त्यामुळे अशा हरामखोरांचा एक वेगळाच धर्म असतो. आणि अशा धर्माचा गुण म्हणजे फैलाव. अर्थातच साथीचा रोग. असा जीवघेणा महाभयंकर रोग दुसऱ्याला आपल्यात सामील करून घेतो. धर्मवेडा रोगी माणूस वेळ प्रसंगी फार भयंकर ठरतो. तो दुसऱ्याला धर्मांतर करायला लावतो आणि असाच रोग भागानगरी राजसत्तेला झाला होता.

या रोगाने भागानगरी रोगग्रस्त झाल्यामुळे हे तत्त्व अनुकरण केलं होतं. त्यामुळे

धर्मात मोठ्या प्रमाणात बळजबरीने धर्मांतर करीत होता. सत्ता आणि संपत्तीच्या बरोबरीने एक शाप दरवळत असतो. हेही विसरून गेला होता. सत्तेच्या नशेत मनुष्य सदसदविवेकबुद्धी विसरून चारित्र्यहीन बनतो. खरंच, वेश्येचं प्रेम कधी कुणाला लाभलं होतं का? हा निजाम आणि वेश्या यात असा कोणता तो फरक?

अशा देशद्रोही लांडग्यांच्या दरबारात न्याय मागणे कितपत योग्य होते. रूक्ष आणि कर्कश हास्य याशिवाय या निजामाला खरे मनुष्य जीवन माहीत होते काय? जीवन एक क्षणभंगुर असूनसुद्धा जीवनाचा अखेरचा मार्ग मृत्यू आहे हे प्रत्येकाच्याच वाट्याला आहे. हेही विसरुन हा एखाद्या चिचूंद्रीसारखा अंध झाला होता.

म्हणून संस्थानातील साधीसुधी, भोळीभाबडी जनता याच्या प्रवृत्तीला कंटाळून या सत्तेच्या विरुध्द पेटली होती. प्रत्येकांच्या ह्दयातून सळसळणारं गरम रक्त वाहत होतं. श्वासाश्वासात आवेग होता. नसानसात क्रांती होती. म्हणूनच शेवटी प्रत्येकाला आपलासा वाटणार मार्ग म्हणजे युद्ध! या विचारातूनच संघर्षाची ठिणगी पडली होती. घनघोर युद्धाकडे वाटचाल आरंभली गेली होती. युद्ध हीच अंतरात्म्याची हाक बनली होती. क्रांतीने पेट घेतला होता. प्रत्येकाने एक संकल्प केला होता. ही राजसत्ता लाथाडायची म्हणजे लाथाडायचीच. हा जनतेचा अटळ संकल्प होता. त्यामुळे अशा उल्हासातून तुंबळ युद्धाला सुरुवात झाली होती.

मराठवाड्याचे सुपुत्र आपआपल्यापरीने देहभान हरपून रात्रंदिवस लढा लढत होते. आणि कल्हाळीच्या वाड्यात आज आगळ्या आणि वेगळ्या युद्धाला सुरुवात झाली होती. मनगटे ललकारण्यास आसुसली होती. डोळ्यात धग तर अंगात रग होती. मस्तके फणफणू लागली. श्वासात आवेग होता. योद्ध्यात जोशही होता आणि होशही होता. प्रत्येक जण लढण्यास आतुर झाला होता. तरुण हो वा बुद्धा. प्रत्येकाचच रक्त सळसळत होतं. उसळत होतं. गरम पाण्याला खळखळून उकळी यावी तसं हिंदोळके घेत होतं.

काही सैनिक बुरुजावरुन इकडून तिकडे आणि तिकडून इकडे माकडासारखे टुणटुण उड्या मारून रजाकारालाच धोंड्यांनी चेपत होते आणि रजाकारालाच माकड करून खेळवीत होते. निजामाच्या शाही फौजेचा काही केल्या प्रतिकार यशस्वी होत नव्हता. अनेक प्रकारचा मार्ग, अनेक क्लृप्त्या करून हे मुक्तीसैनिक काही पडण्याच्या मार्गावर दिसत नव्हते. उलट पाडण्यावरच त्यांचा भर होता. म्हणून हे खरचं बिलंदर नव्हते काय? बिलंदरही होते आणि दलिंदरही होते!

कारण यातला लढणारा लढवय्या एकही योद्धा अमाप असा श्रीमंत नव्हता तर राष्ट्रभक्तीने भारावून गेलेला सच्चा पाईक होता. दिवस मावळतीला झुकत होता.

सूर्यनारायण आपले कर्तव्य बजावून रात्रीची रजा घेत होता. कल्हाळीवर बालाघाटच्या कड्याकपारीतून मावळत्या रवीचे सोनेरी किरण पडले होते.

गाव शिवेच्या लगतचे हिरचे हिरवे रान एखाद्या नागीणीसारखे सळसळ करीत होते. आणि युद्धाला थोडी थोडी विश्रांती मिळत होती. आता मात्र अप्पासाहेब नाईक हे रात्रपाळीसाठी कोणते योद्धे नियुक्त करावे याचा विचारविनिमय करीत होते. एवढे मात्र खरे की अजून निजामाच्या शाही रजाकार सेनेला तिळमात्र यश प्राप्त झाले नव्हते. युद्धाचा दुसरा दिवस संपून दुसऱ्या रात्रीस प्रारंभ झाला होता.

सायंकाळच्या सत्रात शेख महेबुब साब, शेरखान पठाण, राजेसाहेब मोमीन, शकोजी सोनकांबळे, शेटीबा बनसोडे, धोंडिबा पंदाडे, सुभान सोनकांबळे, बाळाजी देशमुख, संभाजी गायकवाड, पुंडलीक देशमुख, अर्जुन सोनकांबळे, रामराव पुरवाड, लक्ष्मण काटवटे, नागनाथ वडजे, तुकाराम बेलाडे, नागोबा वडजे इत्यादी मंडळीवर जबाबदारी सोपविण्यात आली.

रजाकाराची धुमश्चक्री आणि बंबारी जोशात चालू होती. आकाशात निळे, नारंगी, लाल, हिरवे, पिवळे अशी विविध प्रकारची स्फोटके सोडण्यात आली. त्यामुळे कल्हाळीनगरी होळीत न्हाऊन निघते का काय असे वाटत होते. एखाद्या दिपावलीसारखे फटाके उडत होते. आकाश रंगीबेरंगी होऊन गेले होते. धडाडऽधूमऽऽ धडाड धूमऽऽ असे आवाजावर आवाज कानी येत होते. एक आवेशपूर्ण व नियोजनबद्ध असे प्रथमतःच हल्ले सुरू झाले होते. त्यामुळे सर्वांना सावध राहून लढण्याचे सूचित केले होते.

कारण शत्रूकडून एकदम जोराचे हल्ले व उडालेला भडका यात मनुष्य हानी झाली तर महाग पडेल या विचाराने व धूर्तपणाने अगदी बुरुजाचा आडोसा घेऊन लपत छपत हल्ले करावयाचे. कारण शत्रूने बंबारी सुरू ठेवली होती. यात एकही जवान धारातीर्थी न पडता शत्रूला हलवत ठेवून त्यांचा दारूगोळा मोठ्या प्रमाणात खर्च होऊ द्यायचा. याचे कारण असं की आपला एकही योद्धा मारला गेला तर शत्रू स्फुरण पावून अधिक जोरकस हल्ला करण्याची भीती. त्यामुळे त्यांचाच दारूगोळा मोठ्या प्रमाणात खर्च. यश मात्र शून्य. असे झाले तर शत्रू हातपाय गाळून निराशाच पदरी घेऊन माघार घेईल.

ठरल्याप्रमाणे मुक्तीसैनिक अधूनमधून अवसान गळाल्यागत हल्ले करीत. त्यामुळे रजाकाराचे जोरकस हल्ले भडकत. आता मात्र रजाकारांना असे वाटले की, कल्हाळी थोड्याच वेळात पडणार. त्यामुळे झुंडीच्या झुंडी सरसावून चाल करून आल्या आणि सैनिकांनीही एकदम गोळ्यांचा वर्षाव केला. यात अनेक टिपले गेले तर काही

गंभीर जखमी झाले. त्यामुळे चिडून जाऊन गावातील वस्तीला आगी लावत फिरू लागले. गावातील प्रत्येक घर अक्षरश: पेटविण्यात आले. हां हां म्हणता अग्निज्वाला पिसाळलेल्या कुत्र्यासारख्या संपूर्ण गाव वेष्ठीत सुटल्या तर अस्मानातून गावावर कोसळणारी एखादी अग्निदेवता भासत होती.

अग्निज्वाला घराघरात सारख्या पिंगा घालत होत्या. एखाद्या तरण्याबांड पोरीसारख्या. नवतरुण मुलींनी बागेत पिंगा घालावा तशा भासत होत्या. आगडोंब उसळला होती. रखरखता उन्हाळा जाणवावा तशी उष्ण लहरी थैमान घालू लागल्या.

गाव पेटविल्यामुळे अप्पासाहेब नाईक हे चिडून जाऊन वाड्याच्या खाली येतील असा रजाकाराचा गैरसमज होता. परंतु नाईकसाहेब हे हरहुन्नरी. परिस्थितीचे गांभीर्य ओळखून निर्णय घेणारे. त्यामुळे सत्यास सत्य. असत्यास असत्य. खुनशास खुनशी, दगलबाजास दगलबाज अर्थात जशास तसे, हे धोरण अवलंबिले असल्यामुळे त्यांचा हेतू सफल होऊ शकला नाही.

आता पहाट झाली होती. थंड पण मंद हवेचा गारवा सुटला होता. रजाकारांनी युद्धात पुन्हा एकदा सपाटून मार खाल्यामुळे युद्ध थोडसं मंदावलं होतं. कारण मराठे हे शरण येत नाहीत व मारलेही जात नाहीत. आता लष्कराशिवाय पर्याय नाही असे गृहीत धरून तुरळकपणे एकमेकांवर गोळीबार होत होता. अशातच आकाशात फटाफट फुटून आलं. युद्धाचा दुसरा दिवस आणि दुसरी रात्रही संपत आली. एवढी मोठी शाही फौज, शाही दारूगोळा आणि शाही हत्यारे असून सुद्धा कल्हाळी पडली नसल्यामुळे घोर निराशा, एक अपयश, एक अपमान, कोणीही यावं आणि थोबाडावर थुंकून टिकली मारुन जावं अशातलाच प्रकार झाला होता.

युद्धाचे दोन दिवस आणि दोन रात्री संपून तिसरा दिवस उजाडला होता. रजाकारांना अजून कुठल्याही परिस्थितीत यश हाती लागत नव्हतं आणि लागलंही नव्हतं. कारण मराठे पराकोटीच्या जिद्दीला पेटले होते. पोलादासारख्या भरभक्कम निजामी सेनेला डबघाईला आणत होते. जणू काय कल्हाळीच्या योद्ध्यांची युद्ध हीच तीर्थयात्रा होती. त्यामुळे मराठे जीवाच्या आकांताने लढत होते. जसे जसे रजाकार धावून येत तसे तसे जोरकस हल्ला चढवित. त्यामुळे रजाकार पळून जात. जसा काय रजाकारांचा पळापळीचा आणि लपाछपीचा डाव सुरू झाला होता. पळापळी रजाकारांची पाठ सोडत नव्हती. आणि अप्पासाहेब नाईक हे पूर्णपणे जागरूक राहून हिमतीने आणि हिकमतीने लढा देत होते. नाईकांची हरहुन्नरी माणसं रजाकारांवर तुटून पडत होते. अनेक रजाकारांना फटाफट तोडत होती. झोडत होती आणि फोडतही होती. त्यामुळे कल्हाळीचं खरं वैभव म्हणजे जीवाभावाची आणि

प्राणपणाने लढणारी सर्वच माणसं.

तिसऱ्या दिवसाला प्रारंभ झाला तरी कल्हाळी पडली नव्हती. घाबरली नव्हती आणि डगमगली नव्हती. त्यामुळे योद्ध्यांच्या प्रबळ इच्छाशक्तीवर आणि प्रखर तेजस्वी पराक्रमावर ताठ मानेनं आणि स्वाभिमानानं उभी होती. निजामाची शाही रजाकार सेना स्वत:ला फार मोठी शूर समजून मिरवत होती. अफाट सैन्यबळ असूनसुद्धा मामुली मूठभर मराठे सळो की पळो करून सोडत होते आणि स्वत:ला अजिंक्य समजणारी निजामसेना पळ काढीत होती. एखाद्या नामर्द शिपायासारखी!

जो शूर म्हणून मिरवतो तो युद्धात पळ काढतो. अशा शूरापेक्षा नामर्द भित्री भागूबाई बरी असते.

कल्हाळीच्या योद्ध्यांचं हृदय धगधगत होतं. दोन हात दहा बोटं शत्रूला ललकारत होती. अन्यायाला वाचा फोडत होते. मराठवाड्याची आणि मराठ्यांची अस्मिता प्राणपणानं जतन करीत होते. अगदी शेवटच्या अंतिम अंतापर्यंत! अन्यायाने पेटलेले निखारे अधिक फुलत होते. पराकोटीचा अन्याय आणि सहनशीलतेची मर्यादा यालाही काही सीमा असतेच. मुंगीवर पाय पडल्यास चावा घेणारच. त्याप्रमाणे बलाढ्य हत्तीच्या कानात मुंगी होऊन हत्तीला डबघाईला आणत होते. अन्यायातच भविष्याचा धगधगता निखारा असतो.

खरोखरच प्रबळ इच्छाशक्ती आणि लढाऊ बाणा याचे सारखे दर्शन घडून येत होते आणि कल्हाळीचा एक एक योद्धा लाखमोलाचा होता. अप्पासाहेबांच्या गळ्यातील एकही कंठमणी निखळला नव्हता, तुटला नव्हता, पडला नव्हता, फुटला नव्हता तर एखाद्या सूर्यप्रकाशासारखा तेजोमय होऊन तळपत होता. आकाशातील लुकलुकणाऱ्या ताऱ्यासारखा चमकत होता. रजाकारांनी फक्त अफाट मनुष्यबळावर भागानगरी ते कल्हाळीपर्यत कूच केली होती. परंतु अग्निदिव्यात होरपळून जात होते.

आज लक्ष्मण बाबा वडजे एक भलं मोठं पोतं घेऊन बुरुजावर गेला. काय विचित्र प्राणी हा! आणि विचित्र पेंटरही! काय करणार होतं या पोत्याचं? या पोत्यात दारूगोळाही नव्हता, हातबॉम्बही नव्हते. किती वेडेपणा! या प्रकाराकडे सर्व योद्धे अप्पासाहेबांसह अचंबित होऊन पाहात होते. पश्चिमेकडून पूर्वेकडे थंड हवेची झुळुक वहात होती. इतक्यात लक्ष्मण वडजे यांनी एखाद्या खळ्यातील ज्वारीची रास उधळावी तसा उधळीत सुटला.

हा प्रकार रजाकारही मोठ्या उत्सुकतेने पहात होते. उधळलेली सर्व रास रजाकारांच्या आणि पोलिसांच्या अंगावर पडली. थोड्याच वेळात सर्वांचं अंग खाजायला सुरुवात झाली. युद्ध सोडून एकच खाजवा खाजवी. आमीन अहमदखान

पठाण हा थयथय नाचत होता. टोपी काढून टोपीनेच सर्व अंग झटकीत होता. अंगाची लाहीलाही झाली होती. एकच खाजवाखाजवी आणि एकच पळापळी. सर्व अंग लालेलाल झाले होते. सर्व हास्याचाच प्रकार!

खरंच पेंटर किती विचित्र बुद्धीचा होता. यांनी उधळलेली ज्वारीची रास नव्हती तर कुत्र्याची काचकोरी होती. काय तर म्हणे या काचकोरीचं तख्त तयार करून त्यावर निजामाचे चित्र काढणार होता. अखेर निजामाच्या शाही फौजेचं चित्र काढलं होतं. केवढा अजब प्रकार! त्यामुळे सगळीकडे एकच हास्य पिकलं. खरोखर मुक्तीसैनिकांना कुठल्या कुठल्या मार्गाचा अवलंब करावा लागत असे तेच जाणोत!

इतक्यात जालना येथील निजामाची १५०० लष्करी जवानांची शाही तुकडी अद्यायावत शस्त्रास्त्रांसह स्टेनगनी घेऊन दिनऽऽ दिनऽऽ करीत एखाद्या वादळासारख्या घोंगावत आणि रोरावत आल्या. तशा वाड्यावर धडकल्या आणि अप्पासाहेबांनी आपला युद्धनीतीचा पवित्रा बदलला. सर्वांनाच युद्धावर रेटले गेले. स्वत: अप्पासाहेब आघाडीवर चाल करून नेतृत्व करीत होते. अप्पासाहेब म्हणाले,

''माणिका!''

''जी मालक!''

''आतापर्यंतची लढाई जरूर तोलामोलाची होती परंतु आता खऱ्या युद्धास सुरुवात होणार आहे!''

मिशीला पीळ भरीत तांबुस बुबुळं गरगरा फिरवित माणिका कहाळेकर म्हणाला,

''ते कसं?''

''कसं म्हणजे काय? आतापर्यंत पोलीस शिपाई आणि रजाकारांशी मुकाबला होता परंतु आता लष्कराशी सामना!''

दंडावर थाप मारीत माणिका म्हणाला,

''लष्कर झालं तर खाते का काय? एका दणक्यात आडवा करतो!''

अप्पासाहेब हसले आणि म्हणाले,

''तसं नव्हे माणिका! लष्कर म्हणजे पूर्ण प्रशिक्षित. नेमबाजीत तरबेज. अद्ययावत शक्तीशाली अस्त्र. त्यामुळे निर्णायक लढाईस प्रारंभ!''

बंदुकीच्या दस्त्यावर हात मारीत माणिका म्हणाला,

''या हत्याराशपथ मालक! तशी वेळच येऊ नये एकाएकाच्या नरडीचा घोट घेतलो तरच मलाही नावचा माणिका म्हणा, अन्यथा थू म्हणून तोंडावर थुका.''

''खरे आहे माणिका, त्यासाठी या भूमीला आता समरभूमीचं रूप येणार! साक्षात कुरुक्षेत्र.''

"आपलं सैन्य कितीही कमी असलं तरी डोंगरीसेना काय असते हे शत्रूसैन्याला दिसून येईल!"

असे म्हणून अप्पासाहेबांनी सर्वांनाच हाक दिली.

"अरे पाहता काय? हाणा, मारा, कापा, तोडा, फोडा, झोडा, तुटा!"

यासारखे शब्द बाहेर पडू लागले. त्यामुळे एकच धुमश्चक्री उसळून निघाली. अप्पासाहेबांनी दोन तीन लष्करी जवानांना यमसदनी पाठविले. त्यामुळे एकच हाहाकार उडाला. अनेक चीत्कार बाहेर पडत होते. गर्जना गर्जत होत्या. महाभयंकर युद्धास प्रारंभ झाला. मुक्तीसैनिकांनी कडवा प्रतिकार करून लष्कराच्या कूटनीतीला न घाबरता आणि प्राणाची पर्वा न करता बेमुवर्तपणे सर्वांनीच या स्वातंत्र्याच्या महायज्ञात स्वत:ला झोकून दिले, वाहून घेतले.

पुरुषांच्या खांद्याला खांदा लावून सौ.चंद्राबाई शेळके, सौ. तुळसाबाई खंदारे, सौ. गंगाबाई बेलाडे, सौ. जिजाबाई वडजे अशा कितीतरी स्त्रिया झुंजू लागल्या. धर्म, जात, पंथ विसरून युद्ध हेच प्रत्येकाचं अंतिम ध्येय बनलं. युद्धाचा ज्वर आणखीनच भडकला. सळसळणाऱ्या तरण्याबांड रक्ताच्या युवकांनी अक्षरश: रणशिंग फुंकले. शंखाचा घननाद उमटला. बिगुल वाजवले गेले. तुतारी फुंकले गेली. झांजे झणझणू लागली पडघम वाजू लागले. नगाऱ्यावर टिपरी पडू लागली. तंबोरा फुंकला गेला. डफावर थाप कडाडली. चोहोबाजूंनी शिट्यांचा पाऊस पडू लागला. राष्ट्रीयत्वाच्या भावनेतून बंदुका, रायफल्स, भाले, लाठ्या, काठ्या सरसावल्या.

"इन्किलाब जिंदाबाद! जय भवानी-जय शिवाजी! शिव हर हर महादेव! येळकोट येळकोट जय मल्हार!" अशा वादळी गर्जना गर्जल्या. गटागटाने तटातटावरून भयंकर हल्ल्याला सुरुवात झाली. बंदुकीच्या गोळ्यांचा वर्षाव सुरू झाला. अनेक बंदुका धडधडू लागल्या. दोन्ही बाजूंनी एकमेकांवर तुफान गोळीबार सुरू झाला. करू अथवा मरू या ध्येयाने प्रेरित होऊन हल्ले आरंभले गेले. क्रांतीचे नारे दुमदुमु लागले. गोफणगुंड्यांचाही मारा होऊ लागला. अनेक गोफणी सुईऽ सपऽ करू लागल्या.

पेटवून दिलेला गाव अजून शांत झाला नव्हता. धुरांचा हलकल्लोळ माजला. सारा आसमंत पेटला. सूर्य माथ्यावर आला. वाड्यावर तिरंगा फडकू लागला आणि घात झाला. एकाएकीच सर्वच्या सर्व बंदुका फस्सऽऽ फस्सऽऽ करू लागल्या. एकाही बंदुकीतून आवाज निघेना. त्यामुळे वाड्यात एकच गडबड उडाली. सर्वांनी दारूगोळ्याकडे धाव घेतली आणि एकाएकीच हाणा, मारा, बडवा करीत एका व्यक्तीच्या अंगावर धडाधड बंदुकीच्या दस्त्याने वार चालू झाले. कारण त्याने

दारूगोळ्यात पाणी टाकलं होतं.

हा प्रकार पाहून अप्पासाहेब रागाने लालबुंद झाले. सर्वांनी त्यास धक्के मारीत अप्पासाहेबासमोर पेश केले. यावेळी अप्पासाहेब म्हणाले,

"अहो झालं तरी काय? कळेल का आम्हास?"

तोबऱ्या गालाचा संभाजी टोळ म्हणाला,

"मालक, गद्दारी झाली. या सय्यद इमामानं दारूगोळ्यात पाणी ओतलं. त्यामुळे आमची बंदुक कसं फस्स फस्स करू लागली. तुम्हीच सांगा मालक! आता आम्ही कसं लढावं? का रडावं?"

चुटकी वाजवित पुंडलीक देशमुख म्हणला,

"ही भलतीच हरामी झाली मालक! तुम्ही यास त्या बाईच्या प्रकरणातून वाचवलं अन्यथा तवाच पडला असता जेलात. आता याला माराच!"

दात इचकून नारायण शेळके म्हणाला,

"द्या की दोन ठेवून चांगले कानपाडात!"

संयम राखून अप्पासाहेब म्हणाले,

"सय्यद इमाम! ही कशासाठी गद्दारी? अरे काय केलं होतं आम्ही तुझं? ओळखलास का या आमीनाला? अरे हाच तो आमीन, जो की तुला पकडायला आला होता. तुला त्याच्या तावडीतून आम्ही वाचवले. तुझ्यासाठी विरोध पत्करला. उलटे तिलटे करून ठोकला. हेच होतं का आमचं पाप? अरेरे दुश्मना... तू कोणाशी केलीस गद्दारी? एकट्या अप्पासाहेबांशी नव्हे, तर तमाम गावाशी. काय केलं होतं या गावानं तुझं वाकडं? जे, की तू पाळीव नाग निघाला! अरे बोल काय करायचं?"

सय्यद इमाम थरथरत गलितगात्र होऊन अप्पासाहेबांच्या पायावर पडला आणि म्हणाला,

"हुजूर चूक झाली. तुमच्या भीतीपोटीच हे सर्व काही केलं. एक ना एक दिवस सरकार आपणांस मारतील म्हणून हे सर्व... हुजूर या पाप्याचे हात कलम करा!"

असे म्हणून सय्यद इमामने हात पुढे केले तसे अप्पासाहेब ओरडले आणि म्हणाले,

"काळं तोंड करा या पाप्याचं आणि बकऱ्यासारखं चिरा!"

आदेशाची तालीम झाली. मिशीवर ताव देत लिंगोजी वाघमारे यांनी त्याला बकऱ्यासारखे आडवे पाडून उजवा पाय हाती घेतला. तर तोंडाचा चंबू करून रामराव शेळकेनी त्याचा डाव पाय हाती घेऊन जोरजोरात ओढू लागले. तसा सय्यद इमाम

तटऽ तटऽ करीत दोन्ही पायातून गळ्यापर्यंत चिरत गेला आणि पेंटर लक्ष्मण वडजे यांनी त्यास उचलून बुरुजावरून कापसाची बोंद्री फेकावी तसा रजाकारात फेकून दिला.

इमामाचा देह एका काळ्याशार दगडी शिळेवर जाऊन दणकण पडला. तसा फट्टदिशी आवाज आला. डोक्याची कवटी फुटून त्याचा मेंदू वीस फूट लांब जाऊन पडला. आता वाड्यातील दारूगोळा ओला झाला आणि एक गंभीर प्रश्नही उपस्थित झाला. तो म्हणजे पिण्याच्या पाण्याचा साठा संपत आला होता. त्यामुळे अप्पासाहेब संभाजी सूर्यवंशीकडे पाहून म्हणाले,

"संभाजी!"

"जी मालक!"

"तुझं लोहारीचं सामान आणलास?"

बोटं चाळवीत संभाजी बोलला,

"होय जी!"

"वाड्यातील खिडक्यांची गजाळी काढा. त्याच्या बंदुकीच्या गोळ्या बनवा आणि लढ्याला सुरुवात होऊ द्या. हा आपला एक प्रयोग असेल. बंदुका चालल्या तर ठीक अन्यथा आहे त्या साधनांनी लढा. अरे हो!... तो पर्यंत दगडगोटे आणि मिरचीची पूड वापरा. काचकुरीसुद्धा. हीच ती आम्हा शिवरायांची शिकवण!"

वाड्यातून धडाधड दगडगोटे बरसू लागले. तशी मिरचीची पूड, काचकुरीही फेकली जाऊ लागली. अनेक खिडक्यांच्या गजा काढल्या गेल्या. लोहाराचा भाता फरफरू लागला. छन्नीने तोडलेल्या गोळ्या विस्तवातून तावून सुलाखून निघू लागल्या. तशा पाण्यात पडताच चर्र असा आवाज होऊ लागला. अन्न होतं, पण पाणी नाही आणि दारूगोळाही नाही. अशी दयनीय बिकट अवस्था निर्माण झाली.

अप्पासाहेब शत्रूवर वेगळाच डाव टाकण्याच्या विचारात होते. एक तर तह करून माघार नाही तर पराभव! एक अटळ पराभव! खऱ्या अर्थाने मृत्यू! परंतु दिवस मावळून रात्र झाली होती. ही युद्धाची तिसरी रात्र जन्मली होती. आकाशात गच्च ढग भरून आले होते. चारही दिशा अंधकाराने माखून गेल्या. वारा थांबला. क्षणभर सुस्तही पडला. अधूनमधून ढगांची गडगड होती. विजांचा कडकडाट सुरू झाला. युद्ध काही प्रमाणात शमलं आणि नेमका या संधीचा फायदा घेण्यासाठी अप्पासाहेब म्हणाले,

"कारभारी!'

"धीरगंभीर आवाजात अमृता वडजे म्हणाले,

“जी मालक!”

“आता आम्ही बाहेर पडणार. आमचंच चुकलं. त्याच वेळी सय्यद इमामाचे हात कलम केले असते तर त्याचे पापी हात हे पाप करण्यास धजले नसते. परंतु आम्ही त्यास अभय दिले. वाटलं होतं सुधारेल पण नाही. शिवरायांनी रांझ्याच्या पाटलाचे हात पाय तोडले तसचं केले असतं तर कदाचित आम्हावर ही वेळ आली नसती. दुर्दैव दुसरे काय?”

काळजीच्या सुरात अमृता वडजे म्हणाले,

“बाहेर पडणार हे खरं पण ते कसं शक्य आहे?”

“का शक्य नाही? आम्ही एक वेळ चुकलो म्हणून का सतत चुकणार? आम्ही याही ठिकाणी शिवरायांचीच खेळी खेळू! जमलं तर जमलं. अन्यथा या साडेतीन हात देहाची पर्वा तरी काय? आज ना उद्या मातीतच मिसळणारा देह! त्याच मातीसाठी वेळ प्रसंगी आम्ही आमच्या समिधा उधळू, सर्वासाक्षीने अग्निकाष्ठ घेऊ! कारण आता पिण्याचं पाणीही संपलं त्याच बरोबर दारूगोळाही!”

काकुळतीला येऊन अमृता वडजे म्हणाले,

“मालक, हे भलतचं धाडस होईल. या रानटी लोकांचा काय भरवसा? आपण वाड्यातून लढू एकमेकांच्या जीवात जीव असे पर्यंत हिमतीनं लढू. आम्ही सर्व तुम्हा संगती आहोत. एक इमाम गद्दार झाला म्हणून काय झालं?”

अमृता वडजेला हो भरीत पांढऱ्या गालमिशा कुरवाळीत धोंडीबा पंदाडे म्हणाले,

“मालक, या म्हाताऱ्याचं ऐका. अमृता म्हणतो ते खरं आहे.”

पुन्हा डोकं खाजवीत बाळाजी देशमुख म्हणाले,

“मालकांना आमची विनंती की त्यांनी वाड्यातच थांबावे!”

माणिका शेळके मान हलवित बोलला,

“खरं आहे बुवा. आम्ही तर मालकाच्या संगती!”

भुवया उडवित एकनाथ शेळके म्हणाला,

“पाण्यावाचून थोडचं अडणार. काढू कसे तरी दिवस. जीवावर बेतलेच तर मारू एक मुसंडी!”

संभाजी गायकवाड खाकरला आणि म्हणाला,

“गड्यांनो, तुमचं सारं खरं, पण काय ते निश्चित करा!”

इतक्यात नागनाथ वडजेला जोरात शिंक आली त्यामुळे तोंड वाकडे करून रामराव पुटवाड म्हणला,

"खरं आहे नागनाथ शिंकला, काय ते निश्चित करा!"

एवढ्यात शंकर वडजे हातवारे करत बोलला,

"होऊन जाऊ की एकदाच. काय होणार ते?"

संभाजी वडजे गुरकावून म्हणाला,

"काय होणार आहे? रजाकार काय वाघ आहे?"

पाय आदळीत मारोती वडजे म्हणाला,

"हत्तीच्या पायासरशी चिरडू!"

नागोबा वडजेंनी मान झटकली व म्हणाला,

"हात तिच्या मुंडी पिरगाळायला कितीसा वेळ?"

थुंका उडवित मारोती खडके बोलला,

"चुटकीसरशी रजाकार उडवीन!"

घोगऱ्या आवाजात लक्ष्मण काटवडे म्हणाला,

"नुसती चुटकी वाजवल्यानं काम होत नाही!"

एवढ्यात अप्पासाहेबांनी सर्वांचं ऐकून निर्णय घेतला व ते म्हणाले,

"मर्द हो! मानलं तुम्हाला. खऱ्यानं तुम्ही कुरुक्षेत्रावरचे योद्धे! तुमचं क्षात्रतेज दिसून आलं. आता आपणास तेच करायचं. त्यासाठी गढीला सुरंग पाडा. वाड्यातील गोरगरीब बाहेर काढून द्या. त्यांना नदीमार्गे रुई गाठू द्या. आम्ही वडजकडे जाऊ. खेळी यशस्वी झाली तर पलट प्रतिहल्ला करू आणि वडजच्या गढीतून लढू!"

पुन्हा अमृता वडजे म्हणाले,

"पण हे कसं शक्य?"

"त्यात काय एवढं? आम्ही जाताना वीर विश्वासरावांच्या चपळाईने बाहेर पडू. सदाशिवराव भाऊंच्या आत्मविश्वासाने तडाखे देत जाऊ. जो पर्यंत या कुडीत प्राण आहे तो पर्यंत. अन्यथा दत्ताजीरावांच्या बोलाप्रमाणे बचेंगे तो और भी लढेंगे!"

"पण हे अवघड काम?"

"आता कसंलं अवघड? मिरचीपूड शत्रूच्या थोबाडावर मारीत निघण्याचा प्रयत्न करू. समोरासमोर जाऊ. यश आले तर वडजच्या गढीत पाणी मुबलक आहे. त्याशिवाय दारूगोळा आणि तोफ आहे. हे आमचं शक्तीस्थळ असेल. त्यासाठी आम्ही महिनोन महिने लढू!"

"पण जाण्यात काही धोका?"

"आता धोका कसला! जिवावरच बेतलं आहे. पाण्यावाचून काय करणार! गावातील जनता गढीत आली नसती तर कदाचित चित्र पालटले असते. पण आता

नाईलाज आहे. आज ना उद्या बाहेर पडावेच लागणार आहे. त्यासाठी आता आभाळ आलं आहे. निसर्ग आमचा पाठीराखा झाला तर आम्ही यातही यशस्वी होऊ!''

''खेळी यशस्वी झाली तर ठीक अन्यथा शत्रूनेच गाठले तर?''

''समोरासमोर लढू. दोन हात करू. समोरासमोर लढण्यातसुद्धा काही औरच मजा असते.''

रात्र बरीच झाली होती. गढीस सुरंग पाडण्यात आला. वाड्यातील बरीच लहानथोर मंडळी काढून देण्यात आली. आणि शेवटी पेंटर वडजेही बाहेर पडला. परंतु तोपर्यंत बाहेर पडलेली मंडळी रुईला पोहोचली होती आणि लक्ष्मण वडजे जाता जाता नदीकाठचा एक मोठा दगड खाली कोसळला.

त्या आवाजाने रजाकार सावध होऊन त्याचा पाठलाग करू लागले. बंदुकीच्या गोळ्या लक्ष्मणचा वेध घेऊ लागल्या. परंतु हा चित्याचपळ्या वाघ गोळ्यांच्या वर्षावातून उंच उड्या टाकत सीताफळाच्या आणि सागवानाच्या गर्द झाडीत दिसेनासा झाला. पहाटेच्या सुमारास अप्पासाहेबांनी बाहेर पडण्याचा मनसुबा बोलून दाखविला तेव्हा सर्वांनी एकमेकांच्या गळ्यात पडून अखेरच्या भेटीगाठी घेतल्या. यावेळी काही जणांना अनावर दु:ख होऊन त्यांच्या ह्रदयाचा बांध फुटला. अप्पासाहेब म्हणाले,

''अरे असे रडता काय? युद्धप्रसंगी रडणं शोभा देत नाही. रडू नका. धीर सोडू नका. माणसानं फक्त कर्तव्यच करायचं असतं. कुठलीही अभिलाषा न बाळगता. त्यासाठी रडू नका. भिऊ नका आणि धीर सोडू नका. मनुष्य जन्मच नाशवंत आहे.''

यावेळी सर्वजण शांत उभे राहून उदासपणे एकमेकांच्या तोंडाकडे पाहत होते. पुन्हा अप्पासाहेब म्हणाले,

''कारभारी!''

''जी मालक!''

''येतो आम्ही. एक तर बडज गाठू नाही तर दोन हात करू आणि आनंदाने मृत्यूला कवटाळू. पण युद्ध चालू ठेवा. आमचे खरेच काही बरे वाईट झाले तर जरूर बदला घ्या!''

अप्पासाहेबासोबत लिंगोजी वाघमारे, तुकाराम वाघमारे, मारोती वाघमारे, शकोजी सोनकांबळे, सुभान सोनकांबळे, जयराम मरेवाड, माधव मरेवाड, शेटीबा बनसोडे, पुंडलिक वडजे, संभाजी टोळ, माणिका कहाळेकर, मारोती गड्डमवाड, केरबा सोनकांबळे, दत्ताजी पाटील लोहरे इत्यादी निघाले... चालले... कुठे?

मराठवाड्याचा सुपुत्र, मन्याड नदीचा छावा, हा मन्याड खोऱ्याचा थव्यासह निघाला... चालला... चालतच राहिला... पुन्हा अप्पासाहेब म्हणाले,

“कारभारी येतो आम्ही, सांभाळा. जीव सांभाळा. गनिमी काव्यानं लढा. बाबांनो! माझ्या दादांनो! आम्ही गेलोच तर मायभूमीला सांगा. तुमचा अप्पासाहेब लढला. रडला नव्हे. अखेरपर्यंत लढला आणि झुंजत झुंजत काळोखातील अग्निशिखा होऊन स्वातंत्र्याच्या वेदीवर चढला!”

असे म्हणून सर्वजण बाहेर पडले. सुरंग बंद झाला आणि हे क्रांतीवीर कुऱ्हाड्याच्या वाड्यातून पाटलाच्या वाड्यात शिरले आणि युद्धाचा चौथा दिवस प्रारंभ झाला.

आजपर्यंत कल्हाळीचा एकही योद्धा पडला नव्हता. आता पाटलाच्या वाड्यातून बाहेर पडण्याचा मनसुबा करण्यात येत होता. यावेळी माणिका कहाळेकर ढाळजेत हेरगिरी करीत होते. अचानक त्यांच्यावर रजाकारांची नजर पडली. काही क्षणातच पाच सात पोलीस धाऊन आले आणि गोळ्यांचा वर्षाव सुरू झाला. माणिका जागीच ठार झाला. यावेळी पुंडलिक वडजे यांनी चित्त्यासारखी झेप घेतली परंतु पुढच्या तुकडीने त्यालाही टिपले आणि अप्पासाहेब मारले गेल्याचा जल्लोष करण्यात आला.

परंतु हे अप्पासाहेब नव्हेत असे पेठवडजकरांकडून कळून चुकले. या संधीचा फायदा घेत केरबा सोनकांबळे, दत्ताजी पाटील लोहरे, मारोती गड्डमवाड आणि मारोती सखरुचे बाहेर पडले. मारोती सखरुचे हा एखाद्या अक्राळ विक्राळ पहाडी राक्षसासारखा. लांब लांब मिशा, लालबुंद डोळे वटारीत एखाद्या ढाण्या वाघासारखा उड्या टाकीत होता. एक गोळी उजव्या हाताच्या दंडाला लागून बगलेतून पाठीमागे गेली. त्यामुळे ते इटकापल्लेच्या वाड्यात शिरले व लपून राहिले तर केरबा सोनकांबळे, दत्ताजी पाटील लोहरे आणि मारोती गड्डमवाड हे बेछूट गोळीबारातून पळून जाण्यात यशस्वी झाले.

तुकाराम वाघमारे पाटलाच्या वाड्यात जात असताना शहीद झाले. हां हां म्हणता तिसरा झटका बसला. आमीन अहेमदखान पठाण यांनी एक तुकडी पाटलाच्या वाड्यावर तैनात केली. यावेळी समोरासमोर गोळ्या घालण्यासाठी हिंदू पोलिसांना पाठविण्यात आलं. काय, तर मारला गेला तर हिंदूच मारला जावा. अशा कूटनीतीचा अवलंब केला गेला आणि माधव मरेवाड चाल करून वाघासारखा धावून गेला. फळी अक्षरश: कापू लागला. पण काय दुर्दैव! तो शत्रूच्या हाती जिवंत सापडला. त्याच्या शरीरावर अनेक वार चालू झाले व त्याला विचारणा होऊ लागली. एवढ्यात

करीमखान हवलदार मरेवाडच्या जवळ आला व त्याच्या खांद्यावर हाताची थाप मारीत उजव्या हाताने आपली लांबसडक दाढी कुरवाळीत म्हणाला,

‘‘कहो मरेवाडजी, अप्पाराव कहा है?’’

मरेवाड रागाने लालबुंद झाला. करीमखानच्या डोळ्यातील चकाकणाऱ्या सुरम्याच्या कडा न्याहाळीत म्हणाला,

‘‘मला माहीत नाही!’’

‘‘खरं सांग मरेवाड, तुला सोडून देऊ!’’

‘‘खरचं मला माहीत नाही!’’

मरेवाडच्या देहाची चाळणी चाळणी करून रक्तबंबाळ करण्यात आले. तो एखाद्या शेंदूर फासलेल्या हनुमानासारखा अगडबंब दिसू लागला. अखेर त्याला आमीन अहेदमखान पठाण याच्या हवाली दिलं गेलं.

आमीन तर तो कसला? एखाद्या कडू दुदग्यासारखा यमदूत. खालून वर सुजलेला. तोही त्याच्या रिवाजाप्रमाणे मायबहिणीवर अश्लील शिव्या देऊन विचारू लागला. अखेर त्याचाही प्रयत्न निष्फळ झाला. त्यामुळे आमीन भलताच चिडला. दातओठ खात मरेवाडच्या देहावर डोक्यापासून पायापर्यंत तलवारीचा जोरदार वार करण्यात आला.

एक मरेवाडचे दोन मरेवाड झाले. दोन फाकळ्याचा मरेवाड निमिषात जमिनीवर कलंडला. तशी अप्पासाहेबांनी आमीनाच्या दिशेने गोळी झाडली. गोळी आमीनाच्या डोक्याचा वेध घेत असता तो एकदम खाली बसत म्हणाला,

‘‘आम्मा मुझे बचाओ, इन्शाआल्ला बच गये!’’

पुन्हा एकदा कर्णकटू किंकाळी वातावरण आरपार छेदून गेली. त्यामुळे पाटलाच्या वाड्याभोवती रजाकारांचे आणि पोलिसांचे कडे पडले. मुंगीलाही आत बाहेर जाता येणार नाही अशी काळजी घेण्यात आली. मुक्तीसैनिकांच्याही म्यान झालेल्या तलवारी बाहेर पडल्या. अप्पासाहेबांसह लिंगोजी वाघमारे, तुकाराम वाघमारे, शकोजी सोनकांबळे, शेटीबा बनसोडे, संभाजी टोळ यांनी उभे राहून गर्जना केली.

‘‘शिव हर हर महादेव!’’

फडऽ फडऽ गोळीबारास प्रारंभ करून नंग्या तलवारी नाचवत अगदी आमने सामने मैदानात उतरले. यावेळी अप्पासाहेबांनी तुफान कत्तल सुरू केली. त्यांची तलवार गर्रगर्र फिरत होती. त्यामुळे एकच रणकल्लोळ उडाला. त्यांच्या तलवारीच्या पातीतून अग्नीच्या थडाल थडाल ठिणग्या बाहेर पडत होत्या. सप्पऽ सप्पऽ फिरऽ फिरऽ गर्रऽ गर्रऽ असा आवाज येत होता. हवेच्या घर्षणानंतर तलवार लालेलाल

दिसत होती. कित्येक गनिमांचे रक्त निथळत होते. विरोधकांकडूनही जोरदार बंदुकीच्या गोळ्या झाडल्या जात होत्या. तलवारीच्या पातीवर एखाद्या मृग नक्षत्राच्या गारेसारख्या टपटप वाजत होत्या.

अप्पासाहेब आज फारच कडाडले. त्यांच्या रोमारोमातून अंगार बाहेर पडत होता. तलवार गर्जत होती आणि हा बालाघाटचा वार सहन न झाल्यामुळे रजाकार पळत सुटले आणि त्यांच्या मुखातून सारखे शब्द बाहेर पडत होते,

"भागो...! भागो...! अप्पाराव आया...! भागो...!"

त्याच्या मागे गरगर फिरणाऱ्या तलवारी भयानक पाठलाग करीत होत्या. रणकंदन माजले. इतक्यात हिंदु पोलीस शिपाई अमृताआप्पा यांनी अप्पासाहेबांच्या दिशेने गोळी सोडली आणि अप्पासाहेबांची लखलखणारी तलवार हवेवर भिरकावल्या गेली. पुन्हा अप्पासाहेबांनी रिव्हाल्वर काढून प्रतिकार सुरू केला.

परंतु पुन्हा अमृताआप्पा यांची गोळी अप्पासाहेबांच्या उजव्या खांद्याला लागल्यामुळे हातातील रिव्हाल्वर खाली पडले. रिव्हाल्वर उचलून घेत असतांना अब्दुल करीम या शिपायाने गोळी झाडली आणि ही गोळी अप्पासाहेबांच्या डाव्या डोळ्यात घुसली. अप्पासाहेब एकदम कोसळून पडले.

नंतर गोळ्यांचा एकच भडीमार करण्यात आला. अनेक गोळ्या मस्तकात विसावल्या. यात कल्हाळीचा एक जबरदस्त मल्लखांब निखळला. डोंगरी राजा पडला. या गोळीबारात लिंगोजी वाघमारे, तुकाराम वाघमारे, मारोती वाघमारे, शकोजी सोनकांबळे, जयराम मरेवाड, सुभान सोनकांबळे, शेटीबा बनसोडे, संभाजी टोळ हे सर्वच्या सर्व धारातीर्थी पडले आणि अप्पासाहेबांच्या मुंडक्यावर धारदार हत्याराचा वार करून मुंडके धडावेगळे करून भाल्यास लटकावले.

त्यांचे मानेपर्यंतचे लांबसडक केस भाल्यावर रुळू लागले. तशी वाजत गाजत शाही मिरवणूक निघाली. शहादाणे दणदणू लागले. इस्लामधर्माच्या रितीरिवाजाप्रमाणे मिरवणूकीस प्रारंभ झाला आणि याच वेळी पागेतील यशवंती घोडीने बांधलेल्या दोरीस एक जबरदस्त झटका दिला आणि सूर्य बुरुजाच्या तटावरून वाड्याखाली झेपावली. तसा मोती कुत्राही झेपावला. घोडी आणि कुत्रा एकाएकीच सैरावैरा धावू लागले.

त्यामुळे रजाकार बिथरले आणि एकच धावपळ सुरू झाली. चिडलेल्या मोतीने दिसेल त्याला चावा घेण्यास प्रारंभ केला. तर माणसाचा जमाव पाहून बिथरलेल्या घोडीने टाचेखाली रजाकार जायबंदी करण्यास सुरुवात केली. त्यामुळे युद्धात कल्हाळीच्या डोंगरीसेनेच्या मुक्तीसैनिकांसह मुक्या जनावरांनीही हजेरी लावली.

समरभूमीची सूत्रे काही काळ या मुक्या जनावरांनी आपल्याकडे घेतली. त्यामुळे वाड्यातील मुक्तीसैनिकांनी वाड्याचे प्रवेशद्वार उघडले. नंग्या तलवारी आमने सामने आल्या.

तलवारीची पाती भिडली. चकाकणाऱ्या पात्यांचा खणखणाट उडाला. मुंडकी छेदली गेली. रक्ताचा महापूर वाहू लागला. रक्तकारंज्या थैमान घालू लागल्या. यात पुंडलीक देशमुख, नागोबा वडजे, नागनाथ वडजे, शंकर वडजे, संभाजी वडजे, मारोती खडके, लक्ष्मण काटवटे, गोविंद दुधवाड, संभाजी दुधवाड, अर्जुन सोनकांबळे, संभाजी सूर्यवंशी, अमृता वडजे, देवराव दुधवाड, रामराव पुटवाड यांनी आघाडी घेतली. मी... मी आहे अप्पासाहेब! असे म्हणत तलवारबाजीस प्रारंभ केला. त्यामुळे एकच धुमश्चक्री उसळली. याच धुमश्चक्रीत या सर्वांचीच मुंडकी छाटली गेली. हवेत सैरभैर विखुरली गेली. मुंडके नसलेल्या या सैनिकांनी या धुमश्चक्रीत उचल रजाकार की दे फेकून, पकड रजाकार की दे आदळून, धर रजाकार की, फिरव गरगर असा चित्तथरारक घटनाक्रम प्रारंभ केला.

त्यामुळे हा जणू भुताटकीचाच प्रकार वाटू लागला. म्हणून रजाकारांनी पळ काढला. तरीही रजाकारला जमिनीवर आडवं पाडून कितीतरी वेळ घोळसत होते. तुफान वेगाने दणादण खेचत होते. चेचून मारत होते आणि काही वेळातच हे मुंडके नसलेले देह जागेवरच कलंडले.

यानंतर रजाकारांनी वाड्यात प्रवेश केला आणि सर्व मुक्तीसैनिक गिरफ्तार झाले. शेख महेबूबसाब, शेरखान पठाण, राजासाब मोमीन, राम केशव बच्चेवार, गिरजाप्पा पारपेलवाड, गोविंद खंदारे, नारायण शेळके, माणिका शेळके, रामराव शेळके, एकनाथ शेळके, बाळाजी देशमुख, संभाजी गायकवाड, चंद्राबाई शेळके, तुळसाबाई खंदारे, गंगाबाई बेलाडे यांच्यासह कितीतरी जणांची दावण बांधली गेली आणि या चार शेळके बंधूंवर गोळ्या झाडण्यात आल्या तर गोविंद खंदारे यांना हालहाल करून मारण्यात आले.

यावेळी उजेडही हादरला. सूर्य आपोआप लोप पावला. चंद्राबाई शेळके, जिजाबाई वडजे आणि तुळसाबाई खंदारे या महिला आपल्या पतीचे निधन पाहून बेशुद्ध पडल्या. आमीन अहेमदखान पठाण हा बाळाजी देशमुख व संभाजी गायकवाड या म्हाताऱ्यांना उद्देशून म्हणाला,

‘‘बोला, तुम्हाला मृत्यू हवा की जीवदान?’’

सत्तर वर्षाचा बाळाजी व ऐंशी वर्षाचा संभाजी चांगलाच चेकाळला. म्हणून हे म्हातारे म्हणाले,

"आमचा धनीच गेला नव्हं. मग आम्हास तरी काय या नासक्या जिवांची परवड!"

या म्हाताऱ्यांवरही गोळ्या घालून ठार करण्यात आलं. अखेर कल्हाळीची बांगडी फुटली. वाड्यात भलंमोठं सरण रचण्यात आलं. सरणावर एक नव्हे, दोन नव्हे, तीन नव्हे एकदाच पस्तीस मृतदेह ठेवून सरण पेटविण्यात आलं. सरणानं हां हां म्हणता पेट घेतला. आकाशाकडे जाणाऱ्या अग्निज्वाला जिभल्या चाटीत नर्तन करू लागल्या.

यावेळी चंद्राबाई शेळके, जिजाबाई वडजे व तुळसाबाई साखरे ह्या उदासवाणे होऊन शून्यातून बघू लागल्या आणि रजाकार 'दिनऽ दिनऽ अल्लाहू अकबर, वर्तमान सरकार मुर्दाबाद! निजाम सरकार जिंदाबाद!!' अशा घोषणा देत पुढील मोहीमेवर निघून गेले.

***

सवन्याच्या ओसरीत बरीच वर्तमानपत्रे येऊन पडली होती. देसाईराव देशमुख सवणेकर एक एक बातमी वाचत होते. एका पेपरात बातमी होती.

* अखेर कल्हाळीची बांगडी फुटली. कल्हाळी पडली.

* बालाघाटचा एक जबरदस्त कडा निखळला.

* मलखांबासह कल्हाळीचा डोंगरी राजा पडला.

***

ही बातमी अहिल्याबाईंना समजताच त्यांच्या हृदयाचा बांध फुटला. त्यांनी अश्रूंना वाट मोकळी करून दिली. शेवटी त्या एवढचं म्हणाल्या,

"अप्पासाहेब, आम्ही एकट्या, आम्ही एकट्या!!"

अप्पासाहेबांचा आत्मा त्यांना आतून सांगत होता,

"एक अप्पासाहेब गेला तर काय झालं? आमच्या बलिदानातून हजारो अप्पासाहेब उभे राहतील!"

अप्पासाहेबांच्या धर्मपत्नीलाही अनावर दु:ख झालं. एकच आक्रोश उडाला. आभाळ कोसळल्याचा भास झाला. विजांचे लोळ तुटावेत तसे...!

***

अखेर कल्हाळी पोरकी पडली. कल्हाळीचं पानिपत झालं का अंध:काराखाली झाकाळलेला मराठशाहीचा विजयोत्सव? खरोखरच कल्हाळीच्या डोंगरीसेनेचं गुणगान गावं तितकं कमीच. कारण कल्हाळीच्या योद्धयांचं काळीज म्हणजे साक्षात रायगडाचं टकमक टोकच होते. मस्तक म्हणजे फणफणाऱ्या जहरी नागासारखं होतं. बाहू

म्हणजे बलदंड पोलाद होत. दोन हात दहा बोटं म्हणजे लखलखणाऱ्या तलवारीचं पातं होतं आणि अप्पासाहेबांची वाणी म्हणजे आक्रमकतेचं प्रतीक होतं. यांचं जीवन म्हणजे जळी, स्थळी, काष्ठी, पाषाणी साक्षात संघर्षाचं माहेरघर होतं. म्हणूनच यांच्यावर राक्षसी तलवारी अक्षरश: तूटून पडल्या. दिनऽऽ दिनऽऽ करीत गर्जना आल्या. परंतु नाईक अत्यंत उग्र स्वाभिमानी होते. अखेर धोका झाला. त्यांच्या गळ्यातील कवड्यांची माळ क्षणात तुटली परंतु क्षत्रिय धर्माला शोभेल असेच लढले.

कल्हाळीचं रणांगण वणव्यासारखं पेटलं. महाप्रलय उडाला. आकाशाला गवसणी घालणाऱ्या गरुडाचे पंख छाटल्या गेले. घायाळ पक्षी जाग्यावरच फडफडला. पिसं अस्ताव्यस्त पडली. बालाघाटचा एक जबरदस्त कडा निखळला. आगडोंब उसळली. आसूड कडाडले. रक्ताचा महापूर वाहिला. कल्हाळी बुडाली तसा मराठवाडा पोरका झाला. मन्याड खोऱ्यानं टाहो फोडला. बालाघाटच्या पर्वतरांगा पाणावल्या. मन्याड नदीचा मन्याडपुत्र, बहुजनांचा डोंगरी राजा, मराठ्यांचा बुलंद आवाज, मराठवाड्याची मुलूख मैदानी तोफ अखेर रक्ताच्या थारोळ्यात पडली. कल्हाळी भयाण दु:खसागरात बुडाली. हुतात्म्यांचे हृदयकमळ होऊन अखेर धर्मशिळेवर चढली. डोंगरी सेनेच्या बलिदानाने आकाशात वीज कडाडली. विश्वभरातील मंदिर मंदिर तडतडले आणि रक्तलांछित गाव सुना सुना पडला. अखेर डोंगरी सेना पडली. स्वातंत्र्याच्या वेदीवर ३५ समिधा खळकन पडल्या. सारा गाव दु:खसागरात बुडाला. कल्हाळीने आपले नाव हुतात्मानगरी परिधान केले. शहीदांची पावले मन्याडतीरी विसावली. आता फक्त उरले त्यांच्या आठवणीचे बुडबुडे. अप्पासाहेबांच्या गळ्यातील कवड्यांची माळ अखेर तटातट तुटली. एक एक कवडी निखळून पडली. तसं कल्हाळीचं वैभव संपलं आणि एका अर्थानं अजरामर झालं पण हिंदुस्थानचं वैभव वाढलं. कल्हाळीच्या शहीदांमुळे. विठ्ठल रखुमाईच्या मंदिरातील पणती फडाडली. क्षणभर घंटानाद थरारला आणि देशात हळूहळू शांतता पसरली.

बालाघाटच्या डोंगररांगातून कल्हाळीवर क्रांतिसूर्याची सोनेरी किरणं पडली. काळोखातील झाकोळलेला मराठेशाहीचा विजयोत्सव पाहण्यासाठी आणि परागंदा झालेली माणसं गावकुसावर आली. गाव हळूहळू उभा राहिला. घराघरात पाळणा हालला. बाळा जो जो रे चे सूर उमटले. लालबुंद सूर्याकडे पाहत. खरंच, जीवन एक समरभूमी आहे. या भूमीसाठी माणसाने जन्म घ्यावा आणि जन्म जन्म झुंजावं, झुंजवावं आणि एक दिवस आकाशात कडाडणाऱ्या विजेसारखं **काळोखातील अग्निशिखा** होऊन कडाडऽ कड करीत नाचत... गर्जत... उधळत... उसळत...

जळत.. धुमसत... निघून जावं. लालबुंद सूर्याकडे झेपावण्यासाठी... फिनिक्स पाखरू होऊन.

जय हिंद!   *जय भारत!!*   *जय महाराष्ट्र !!!*

✱✱✱

हैद्राबाद स्टेट कॉंग्रेस महाराष्ट्र प्रांतिक कार्यालय, मुंबई

सरचिटणीस कॉंग्रेस हाऊस, नं.४ बातमी क्र. ८३ दि.२८/७/१९४८

अन्वये दै.लोकसत्तामध्ये प्रकाशित केलेली बातमी.

स्टेट कॉंग्रेस किसान दलाचे नंदीग्राम येथे भीषण रणकंदन

१०० वर पोलीस व रजाकार ठार, ८० किसानांचे आत्मसमर्पण!

नंदीग्राम (कल्हाळी): कल्हाळी येथे दिनांक १ जुलै रोजी झालेल्या भीषण संग्रामचे सविस्तर वृत्त हाती आले आहे. नंदीग्राम जिल्ह्यातील ठिकठिकाणी स्टेट कॉंग्रेसच्या किसानदलानी निजाम पोलीस व रजाकार यांच्या गुंडगिरीला ठेचून काढले.

त्या पराभवाचा सूड घेण्याच्या उद्देशाने रजाकाराच्या एका टोळक्याने नंदीग्राम जिल्ह्यातील कल्हाळी या गावावर हल्ला केला. परंतु कल्हाळी येथील किसान नायक अप्पासाहेब यांनी जोराचा प्रतिहल्ला चढवून त्यांना पिटाळून लावले. दुसऱ्या दिवशी पुन्हा मुखेड येथील आमीनाने रजाकारांना पोलीसांचे साह्य दिले व कल्हाळीवर भयंकर हल्ला केला. अद्ययावत शस्त्रास्त्रांनी सज्ज असलेल्या रजाकारांच्या हल्ल्याला कल्हाळी किसानांनी साध्या भरमार बंदुका व गोफणगुंडे यांनी तोंड देण्यास प्रारंभ केला.

दोन दिवसपर्यंत सतत रणकंदन चालले . यात शत्रूपक्षाची १०० वर माणसे ठार झाली. नंतर मात्र किसानांजवळचा दारूगोळा संपला म्हणून ते सारे श्री अप्पाराव नाईक यांच्या गढीवर जमा झाले व तेथून जवळ असलेल्या साधनांनी त्यांनी रजाकारांचे आक्रमण परतून लावण्याचा प्रयत्न केला. गढीला वेढा घालून पोलिसांनी दाणापाणी बंद केले. समोर मृत्यू आ वासून उभा होता. तरी मुळीच डगमगून न जाता किसानांनी वेढा फोडण्याचे ठरविले. एका किसान तुकडीने रजाकारांच्या बगलेवर स्टेट कॉंग्रेसची की जय! स्वामी रामानंद तीर्थ की जय! इत्यादी गगनभेदी घोषणांसह हल्ला चढविला. त्या टोळी पैकी फक्त दहा-बारा किसान बाहेर पडू शकले. बाकीच्या किसानांना निजामी पोलिसांनी व रजाकारांनी घेरले. तुंबळ हातघाईचे युद्ध झाले. वेढले गेलेले ८० किसान लढता लढता मेले पण जुलमी निजामी सत्तेपुढे नमले नाहीत. कल्हाळी किसानांनी आपल्या बलिदानाने स्टेट कॉंग्रेसची इभ्रत व कीर्ती अजरामर केली. रणांगणात पडलेल्या या हुतात्म्यांच्या दिव्यस्मृतींना आमचे सादर अभिवादन!

***

संदर्भ ग्रंथ

सुधाकर डोईफोडे - परवड

डॉ. पी. जी. जोशी - मुक्तिगाथा-मुक्तिदाता

कमलाकर राऊत - मुक्तिदाता

डॉ. किरण देशमुख - मुक्तिवेध

लक्ष्मीकांत देशमुख, वि. ल. धारूरकर संपादित -मुक्तिसंग्राम

प्रकाश कामतीकर संपादित -स्नेहांकित

आत्माराम लोमटे संपादन - धगधगता निखारा

तारा परांजपे- सन्यस्त स्वा. सेनानी पू. स्वामी रामानंद तीर्थ

कॉ. गोपाळ कुर्तडीकर- निजाम विरोधी आंदोलन, मराठवाडा व तेलंगणाच्या कम्युनिस्टांचा शौर्यशाली लढा.

प्रा. डॉ. एल. वाय. औचरमल - आंबेडकरी चळवळ आणि हैद्राबाद संस्थानातील दलित मुक्तिसंग्राम

अनंत भालेराव - हैद्राबादचा स्वातंत्र्यसंग्राम आणि मराठवाडा.

अनंत भालेराव - पेटलेले दिवस

प्रा. उमाकांत सूर्यवंशी - हैद्राबादचा मुक्तिसंग्राम आणि मराठवाड्यातील दलितांचा सहभाग.

डॉ. अनिल कठारे- डॉ. बाबासाहेब आंबेडकर आणि हैद्राबादचा मुक्तिसंग्राम

पाक्षिक बहिष्कृत भारत- (मे १९२९, जुलै १९२७)

लेखकाचे नाव - नरेंद्र नाईक

जन्म दिनांक - १६ - ८ - १९६७

कायमचा पत्ता - मु. कल्हाळी पो. रुई
ता. कंधार, जि. नांदेड (मराठवाडा)
पीन : ४३१ ७१४

इ मेल आयडी - nerendrabnaik@gmail.com

सुसंवाद - ०९४२१३८४००७

श्रृध्दा - लोकशाही

श्रद्धेय - राजे शिवछत्रपती

सन्मान - जिल्हाध्यक्ष
महाराष्ट्र अंकुर साहित्य परिषद, हिंगोली -२००८
संस्थापक शाखाअध्यक्ष
मराठवाडा साहित्य परिषद, हिंगोली - २०१०

सहभाग - ग्रामीण विदर्भ - मराठवाडा पहिले मराठी कवी संमेलन,
तिवरंग ता. उमरखेड जि. यवतमाळ - २००४

* शब्दांगार साहित्य परिषदेचे जिल्हास्तरीय साहित्य संमेलन - २००४, २००६
* महाराष्ट्र अंकुर मराठी साहित्य राज्यस्तरीय संमेलन, २००६, २००८
* १३ वे अखिल भारतीय नवोदित मराठी साहित्य संमेलन, नांदेड २००६

- विविध शाळा व महाविद्यालयांच्र्या स्नेहसंमेलनामध्ये प्रमुख पाहुणे म्हणून आमंत्रित.

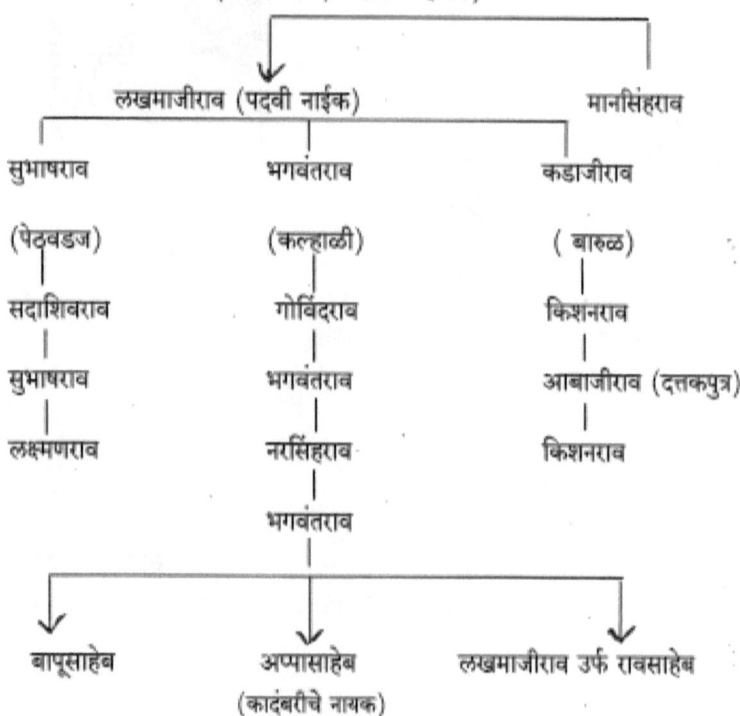

नाईक घराण्याची वंशावळ

मूळ पुरुष : दत्ताजीराव गायकवाड

(मावळ प्रांत, पश्चिम महाराष्ट्र)

- लखमाजीराव (पदवी नाईक)
  - सुभाषराव (पेठवडज)
    - सदाशिवराव
      - सुभाषराव
        - लक्ष्मणराव
  - भगवंतराव (कल्हाळी)
    - गोविंदराव
      - भगवंतराव
        - नरसिंहराव
          - भगवंतराव
            - बापूसाहेब
            - अप्पासाहेब (कादंबरीचे नायक)
            - लखमाजीराव उर्फ रावसाहेब
  - कडाजीराव (बारुळ)
    - किशनराव
      - आबाजीराव (दत्तकपुत्र)
        - किशनराव
- मानसिंहराव